ദസ്തയേവ്സ്കി
എന്ന ബൈബിളനുഭവം

Dasthayevskki
Enna Baibilanubhavam

Prof. K Jayarajan

CHINTHA PUBLISHERS
Thiruvananthapuram

First Edition
May 2022

Published & Typesetting
Chintha Publishers, Thiruvananthapuram

Printed at
Time offset Printers, Thiruvananthapuram

Cover Design
Vinod Mangoes

ISBN : 978-93-93468-62-8

CO - 3107 / 5994

Email: chinthapublishers@gmail.com
Website: www.chinthapublishers.com

A version is available at National Libraries
Kolkata, Mumbai, Chennai and Delhi

Distribution
DESHABHIMANI BOOKHOUSE
H O Thiruvananthapuram 695035

Branch
Head Office Kunnukuzhi • Statue Thiruvananthapuram
KSRTC Bus Terminal Thampanoor • Saphalyam Complex Thiruvananthapuram
KSRTC Bus Station Alappuzha • KSRTC Bus Station Ernakulam
Machingal Lane Thrissur • IG Road Kozhikode
Mavoor Road Kozhikode • NGO Union Building Kannur
Central Bus Terminal Complex Thavakkara Kannur

ദസ്തയേവ്സ്കി
എന്ന ബൈബിളനുഭവം

പ്രൊഫ. കെ ജയരാജൻ

ചിന്ത പബ്ലിഷേഴ്സ്
തിരുവനന്തപുരം-695 035

പ്രൊഫ. കെ ജയരാജൻ

കൊല്ലം ജില്ലയിൽ തഴവയിൽ 1944 ൽ ജനിച്ചു. 1967 ൽ കൊല്ലം എസ് എൻ കോളേജിൽ ഇംഗ്ലീഷ് അദ്ധ്യാപകനായി ചേർന്നു. വിവിധ എസ് എൻ കോളേജിലെ സേവനത്തിനുശേഷം കൊല്ലം എസ് എൻ കോളേജിൽനിന്നും വകുപ്പു മേധാവിയായി 1999 ൽ വിരമിച്ചു.

കൃതികൾ: *ജസ്റ്റിൻ-മാർക്കിസ് ദ് സാഡ്* (വിവർത്തനം), *കെ പി അപ്പൻ ജീവചരിത്രം, വെനീസിലെ മരണം- തോമസ്മൻ* (വിവർത്തനം), *ഡോൺകിക് സോട്ട് ഭാവനയുടെ വിസ്മയം* (പഠനം).

ഭാര്യ : പ്രൊഫ. എസ് ദേവമ്മ
മക്കൾ : ജെ കിരൺ, ജെ ഗിരീഷ്
വിലാസം : തൃക്കാർത്തിക
ഭാരതനഗർ 24 -എ
തിരുമുല്ലാവാരം പി ഒ
കൊല്ലം- 12
ഫോൺ : 9387961336

ഉള്ളടക്കം

പ്രസാധകക്കുറിപ്പ്

ദസ്തയേവ്സ്കി കാലത്തെ അതിജീവിക്കാൻ ശേഷിയുള്ള നോവലിസ്റ്റാണ്. പത്തൊമ്പതാം നൂറ്റാണ്ടിൽ രചിച്ച ദസ്തയേവ്സ്കിയുടെ നോവലുകൾ ഈ നൂറ്റാണ്ടിൽ വായിക്കുമ്പോഴും പുതുകാലത്തിന്റെ ആവിഷ്കാരങ്ങളായി അനുഭവപ്പെടും. മനഃശാസ്ത്രവും മനോവിശ്ലേഷണീയവുമൊന്നും പുഷ്ടിപ്പെടാതിരുന്ന കാലത്ത് ദസ്തയേവ്സ്കിയുടെ നോവലുകൾ മാനസിക വ്യാപാരങ്ങളുടെ അപഗ്രഥനത്തിന്റെ ശാസ്ത്രീയ മാതൃകകൾക്ക് അടിത്തറയായി. *കുറ്റവും ശിക്ഷയും നിന്ദിതരും പീഡിതരും കാരമസോവ് സഹോദരന്മാരും, ഭൂതാവിഷ്ടരും ഇഡിയറ്റും* മാനസിക വ്യാപാരങ്ങളുടെ മഹാസമുദ്രത്തിലെ ആഴക്കലക്കങ്ങൾ അനുവാചകരിലെത്തിച്ചു. ബൈബിൾ ദർശനം ദസ്തയേവ്സ്കിയുടെ കൃതികളുടെ അന്തർദ്ധാരയാണ്. ക്രൈസ്തവ ദർശനത്തിൽ അന്തർല്ലീനമായ പാപബോധവും സ്ത്രീജീവിതസമസ്യകളും ആത്മപീഡയുമെല്ലാം സവിശേഷമായി ദസ്തയേവ്സ്കിയുടെ കൃതികളിൽ നിലകൊള്ളുന്നു. ദസ്തയേവ്സ്കി എന്ന എഴുത്തുകാരനെയും അദ്ദേഹത്തിന്റെ രചനകളെയും ബൈബിൾ വെളിച്ചത്തിൽ പഠനവിധേയമാക്കുകയാണ് ഈ പുസ്തകത്തിൽ പ്രൊഫ. കെ ജയരാജൻ.

ചിന്ത പബ്ലിഷേഴ്സ്

ബൈബിൾ എന്ന ഗ്രന്ഥവും ഫയദോർ ദസ്തയേവ്സ്കി എന്ന മനുഷ്യനും

സി വി ബാലകൃഷ്ണൻ

"ഫയദോർ ദസ്തയേവ്സ്കിയെ കണ്ടെത്തുന്നത് ആദ്യമായി പ്രണയം കണ്ടെത്തുന്നതുപോലെയാണ്, അല്ലെങ്കിൽ കടൽ — അത് ജീവിതയാത്രയിലെ ഒരു പ്രധാന നിമിഷം അടയാളപ്പെടുത്തുന്നു."

ജോർജ്ജ് ലൂയി ബോർഹെസ് ഉൾക്കാഴ്ചയോടെ സൗന്ദര്യപൂർണ്ണമായ ഈ നിരീക്ഷണം നിർവ്വഹിക്കുന്നതിന് എത്രയോ മുമ്പാണ് ഞാൻ ദസ്തയേവ്സ്കിയെ കണ്ടെത്തിയത്. കൗമാരനാളുകളിലെന്നോ, ഉപദേശകരുടെ തുണയില്ലാതെ നാനാതരം കൃതികൾ വായിച്ചുനീങ്ങുന്നതിനിടയിൽ, *നിന്ദിതരും പീഡിതരും* (വിവ: എൻ കെ ദാമോദരൻ) കൈയിലെത്തി. അതിന്റെ വായന മുമ്പ് അറിഞ്ഞിട്ടില്ലാത്ത അസാധാരണമായ ഒരനുഭവമായി. അക്കാലംതൊട്ട് ദസ്തയേവ്സ്കി എന്റെ കൂടെയുണ്ട്; എന്റെ ഹൃദയത്തിനു സമീപം.

ദസ്തയേവ്സ്കിയെ ഏറ്റവും കൂടുതൽ സ്വാധീനിച്ച ഗ്രന്ഥം *ബൈബിളാണ്*. ആ സ്വാധീനം അദ്ദേഹത്തിന്റെ രചനാലോകത്ത് നിറഞ്ഞു നില്പുണ്ട്. *നിന്ദിതരും പീഡിതരുമെന്ന* കൃതിയിൽ, അന്ത്യഭാഗത്ത്, മോഹനമായ ഒരു ഗ്രീഷ്മകാല സായാഹ്നത്തിൽ, മരണത്തിനു മൂന്ന് ദിവസം മുമ്പ് നെല്ലി വാനിയായോട് കഷ്ടിച്ചുമാത്രം കേൾക്കാവുന്ന ഒരു സ്വരത്തിൽ സംസാരിക്കുമ്പോൾ അടുത്തകാലത്ത് താൻ സുവിശേഷം വായിച്ചിരുന്നുവെന്ന് വെളിപ്പെടുത്തിക്കൊണ്ട് തുടരുന്നു: നമ്മുടെ ശത്രുക്കൾക്കെല്ലാം നാം മാപ്പു കൊടുക്കേണ്ടതാണെന്ന് അതിൽ പറയുന്നു. ശരി. ഞാനതു വായിച്ചു. പക്ഷേ, ഞാനയാൾക്കു (പ്രിൻസ് എന്ന കഥാപാത്രത്തെ ഉദ്ദേശിച്ച്) മാപ്പു കൊടുത്തില്ല. എന്തെന്നാൽ അമ്മ മരിക്കുമ്പോൾ സംസാരിക്കാൻ വയ്യാതാകുന്നതിനുമുമ്പ് അവസാനം പറഞ്ഞ വാചകമിതാണ്: "ഞാൻ

അയാളെ ശപിക്കുന്നു അതിനാൽ ഞാനും അയാളെ ശപിക്കുന്നു. എന്നെച്ചൊല്ലിയല്ല, എന്റെ അമ്മയെച്ചൊല്ലി.”

സ്ത്രീകളെ മനസ്സിലാക്കുന്നതിൽ ക്രിസ്തുമതം പരാജയപ്പെട്ടുവെന്ന പില്ക്കാല വിലയിരുത്തൽ (*ഭൂതാവിഷ്ടർ*) അതിനെത്രയോ മുമ്പേ ദസ്തയേവ്സ്കിയുടെ മനസ്സിലുണ്ടായിരുന്നുവെന്നാണ് *നിന്ദിതരും പീഡിതരും* സാക്ഷ്യപ്പെടുത്തുന്നത്. പക്ഷേ, ക്രിസ്തുവിനോടുള്ള സ്നേഹം അതിഗാഢമായിരുന്നു. സത്യം ക്രിസ്തുവിനു പുറത്താണെന്ന് തെളിയിക്കപ്പെടുന്നപക്ഷം സത്യത്തോടല്ല ക്രിസ്തുവിനോട് ചേർന്നു നില്ക്കാനാണ് ഇഷ്ടപ്പെടുകയെന്ന *ഭൂതാവിഷ്ട*രിലെ സ്റ്റാവ്റോജിന്റെ പ്രഖ്യാപനം ദസ്തയേവ്സ്കിയുടേതുതന്നെയാണ്. ക്രിസ്തുവിൽ മറ്റാരെക്കാളും കൂടുതലായി പുലർത്തുന്ന ദൃഢവിശ്വാസത്തിന് ആധാരം ബൈബിളല്ലാതെ മറ്റൊന്നുമല്ല. മരണത്തിനു തൊട്ടുമുമ്പ്, താൻ മരിക്കാൻ പോവുകയാണെന്ന ഗാഢമായ ബോദ്ധ്യത്തോടെ ദസ്തയേവ്സ്കി അന്നയോട് വേദപുസ്തകം എടുക്കാനും വിളക്കു കത്തിച്ച് വായിക്കാനും ആവശ്യപ്പെടുകയുണ്ടായി. സംശയങ്ങൾ മനസ്സിനെ ആകുലമാക്കുമ്പോഴൊക്കെയും വേദപുസ്തകം തുറന്ന് ആദ്യംകാണുന്ന വരികൾ ദൈവേഷ്ടമെന്നപോലെ വായിച്ചറിയുകയെന്ന പതിവ് അവസാനമായി നിറവേറുകയായിരുന്നു അപ്പോൾ. അന്ന് താൻ കൊളുത്തിയ ദീപനാളത്തിന്റെ വെളിച്ചത്തിലിരുന്നു വായിച്ചത് മത്തായിയുടെ സുവിശേഷത്തിൽനിന്നുള്ള ഈ വാക്യങ്ങളായിരുന്നു: അനന്തരം യേശു യോഹന്നാനാൽ സ്നാനം ഏല്ക്കുവാൻ ഗലീലിയിൽ നിന്നു യോർദ്ദാൻ കരെ അവന്റെ അടുക്കൽ വന്നു. യോഹന്നാനോ അവനെ വിലക്കി. നിന്നാൽ സ്നാനം ഏല്ക്കുവാൻ എനിക്കു ആവശ്യം, പിന്നെ നീ എന്റെ അടുക്കൽ വരുന്നുവോ എന്നു പറഞ്ഞു. യേശു അവനോട്: ഇപ്പോൾ സമ്മതിച്ച ഇങ്ങനെ സകലനീതിയും നിവർത്തിക്കുന്നത് നമുക്കുചിതം എന്ന് ഉത്തരം പറഞ്ഞു.

അത്രയും കേട്ടതോടെ ദസ്തയേവ്സ്കിയുടെ മുഖത്ത് വിഷാദാർദ്രമായ ചിരിയായി.

“ഇപ്പോൾ സമ്മതിക്ക; ഇങ്ങനെ സകല നീതിയും നിവർത്തിക്കുന്നതു നമുക്കുചിതം. അതിന്റെ പൊരുൾ ഞാൻ ഇപ്പോൾ മരിക്കുമെന്നാണ്.”

ആ വ്യാഖ്യാനം തെറ്റിയില്ല. കരയുന്ന അന്നയെ സമാശ്വസിപ്പിച്ച് മക്കൾക്ക് അന്തിമോപദേശങ്ങൾ നല്കിയതിൽ പിന്നീട് ഒരു കാര്യംകൂടി ദസ്തയേവ്സ്കി ചെയ്തു. അന്ന വായിക്കാനെടുത്ത ബൈബിൾ മകൻ ഫയദോറിനു നല്കുകയെന്നതായിരുന്നു അവസാനത്തെ കർമ്മം. അതോടെ ജീവിതാന്ത്യമായി. ദേഹം നിശ്ചേതനവും ഹൃദയം നിശ്ചലവുമായി. മനുഷ്യനെ സംബന്ധിച്ച പര്യാലോചനകൾക്കൊക്കെയും അറുതിയായി. സന്ദേഹങ്ങളെല്ലാം ഒടുങ്ങി. തീക്ഷ്ണമായ ചിന്തയിൽനിന്നും പിറവികൊണ്ട വാക്കുകൾ, സ്വയം രൂപപ്പെടുത്തി ആത്മാവ് പകർന്ന കഥാപാത്രങ്ങൾ, അവർ കടന്നുപോയ അനേകമനേകം സന്ദർഭങ്ങൾ

എന്നിവ എക്കാലത്തും നിലനില്ക്കാനായി ബാക്കിയായി. മനുഷ്യരാശിക്കു മുന്നിലെ നിത്യസാന്നിദ്ധ്യങ്ങൾ.

ഒരു എഴുത്തുകാരനെന്ന നിലയിൽ ദസ്തയേവ്സ്കിയുടെ ആന്തരിക ജീവിതം അതീവ സങ്കീർണ്ണവും സംഘർഷഭരിതവുമായിരുന്നു. ദസ്തയേവ്സ്കിയെ വായിക്കുന്ന ഒരാൾ ഭ്രാന്തനായിത്തീരാം. ഭ്രാന്താലയത്തിലെ ഷേക്സ്പിയർ എന്നൊരു വിശേഷണം ദസ്തയേവ്സ്കിക്കു മേൽ ചാർത്തപ്പെട്ടിട്ടുണ്ട്. ആ ജീവിതവും അതിൽനിന്ന് മനുഷ്യർക്കായുണ്ടായ മഹദ് രചനകളും എണ്ണിയാലൊടുങ്ങാത്തത്രയും പഠനങ്ങൾക്കു വിധേയമായിട്ടുണ്ട്. പ്രൊഫ. കെ ജയരാജൻ *ദസ്തയേവ്സ്കി എന്ന ബൈബിളനുഭവ*ത്തിലൂടെ സമർത്ഥമായി നിർവ്വഹിക്കുന്നത്. തന്റെ വായനാജീവിതത്തിൽ അവിസ്മരണീയമായ അനുഭൂതികൾ പകർന്ന, തന്റെ ജീവിതത്തെയും ജീവിത സങ്കല്പങ്ങളെയും പാടെ മാറ്റി മറിച്ച ഋഷിതുല്യനായ, പ്രവാചകനെന്നു ജീവകാലത്തുതന്നെ പ്രകീർത്തിക്കപ്പെട്ട, ഫയദോർ ദസ്തയേവ്സ്കിയുടെ സുവിശേഷ സമാനമായ രചനകളിലൂടെയുള്ള ദീർഘസഞ്ചാരമാണ്. ദസ്തയേവ്സ്കിയുടെ ഓരോ കൃതി സ്പർശിക്കുമ്പോഴും നാം തൊടുന്നത് ബൈബിളാണെന്ന വലിയ സത്യത്തിലേക്ക് ഈ പഠന ഗ്രന്ഥം നമ്മെ നയിക്കുന്നു.

ഗ്രന്ഥകാരന്റെ കുറിപ്പ്

എന്റെ വായനാജീവിതത്തിൽ അവിസ്മരണീയമായ അനുഭൂതികളാണ് ദസ്തയേവ്സ്കി രചനകൾ പകർന്നു നല്കിയത്. തത്ത്വചിന്തകനും മനഃശാസ്ത്രജ്ഞനും വിപ്ലവകാരിയും സാമൂഹിക വിമർശകനും, സാഹിത്യ വിമർശകനും മതചിന്തകനും കൂടിയായിരുന്നു ദസ്തയേവ്സ്കിയെന്നോർക്കണം. ആ കൃതികളിലടങ്ങിയിരിക്കുന്ന വൈകാരിക തീക്ഷ്ണതയും അനിഷ്ടകരമായ നിരീക്ഷണങ്ങളും സത്യങ്ങളും നമ്മുടെ ജീവിതത്തെയും ജീവിത സങ്കല്പങ്ങളെയും മാറ്റിമറിക്കുന്നു. ഷേക്സ്പിയറെപ്പോലെ, സെർവാന്റീസിനെപ്പോലെ, മാർക്വേസിനെപ്പോലെ ജീവിതകാലത്തുതന്നെ ഒരു മിത്തായിമാറി ഈ എഴുത്തുകാരനും. കുറ്റവും ശിക്ഷയുമാണാദ്യം വായിച്ച ദസ്തയേവ്സ്കി കൃതി. നെപ്പോളിയനാകാൻ കൊതിച്ച്, ഒരു തത്ത്വത്തിന്റെപേരിൽ പണം പലിശയ്ക്ക് കൊടുക്കുന്ന വൃദ്ധയെയും അവരുടെ സഹോദരിയെയും കൊലചെയ്യുന്ന റസ്കൽ നിക്കോവ് എന്ന ചെറുപ്പക്കാരന്റെ ആത്മസംഘർഷങ്ങളും പീഡാനുഭവങ്ങളും ഏതൊരുവായനക്കാരനെയും പിടിച്ചെടുക്കും. വിശേഷിച്ചും ചെറുപ്പകാലത്ത്. എന്നാൽ പുനർവായനകളിൽ താനൊരു കീടമല്ലെന്ന് തെളിയിക്കാൻ പാതകത്തിലേർപ്പെട്ട ഒരു പക്വയുവാവിന്റെയും വീട്ടിലെ പട്ടിണിമാറ്റാൻ വേശ്യാവൃത്തി സ്വീകരിക്കുന്ന സോന്യയെന്ന യുവതിയുടെയും പാപകർമ്മത്തിന്റെയും പീഡാനുഭവങ്ങളിലൂടെയുള്ള പാപമോചനത്തിന്റെയും കഥയായി എനിക്കനുഭവപ്പെട്ടു. അതിലടക്കം ചെയ്തിരിക്കുന്ന രാഷ്ട്രീയവും തത്ത്വചിന്താപരവും മതപരവുമായ ദർശനങ്ങൾ ഞെട്ടിക്കുന്നതും ചിന്തോദ്ദീപകവുമാണ്. പിന്നീട് കരമസോവ് സഹോദരന്മാരിലേക്കു കടന്നപ്പോൾ ദൈവവും ചെകുത്താനും തമ്മിലുള്ള പോരാട്ടത്തിന്റെ

സമരഭൂമിയാണ് മനുഷ്യ ഹൃദയ മെന്ന ദിമിത്രിയുടെ വാക്കുകളും, ഓരോ മനുഷ്യനിലുമുണ്ട് ഒരു ചെകുത്താൻ ക്രോധത്തിന്റെ ചെകുത്താൻ "അല്ലെങ്കിൽ സ്വന്തം അച്ഛനെ കൊല്ലാൻ ആഗ്രഹിക്കാത്തവർ ആരെങ്കിലുമുണ്ടോ" എന്ന ഐവാന്റെ പ്രസ്താവനകളും ഞെട്ടലോടെ യാണ് വായിച്ചത്. പ്രക്ഷുബ്ധമായ മനസ്സോടുമാത്രമേ ഈ കൃതികൾ നമുക്കുവായിക്കാനാകൂ. അവ നമ്മുടെ സ്വാസ്ഥ്യം നഷ്ടപ്പെടുത്തുന്നു. നമ്മെ ഭയപ്പെടുത്തുന്നു. എങ്കിലും സുവിശേഷംപോലെ പാരായണം ചെയ്യാവുന്ന ആശയങ്ങളുടെ ഈ കൃതികൾ പ്രക്ഷുബ്ധതയിൽനിന്നും ശാന്തിയിലേക്കു നമ്മെ നയിക്കുന്നു. ദുരന്ത ദർശനത്തിന്റെ മാസ്മരികത ആരെയും ആകർഷിക്കും. പിന്നീട് ദസ്തയേവ്സ്കിയുടെ മറ്റു കൃതി കളായ പാവങ്ങൾ, ഡബിൾ, മരിച്ചവരുടെ വീട് അധോതലക്കുറിപ്പുകൾ, ഇഡിയറ്റ്, ഭൂതാവിഷ്ടർ, അപക്വയുവാവ് തുടങ്ങിയ കൃതികൾ രചയി താവിന്റെ വിചിത്രവും സങ്കീർണ്ണവുമായ രചനാലോകത്തെ അടുത്തറി യാൻ സഹായിച്ചു.

പീറ്റേഴ്സ് ബർഗ്ഗിൽ താൻ നേരിട്ടുകണ്ടതും കേട്ടതും അനുഭവി ച്ചതും ദസ്തയേവ്സ്കി തന്റെ രചനകൾക്ക് വിഷയമാക്കി. *പാവങ്ങളും, നിന്ദിതരും പീഡിതരും, അധോതലക്കുറിപ്പുകളും* ദസ്തയേവ്സ്കി എന്നും പാവങ്ങളുടെ പക്ഷത്താണെന്ന് തെളിയിക്കുന്നു. 'ഇഡിയറ്റിൽ' ക്രിസ്തുവിന്റെ പ്രതിരൂപമായി നിർമ്മിച്ച പ്രിൻസ് മിഷ്കിന് ദസ്തയേവ്സ്കി തന്റെ ചുഴലിരോഗം പകർന്നുകൊടുത്തു. എക്കാല ത്തെയും ശ്രേഷ്ഠ രാഷ്ട്രീയ നോവലെന്ന് വിളിക്കാവുന്ന *ചെകുത്താ ന്മാർ (ഭൂതാവിഷ്ടർ)* ഭയവിഹ്വലതകളോടെ മാത്രമേ വായിച്ചു തീർ ക്കാനാവൂ. വേദനയും കഷ്ടപ്പാടും സഹിക്കേണ്ടിവരുന്നവരാണ് മിക്കവാറും എല്ലാ കഥാപാത്രങ്ങളും ചുരുക്കിപ്പറഞ്ഞാൽ വ്യസനിച്ചും വേപഥുപൂണ്ടും മാത്രമെ ഈ രചയിതാവിന്റെ പ്രധാന കൃതികളിൽക്കൂടി കടന്നുപോകാനാകൂ. *ഡബിളും, അപക്വയുവാവും* മനുഷ്യനിലെ ദ്വന്ദസ ത്തയുടെ വിരുദ്ധ ധ്രുവങ്ങളെ മനഃശാസ്ത്രപരമായി സമീപിക്കുന്നു. ദസ്തയേവ്സ്കിയുടെ കൃതികൾ വായിക്കുമ്പോൾ ഒരാൾ തന്നിലേക്കു തന്നെ തിരിയുന്നു. ബൽസാക്കിന്റെയും ഡിക്കൻസിന്റെയും ജയിൻഓസ്റ്റി ന്റെയും രചനകൾ വായിക്കുമ്പോൾ നാം നമുക്കുചുറ്റുമുള്ള ലോക ത്തെയാണ് കാണുന്നത്. എന്നാൽ ദസ്തയേവ്സ്കിയാകട്ടെ കഥാപാത്ര ങ്ങളുടെ അന്തരംഗത്തിനാണ് കൂടുതൽ പ്രാധാന്യം നല്കുന്നത്. അതോടൊപ്പം നമ്മെ ഭയപ്പെടുത്തുന്നു. അപ്രിയസത്യങ്ങളിലേക്കും നാം കടന്നുചെല്ലുന്നു. നമ്മുടെ ആത്മാവിൽ എന്തോ മന്ത്രിക്കുന്നതായി നമുക്ക് ഈ കൃതികളിലൂടെ അനുഭവപ്പെടുന്നു. സത്യത്തിന്റെ വിചിത്ര മായ സ്വഭാവം ഈ എഴുത്തുകാരൻ നമുക്കു കാട്ടിത്തരുന്നു. തലച്ചോറിൽ മാത്രമല്ല ഹൃദയത്തിലും പ്രകമ്പനങ്ങൾ ഏറ്റുവാങ്ങിക്കൊണ്ടുമാത്രമെ ഈ പുസ്തകങ്ങൾ നമുക്ക് വായിക്കാനാകൂ. മറ്റൊരെഴുത്തുകാരനും

നമ്മെ ഇത്രമാത്രം വിസ്മയിപ്പിക്കുകയും അമ്പരപ്പിക്കുകയും ചെയ്യു ന്നില്ല. വിചിത്രവും അവിശ്വസനീയവും യാതനാ പൂർണ്ണവുമായിരുന്നു ആ ജീവിതം. അതു മറ്റൊരു കഥയായി വായിക്കാം. ദസ്തയേവ്സ്കി യുടെ ഡയറിക്കുറിപ്പുകളും കത്തുകളും നോട്ടുബുക്കുകളും അന്നയുടെ ഡയറിക്കുറിപ്പുകളും, സൈബീരിയൻ ജീവിതവും രചയിതാവിന്റെ വ്യക്തി ജീവിതത്തിലേക്കും സർഗ്ഗജീവിതത്തിലേക്കും വെളിച്ചം വീശുന്നു. പ്രണയവും ചൂതുകളിയും മദ്യപാനവും നിറഞ്ഞുനിന്ന അരാജക ജീവിതവും കടക്കെണിയും അദ്ദേഹത്തിന്റെ സർഗ്ഗശക്തിയെ തളർത്തി യില്ല. കഠിനമായ തപസ്സും നീണ്ടയാതനയും രചനകൾക്ക് കരുത്തു നല്കി. ജീവിതത്തിന്റെ വൈവിദ്ധ്യവും വൈരുദ്ധ്യവും മനുഷ്യന്റെ നിസ്സ ഹായതയും ധർമ്മസങ്കടങ്ങളും രചനയ്ക്ക് വിഷയമാക്കി. മനുഷ്യനിൽ തിന്മ ആഴത്തിൽ സ്ഥിതിചെയ്യുന്നു എന്നും എന്നാൽ ഏറ്റവും ക്രൂരനായ മനുഷ്യനിൽപോലും കനിവും അലിവും നിലനില്ക്കുന്നു എന്നും ഉദാഹരണ സഹിതം എഴുതി. മനുഷ്യന്റെ സന്തോഷത്തെക്കാൾ ദു:ഖമാണീ എഴുത്തുകാരനെ ആകർഷിച്ചത്. സൈബീരിയൻ ജയിലിൽ ആവർത്തിച്ച് വായിച്ച ബൈബിൾ രചനകൾക്ക് ഊടുംപാവുമായി വർ ത്തിച്ചു. ക്ലേശാനുഭവം വിശിഷ്ടാനുഭവമാണെന്ന് ക്രൈം കേന്ദ്രമായ പ്രധാന നോവലുകളിലൂടെ തെളിയിച്ചു. ക്രിസ്തു സഹജമായ സ്നേഹം ഭൂമിയിൽ അസാദ്ധ്യമാണെന്ന ഐവാന്റെ വാക്കുകൾക്ക് അതു ഭൂമിയിൽ വേണ്ടുവോളമുണ്ടെന്നും അതിന്റെ ആൾരൂപമായിരുന്നു ക്രിസ്തു വെന്നും അലക്സി പറയുന്നു. അതുകൊണ്ടുതന്നെ അരുതുകളേറെ യുണ്ടെങ്കിലും *കുറ്റവും ശിക്ഷയും, ഇഡിയറ്റ്, ചെകുത്താന്മാർ, (ഭൂതാവിഷ്ടർ) കരമസോവ് സഹോദരന്മാർ* എന്നീ നോവലുകൾ വായി ക്കുക എന്നാൽ ബൈബിൾ വായിക്കുകയെന്നാണ്. സുവിശേഷ നോവലു കളെന്നോ, സുവിശേഷ നാടകങ്ങളെന്നോ ഈ കൃതികളെ നമുക്ക് വിളിക്കാം. അത്തരമൊരന്വേഷണമാണ് ഈ പുസ്തകത്തിന്റെ പ്രധാന ലക്ഷ്യവും. അതോടൊപ്പം ജീവിതകാലം മുഴുവനും ഈ രചയിതാവിനെ അലട്ടിയതും ഉത്തരം കിട്ടാത്തതുമായ നിരവധി ദർശനങ്ങളും പ്രശ്നങ്ങളും വ്യത്യസ്ത ലേഖനങ്ങളിൽ ഇവിടെ ചർച്ച ചെയ്യപ്പെടുന്നു.

ദസ്തയേവ്സ്കിയെ വായിക്കുകയെന്നാൽ നാം നമ്മെത്തന്നെ അറി യുകയാണ്. 'നാം തന്നെയാണ് നമ്മുടെ ശത്രു എന്നുതിരിച്ചറിയുക യാണ്.' സത്യത്തിന്റെ ഭംഗിയാണിവിടെ പ്രത്യക്ഷപ്പെടുന്നത്. ഇതൊ ക്കെയാണെങ്കിലും ജീവിച്ചിരുന്നകാലത്ത് തിരസ്കാരവും തമസ്കര ണവും ഈ എഴുത്തുകാരന് ഏറ്റുവാങ്ങേണ്ടിവന്നു. പുഷ്കിനും ഗോഗോളും ടെർജിനോവും ടോൾസ്റ്റോയിയും അരങ്ങുവാണകാലം. കുത്തഴിഞ്ഞ ജീവിതം നയിച്ച അരാജകവാദിയും ചെകുത്താന്റെ വക്താ വുമായി ദസ്തയേവ്സ്കി മുദ്രകുത്തപ്പെട്ടു. എന്നാൽ ഇരുപതാം നൂറ്റാണ്ടിന്റെ ആരംഭം മുതൽ ദസ്തയേവ്സ്കി രചനകൾ പുനർ വായനയ്ക്കും പുനർ വിചിന്തനത്തിനും വിധേയമായി. ഫ്രോയിഡ്, ലോക

ത്തിലെ ഏറ്റവും വലിയ എഴുത്തുകാരനായി ദസ്തയേവ്സ്കിയെ കണ്ടു. ഐൻസ്റ്റെയിൻ ആകട്ടെ ആ രചനകളിലെ മാസ്മരികതയിൽ വിസ്മയിച്ചു. നിഷെ ദസ്തയേവ്സ്കിയെ 'എന്റെ ഗുരു' എന്ന് വിളിച്ചു. ഋഷിയും പ്രവാചകനും തത്ത്വചിന്തകനും മനഃശാസ്ത്രജ്ഞനുമായി മാറി ഈ കഥാകാരൻ. എല്ലാ പ്രധാനഭാഷകളിലേക്കും ദസ്തയേവ്സ്കിയുടെ രചനകൾ വിവർത്തനം ചെയ്യപ്പെട്ടു. ബഷീറിന്റെയും തകഴിയുടെയും ദേവിന്റെയും കൃതികൾ പോലെയാണ് എൻ കെ ദാമോദരന്റെ *നിന്ദിതരും പീഡിതരും ഭൂതാവിഷ്ടർ, കരമസോവ് സഹോദരന്മാർ* എന്നീ കൃതികളുടെ പരിഭാഷമലയാളികൾ സ്വീകരിച്ചത്. ഇടപ്പള്ളി കരുണാകര മേനോന്റെ *കുറ്റവും ശിക്ഷയും* വിവർത്തനവും വലിയ ജനസമ്മതി നേടി. ദസ്തയേവ്സ്ക്കിയുടെ മിക്കവാറും എല്ലാ കൃതികളും നമ്മുടെ ഭാഷയിൽ ഇന്നു വായിക്കാം. ദസ്വാതയേവ്സ്കിയുടെ വ്യക്തിജീവിതവും കലയും അടിസ്ഥാനമാക്കി നിരവധി രചനകളും നമ്മുടെ ഭാഷയിൽ ഉണ്ടായിട്ടുള്ളതും ഇവിടെ ഓർക്കണം. 2021 നവംബർ 11 ഈ ഉജ്ജ്വല പ്രതിഭയുടെ ജന്മവാർഷിക ദിനമാണ്. ഈ പുണ്യദിനത്തിൽ ആ അനശ്വര പ്രതിഭയ്ക്കു പ്രണാമം നേർന്നുകൊണ്ട് എല്ലാ മലയാളികൾക്കുംവേണ്ടി ഈ പുസ്തകം സമർപ്പിച്ചുകൊള്ളുന്നു.

കൊല്ലം എസ് എൻ കോളേജിൽ ഇംഗ്ലീഷ് അദ്ധ്യാപകനായിരിക്കെ അകാലചരമം പ്രാപിച്ച ചാക്കോ ഗീവർഗ്ഗീസ് സമ്മാനിച്ച *ഇന്നത്തെ ചിന്താവിഷയവും, പുതിയ നിയമവും* കെ പി അപ്പന്റെ *ബൈബിൾ വെളിച്ചവും കവചവും* എന്ന കൃതിയും വൈദികനും എഴുത്തുകാരനുമായ ഡോ. തോമസ് കുഴിനാപ്പുറത്തിന്റെയും പ്രൊഫ. എം വർഗ്ഗീസിന്റെയും ബൈബിൾ രചനകളും ബൈബിളിനെ അടുത്തറിയാൻ എന്നെ ഏറെ സഹായിച്ചു. ദസ്തയേവ്സ്കി കൃതികളെ ബൈബിളിന്റെ പശ്ചാത്തലത്തിൽ വായിച്ചാസ്വദിക്കാൻ ഈ പുസ്തകങ്ങൾ എന്നെ സഹായിച്ചതും ഇവിടെ ഓർക്കുന്നു. എല്ലാവർക്കും നന്ദി. ഈ പുസ്തകത്തിന് പ്രൗഢമായ ഒരു അവതാരിക എഴുതിത്തന്ന വിഖ്യാത നോവലിസ്റ്റ് സി വി ബാലകൃഷ്ണനോടുള്ള നന്ദിയും കടപ്പാടും വാക്കുകൾക്കതീതമാണ്. ദസ്തയേവ്സ്കിയുടെ ഇപ്പോൾ ലഭ്യമല്ലാത്ത പല പുസ്തകങ്ങളും 'നവോദയം ഗ്രന്ഥശാലയിൽനിന്നെടുത്തു തരികയും ഈ രചനയ്ക്കായി പ്രോത്സാഹിപ്പിക്കുകയും ചെയ്ത *പ്രഭാതരശ്മി* മാസികയുടെ എഡിറ്ററും എഴുത്തുകാരനുമായ എസ് നാസറിനോടുള്ള നന്ദിയും ഇവിടെ കുറിക്കട്ടെ. എന്റെ സാഹിത്യപ്രവർത്തനത്തിൽ എന്നും, എപ്പോഴും പ്രചോദനം നല്കുന്ന എഴുത്താരനും എഡിറ്ററുമായ ഡോ. എസ് ശ്രീനിവാസനും നന്ദി.

പ്രൊഫ. കെ ജയരാജൻ

ദസ്തയേവ്സ്കിയും കുഞ്ഞുങ്ങളും

കുഞ്ഞുങ്ങളെ സ്നേഹിക്കാത്ത മതമോ, തത്ത്വചിന്തയോ രാഷ്ട്രമോ ഇല്ല. അതുകൊണ്ടുതന്നെ കലയ്ക്കും, മതത്തിനും തത്ത്വചിന്തയ്ക്കും 'കുഞ്ഞുങ്ങൾ' എന്നും വിഷയമായിട്ടുണ്ട്. യേശുവും നബിയും കൺഫ്യൂഷ്യസും ശൈശവത്തെ വാഴ്ത്തുകയും മഹത്ത്വവല്ക്കരിക്കുകയും ചെയ്തു. *രാമായണം* ഉൾപ്പെടെയുള്ള ഇതിഹാസങ്ങളിൽ 'കുഞ്ഞു' വിചാരങ്ങൾ കടന്നുവരുന്നു. ക്രിസ്തുമതമാകട്ടെ കുഞ്ഞുങ്ങൾ ദൈവത്തിന്റെ ഇരിപ്പിടമാണെന്ന് പ്രഖ്യാപിക്കുന്നു. കുഞ്ഞുങ്ങളുടെ അനാഥത്വത്തെപ്പറ്റിയുള്ള ഉൽക്കണ്ഠകൾ ഖുറാനിൽ നിറഞ്ഞുനില്ക്കുന്നു. ടോൾസ്റ്റോയി, ദസ്തയേവ്സ്കി, ചെക്കോവ്, ഡിക്കൻസ്, മാർക്ക് ട്വെയിൻ തുടങ്ങിയവർ കുഞ്ഞുങ്ങളുടെ കഥാകാരന്മാർ കൂടിയാണ്. ആർഷ സംസ്കാരവും കുഞ്ഞുങ്ങളെ അമൂല്യനിധികളായി സ്നേഹിക്കുകയും ആരാധിക്കുകയും ചെയ്യുന്നു. കാളിദാസനും എഴുത്തച്ഛനും ശൈശവത്തെ പാടിപ്പുകഴ്ത്തി. *ഭാഗവത*മാകട്ടെ കുഞ്ഞുങ്ങളുടെ അത്ഭുതസിദ്ധികളെ വാഴ്ത്തുന്നു. ഉണ്ണിക്കണ്ണൻ എല്ലാ കുഞ്ഞുങ്ങളുടെയും പ്രതിനിധിതന്നെ. എന്നാൽ ലോകത്തിലെ ഏറ്റവും വലിയ എഴുത്തുകാരനെന്നു കരുതപ്പെടുന്ന വില്യം ഷേക്സ്പിയർ ശൈശവത്തെപ്പറ്റി കാര്യമായി സ്പർശിക്കാത്തതു നമ്മെ അത്ഭുതപ്പെടുത്തുന്നു. *As you like it* ലും മറ്റുചില കൃതികളിലും ശൈശവത്തെ തൊട്ടു കടന്നുപോകുന്നെങ്കിലും അതൊരു ആരാധനയോ, വാഴ്ത്തലോ ആകുന്നില്ല. കുഞ്ഞുങ്ങളെ സ്നേഹിക്കുന്ന കാര്യത്തിൽ റഷ്യ മറ്റു യൂറോപ്യൻ രാജ്യങ്ങളെക്കാൾ ഒരു പടി മുന്നിലാണ്. സ്റ്റാലിൻ കുഞ്ഞുങ്ങളെ വളരെ ഇഷ്ടപ്പെട്ടിരുന്നതായി ജീവ ചരിത്രകാരന്മാർ ചൂണ്ടിക്കാണിക്കുന്നു. ദയസ്തയേവ്സ്കിയുടെ രചനകളിൽ ശൈശവത്തെപ്പറ്റിയുള്ള ആഴമേറിയ ചിന്തകളും, നിരീക്ഷണങ്ങളും നിറഞ്ഞുകിടക്കുന്നു. ജീവിച്ചിരുന്ന

കാലത്ത് അരാജകവാദിയെന്നും ക്രൈം എഴുത്തുകാരനെന്നും, സാഡിസ്റ്റെന്നും ദസ്തയേവ്സ്കി മുദ്രകുത്തപ്പെട്ടു. എന്നാൽ പില്ക്കാലത്ത് ദസ്തയേവ്സ്കിയുടെ മതാഭിമുഖ്യവും, തത്ത്വചിന്തയും മനഃശ്ശാസ്ത്രവും രാഷ്ട്രീയ നിലപാടുകളും നിരവധി പഠനങ്ങൾക്ക് വിഷയങ്ങളായി. അപ്പോഴും ഈ പ്രതിഭാശാലിയുടെ ശൈശവ ബാല്യചിന്തകൾ നിരീക്ഷണങ്ങൾക്കോ, കാര്യമായ വിശകലനങ്ങൾക്കോ വിഷയമായിട്ടില്ല. അർത്ഥതലങ്ങൾ ഏറെയുണ്ടെങ്കിലും *കരമസോവുസഹോദരന്മാർ* കുഞ്ഞുങ്ങളെപ്പറ്റിയുള്ള പുസ്തകം കൂടിയാണ്. എന്നാൽ ദസ്തയേവ്സ്കിയെപ്പറ്റിയും 'കരമസോവ്സഹോദരന്മാരെ'പ്പറ്റിയും സ്തുത്യർഹമായ പഠനങ്ങൾ കാഴ്ചവെച്ചിട്ടുള്ള മിഡിൽറ്റൺ മറി ഇ എച്ച് കാർ, ജോർജ് സ്റ്റെയിനർ തുടങ്ങിയവർ ദസ്തയേവ്സ്കിയുടെ കുഞ്ഞുചിന്തകളെപ്പറ്റി പരാമർശിച്ചിട്ടില്ലെന്നുള്ളത് എന്നെ ആശ്ചര്യപ്പെടുത്തി. വർഷങ്ങൾക്കുമുമ്പ് *കരമസോവ് സഹോദരന്മരിൽ* കൂടി കടന്നുപോയപ്പോൾ ഐവാന്റെ "അല്ലെങ്കിൽ സ്വന്തം അച്ഛനെ കൊല്ലാൻ ആഗ്രഹിക്കാത്തവർ ആരെങ്കിലുമുണ്ടോ; ദിമിത്രിയുടെ" "ഞാൻ അല്ല അങ്ങേരെക്കൊന്നത്. എന്നാൽ കൊല്ലാൻ ആഗ്രഹിച്ചിരുന്നു" എന്നീ വാക്കുകൾ നടുക്കത്തോടെയാണ് വായിച്ചത്. ഐവാനെപ്പറ്റിയും ദിമിത്രിയെപ്പറ്റിയുമുള്ള പുസ്തകമാണിതെന്ന് ഞാൻ ധരിച്ചുപോയി. എന്നാൽ "പുനർ വായനകളിൽ മുതിർന്നവർ പാപം ചെയ്തിട്ടുണ്ടെങ്കിൽ അവർ കഷ്ടപ്പെടട്ടെ, കുഞ്ഞുങ്ങൾ എന്തുകൊണ്ട് കഷ്ടപ്പെടണം" എന്ന ഐവാന്റെ ചോദ്യവും "കുഞ്ഞുങ്ങൾ എന്തുകൊണ്ട് ദരിദ്രരായി ജനിക്കുന്നു, എന്തുകൊണ്ട് കഷ്ടപ്പെടുന്നു" എന്ന ചോദ്യവും നമ്മെ ഏറെ അസ്വസ്തരാക്കുന്നു. അതുകൊണ്ടുതന്നെ *കരമസോവ് സഹോദരന്മാരും കുറ്റവും, ശിക്ഷയും* പാപത്തിന്റെയും പാപമോചനത്തിന്റെയും ദൈവാന്വേഷണത്തിന്റെയും മാത്രമല്ല, കുഞ്ഞുങ്ങളുടെയും കുഞ്ഞുങ്ങളെപ്പറ്റിയുമുള്ള കഥയായി നമുക്കനുഭവപ്പെടുന്നത്. നോവലിലെ പ്രധാന കഥാപാത്രങ്ങളായ ഇവാൻ ദിമിത്രി, ഫാദർ സൊസിമാ, അലക്സി, ഗ്രിഗറി എന്നിവരെല്ലാം കുഞ്ഞുങ്ങളെ വളരെ ഇഷ്ടപ്പെടുന്നവരാണ് കുട്ടികളായ കോളിയോ, സ്മുറോവ്, ഇലൂഷ എന്നിവരുടെ ചിത്രീകരണത്തിലൂടെ കുഞ്ഞിന്റെ മനഃശാസ്ത്രമാണ് രചയിതാവ് വെളിപ്പെടുത്തുന്നത്. അതുപോലെ *ഇഡിയറ്റിലും, ചെകുത്താന്മാരിലും, കുറ്റവും ശിക്ഷയിലും* 'ധാരാളം കുഞ്ഞു'വിചാരങ്ങൾ കാണാം.

പ്രവാചകരായ ക്രിസ്തുവും നബിയും കുഞ്ഞുങ്ങളെ സ്നേഹിക്കുകയും ആരാധനയോടെ നോക്കിക്കാണുകയും ചെയ്തിരുന്നു. മുതിർന്നവരിലും കുഞ്ഞുങ്ങളുണ്ട്. അതുകൊണ്ടാണ് 'കുഞ്ഞുങ്ങളെ' എന്ന് യേശു സംബോധന ചെയ്യുന്നത്. യേശുവിന്റെ അടുക്കൽ കുട്ടികളുമായി വന്ന മാതാപിതാക്കളെ തടഞ്ഞപ്പോൾ യേശു ഇങ്ങനെ പറഞ്ഞു. "അവരെ എന്റെ അടുക്കലേക്ക് വരാൻ വിടുക സ്വർഗ്ഗരാജ്യം

അവരുടേതാണ്." "ശിശുക്കളാവുക" എന്ന നബിയുടെ വാക്ക് ഇവിടെ ഓർക്കേണ്ടതുണ്ട്. പുറമേ കർക്കശക്കാരനെന്നും പരുക്കനെന്നും തോന്നിപ്പിച്ച ദസ്തയേവ്സ്കിയിൽ കുഞ്ഞുങ്ങളോട് അളവറ്റ സ്നേഹം നിറഞ്ഞിരുന്നു. തന്റെ രണ്ടു കുഞ്ഞുങ്ങളുടെ മരണം ആഴമുള്ള മുറിവുകളായി ഈ എഴുത്തുകാരനെ എന്നും വേദനിപ്പിച്ചതായി അന്ന രേഖപ്പെടുത്തിയിട്ടുണ്ട്. മകൾ സോഫിയയെ അടക്കംചെയ്ത പള്ളി പള്ളിസ്ഥലം കൂടെക്കൂടെ സന്ദർശിച്ചു. അതുകൊണ്ടാണ് കുഞ്ഞുങ്ങളുടെ ഹൃദയനൈർമ്മല്യവും, നിഷ്കളങ്കതയും ദിവ്യത്വവും വാഴ്ത്തുന്ന നിരവധി സന്ദർഭങ്ങൾ തന്റെ നോവലുകളിൽ ഉൾപ്പെടുത്താൻ ദസ്തയേവ്സ്കിയെ പ്രേരിപ്പിച്ചത്. സ്ത്രീലമ്പടനും അധമനുമായ പാവ്ലോവ് കരമസോവ് തന്റെ കുഞ്ഞുങ്ങളെ പാടേ അവഗണിക്കുന്നു. അവരെ വളർത്താനുള്ള ചുമതല മറ്റുള്ളവരെ ഏല്പിക്കുന്നു. സ്നേഹവാത്സല്യങ്ങൾ ലഭിക്കാതെ വളരുന്ന കുഞ്ഞുങ്ങൾ വഴിതെറ്റുന്നു. കുട്ടികളെ സൃഷ്ടിച്ചതുകൊണ്ടുമാത്രം ഒരാൾ അച്ഛനോ, അമ്മയോ ആകുന്നില്ല. സാഹചര്യങ്ങളാണ് അവരുടെ സ്വഭാവ രൂപീകരണം നടത്തുന്നത്. "എല്ലാ ശിശുക്കളും, പിറക്കുന്നത് വിശുദ്ധവും അന്യൂനവുമായ പ്രകൃതത്തിലാണ്. പിന്നീട് അവന്റെ മാതാപിതാക്കളും ചുറ്റുപാടുകളും അവനെ മറ്റൊന്നാക്കി മാറ്റുന്നു." വിശുദ്ധ യോഹന്നാൻ പറയുന്നു: "കുട്ടികളെ ശ്രദ്ധിക്കൂ അവർ നമ്മേക്കാൾ മെച്ചപ്പെട്ടവരാകും" എന്ന് കൺഫ്യൂഷസ് ചൂണ്ടിക്കാട്ടി. പിതാവായ പാവ്ലോവ് കരമസോവ് കുഞ്ഞുങ്ങളെ ശ്രദ്ധിച്ചിരുന്നെങ്കിൽ ഒരു കുടുംബത്തിന്റെ തകർച്ചയും ദുരന്തവും ഒഴിവാക്കാൻ കഴിയുമായിരുന്നു എന്നു നോവലിസ്റ്റ് സൂചിപ്പിക്കുന്നു. 'കരമസോവ് സഹോദരന്മാരിലെ' ആദർശവാനും, കാരുണ്യവാനുമായ ഫാദർ സൊസീമയുടെ കാര്യം തന്നെയെടുക്കാം. 'കുഞ്ഞുങ്ങളോട് അളവറ്റ സ്നേഹമായിരുന്നു– ഈ പുരോഹിതന്. കുഞ്ഞുങ്ങളുമായെത്തുന്ന സന്ദർശകർക്ക് പ്രത്യേക ശ്രദ്ധ അദ്ദേഹം നല്കിയിരുന്നു. ബാല്യകാല സ്മരണകളെക്കാൾ അമൂല്യങ്ങളായ സ്മരണകളില്ലെന്ന് അദ്ദേഹം വിശ്വസിച്ചു. തന്റെ വിടവാങ്ങൽ പ്രസംഗത്തിൽ ആഴ്ചയിലൊരിക്കൽ കുഞ്ഞുങ്ങൾക്കുവേണ്ടി എബ്രഹാമിന്റെയും സാറയുടെയും ഇസാക്ക് റബേക്കാ യാക്കോബ് ലാബാന്റെ അടുത്തുപോയതും സ്വപ്നത്തിൽ കർത്താവുമായി യുദ്ധം ചെയ്തതും വായിച്ചു കേൾപ്പിക്കട്ടെ എന്ന് പുരോഹിതന്മാരോട് പറഞ്ഞു. വിശുദ്ധ 'ലൂക്കോസിന്റെ സുവിശേഷത്തി'ലെ പ്രസക്ത ഭാഗങ്ങൾ, ദൈവഭക്തനായ അലക്സിയുടെ ചരിത്രം, എന്നിവ കുഞ്ഞുങ്ങളുടെ മനസ്സുകളെ വിജ്ഞാന സമ്പന്നമാക്കും. സൊസീമയുടെ വിടവാങ്ങൽ വചനങ്ങളിലും 'കുഞ്ഞുങ്ങൾ' നിറഞ്ഞുനിന്നു. ആ ദിവ്യപുരുഷൻ ഇങ്ങനെ അരുളിച്ചെയ്തു. "കുഞ്ഞുങ്ങളെ പ്രത്യേകിച്ചും സ്നേഹിക്കുക. ദൈവദൂതന്മാരെപ്പോലെ അവരും നിഷ്കളങ്കരാണ്. അവർ നമ്മുടെ ഹൃദയത്തെ ശുദ്ധീകരിക്കും, ഒരു കുഞ്ഞിനോട് തെറ്റുചെയ്യുന്നവൻ അധമനാണ്." കുഞ്ഞുങ്ങളെ

സ്നേഹിക്കാൻ തന്നെ പഠിപ്പിച്ച ഫാദർ ആൽഫിമിനെപ്പറ്റി ഇങ്ങനെ പറഞ്ഞു. "വികാര തരളിതമാകാതെ ഒരു കുഞ്ഞിന്റെ അടുത്തുകൂടി കടന്നുപോകാൻ അവനു കഴിഞ്ഞില്ല."

ദൈവ-നിഷേധിയും യുക്തി-വാദിയുമായ ഐവാൻ പോലും കുഞ്ഞുങ്ങളെ വളരെ സ്നേഹിച്ചിരുന്നു. മനുഷ്യരാശിയുടെ ദുഃഖാനുഭവത്തെപ്പറ്റി പരാമർശിക്കുമ്പോഴും കുട്ടികളുടെ കാര്യമാണയാളെ അലട്ടുന്നത്. "ഒന്നാമതായി അവർ സമീപത്ത് വർത്തിക്കുമ്പോൾ നമുക്ക് അവരെ സ്നേഹിക്കാം. അവർ വൃത്തിഹീനരോ, വിരൂപരോ ആയിരുന്നാൽപ്പോലും സ്നേഹിക്കാം." മുതിർന്നവരെപ്പറ്റി ഐവാൻ സംസാരിക്കുന്നില്ല. "എന്തെന്നാൽ അവർ കുത്സിതരാണ്. സ്നേഹത്തിനനർഹരാണ്. അവർ വിലക്കപ്പെട്ട കനികൾ തിന്നു. നന്മതിന്മകൾ തിരിച്ചറിഞ്ഞു. എന്നാൽ കുഞ്ഞുങ്ങൾ ഇതൊന്നും തിന്നിട്ടില്ല, അവർ ദോഷരഹിതരാണ്." കുഞ്ഞുങ്ങളെപ്പറ്റി ധാരാളം കഥകൾ ഐവാന്റെ ശേഖരത്തിലുണ്ട്. കുഞ്ഞുങ്ങളെ പീഡിപ്പിച്ച പലരുടെയും കഥകൾ അവൻ പറയുന്നു. "കുഞ്ഞുങ്ങളുടെ നിസ്സഹായതയാണ് പീഢകരെ പ്രലോഭിപ്പിക്കുന്നത്. ഓരോ മനുഷ്യനിലും ഒരു ചെകുത്താൻ കുടിയിരിപ്പുണ്ട്. ക്രോധത്തിന്റെ ചെകുത്താൻ." ഒരു പിഞ്ചുകുഞ്ഞിനെ അമ്മയുടെ മുമ്പിൽവെച്ച് പട്ടിയെ വിട്ട് കടിപ്പിച്ച് പല കഷണങ്ങളാക്കിയ ക്രൂരനായ ഒരു ജനറലിന്റെ കഥ ഐവാൻ പറയുന്നു. "ആ പാവം സ്ത്രീക്ക് നീതി ലഭിക്കണം കൺമുമ്പിൽ കാണുന്ന നീതി ലഭിക്കണം. ഇപ്പോൾ ഇവിടെ." ഐവാൻ ആവശ്യപ്പെടുന്നു. പ്രശ്നങ്ങൾ നിരവധിയുണ്ടെങ്കിലും കുഞ്ഞുങ്ങളുടെ കാര്യംമാത്രം ഐവാൻ എടുക്കുന്നു.

"നൂറാമത്തെ തവണ ഞാൻ ആവർത്തിച്ചു പറയുന്നു. നിത്യ സൗഭാഗ്യത്തിന് എല്ലാവരും ദുഃഖിക്കണമെന്നുണ്ടെങ്കിൽ കുഞ്ഞുങ്ങൾക്കതിലെന്താണ് ബന്ധം? കുഞ്ഞുങ്ങൾ മാതാപിതാക്കളുടെ കുറ്റത്തിന് ഉത്തരവാദികളായി ദുഃഖിക്കണമെങ്കിൽ അതെനിക്ക് മനസ്സിലാക്കാവുന്നതിലപ്പുറമാണ്. കുഞ്ഞിനെ വേദനിപ്പിക്കുന്നവർ നരകത്തിൽ പോകുമെന്ന് പറയുന്നു. എന്നാൽ ആ നരകംകൊണ്ട് കുഞ്ഞിനെന്തുപ്രയോജനം? സത്യത്തിന് വിലകൊടുക്കാൻ കുഞ്ഞുങ്ങളുടെ കഷ്ടപ്പാടുകൾ വർദ്ധിപ്പിക്കുന്നതിൽ ഞാൻ പ്രതിഷേധിക്കുന്നു. അതുകൊണ്ട് ലോകത്ത് ഒരു കുഞ്ഞും വേദനിച്ചുകൂടാ." ഐവാൻ ശഠിക്കുന്നു. ഇനി സ്ത്രീലമ്പടനും തോന്ന്യാസിയുമായ ദിമിത്രികരമസോവിന്റെ 'കുഞ്ഞു' സ്നേഹത്തിലേക്കുവരാം. വിചാരണവേളയിൽ ക്ഷീണിതനായ ദിമിത്രി നിദ്രയിലേക്കു വീഴുന്നു. അവൻ വിചിത്രമായ ഒരു സ്വപ്നം കാണുന്നു. ഒരു കൃഷിക്കാരന്റെ ഇരട്ടക്കുതിരവണ്ടിയിൽ മഞ്ഞിലൂടെ അവൻ യാത്ര ചെയ്യുന്നു. അകലെയുള്ള ഒരു ഗ്രാമത്തിൽ വണ്ടിയെത്തുന്നു. ധാരാളം സ്ത്രീകളെ അവിടെ കാണാം. കൂട്ടത്തിൽ ശുഷ്കിച്ച മുഖവും എല്ലുന്തിയ ശരീരവുമായി നാല്പത് വയസ്സ് തോന്നിക്കുന്ന ഒരിരുപതുകാരി കൈയിൽ

ഒരു പിഞ്ചുകുഞ്ഞുമായി നില്ക്കുന്നു. വറ്റിപ്പോയ അമ്മയുടെ മുലകളെ നോക്കി മുഷ്ടിചുരുട്ടിക്കൊണ്ട് ആ പിഞ്ചുകുഞ്ഞ് നിറുത്താതെ കരയുന്നു. സങ്കടം സഹിക്കാതെ മിത്യ വണ്ടിക്കാരനോട് ചോദിച്ചു.

"എന്തിനാ, ആ പിഞ്ചുകുഞ്ഞു കരയുന്നത്?"

"അവർ പാവങ്ങളാണ് അവരുടെ വീട് അഗ്നിബാധയിൽ വെന്തു ചാമ്പലായി. അവർ തേങ്ങുകയാണ്." കുതിരക്കാരൻ പറഞ്ഞു. കഠിന ദുഃഖത്താൽ അവൻ വീണ്ടും ഇങ്ങനെ ചോദിച്ചു. "ആളുകൾ പാവങ്ങളായതെന്തുകൊണ്ട്? കുഞ്ഞുങ്ങൾ ദരിദ്രരായതെന്തുകൊണ്ട്? അവർ അന്യോന്യം ആലിംഗനം ചെയ്യുകയും ചുംബിക്കുകയും ചെയ്യാത്തതെന്തുകൊണ്ട്? എന്തുകൊണ്ട് അവർ ആനന്ദഗീതങ്ങൾ പാടുന്നില്ല. എന്തുകൊണ്ട് അവർ കുഞ്ഞിന് ആഹാരം കൊടുക്കുന്നില്ല?" ദിമിത്രി സങ്കടം കൊണ്ട് വീർപ്പുമുട്ടി. ആ കാഴ്ച അവന്റെ ഹൃദയത്തെ സ്പർശിച്ചു. അവർക്കുവേണ്ടി എന്തെങ്കിലും ചെയ്യണമെന്ന് അവൻ തീരുമാനിച്ചു. "കുഞ്ഞു മേലാൽ കരയരുത്. ഇരുണ്ട മുഖമുള്ള ശുഷ്ക ഗാത്രിയായ അമ്മ കരയരുത്. ആരും കണ്ണുനീർ പൊഴിക്കരുത്. ആ നിമിഷം മുതൽ അതിനുവേണ്ടി അവൻ പ്രവർത്തിക്കും." സൈബീരിയായിലേക്കുള്ള ശിക്ഷാവിധി സന്തോഷത്തോടെ സ്വീകരിക്കുമ്പോഴും ദിമിത്രി സ്വപ്ന ശിശുവിനെ ഓർക്കുന്നു.

"ആ ശിശുവിനുവേണ്ടി ഞാൻ പോകുന്നു. എല്ലാ ശിശുക്കൾക്കും വേണ്ടി ഞാൻ പോകുന്നു." ഒരു കാര്യംകൂടി അവൻ ഓർമ്മിപ്പിക്കുന്നു. "ശിശുക്കൾ ചെറുതും വലുതും ഉണ്ട്. മുതിർന്നവരിലും ഒരു ശിശു കുടികൊള്ളുന്നുണ്ട്. മുതിർന്നവനും ഒരു ശിശുതന്നെ."

വിചാരണവേളയിൽ സമർത്ഥനായ പ്രതിഭാഗം വക്കീലും കുഞ്ഞുങ്ങളുടെ കാര്യത്തിൽ റഷ്യക്കാർക്ക് പ്രത്യേകം ശ്രദ്ധ വേണമെന്ന് നിർദ്ദേശിക്കുന്നു. മാതാപിതാക്കളിൽനിന്നും സ്നേഹ വാത്സല്യങ്ങൾ ലഭിക്കാതെ പോയതാണ് ദിമിത്രി ഒരു താന്തോന്നിയായി വളരാൻ കാരണമെന്നും അതിന് അവനെ കുറ്റപ്പെടുത്തിയിട്ടു കാര്യമില്ലെന്നും പ്രതിഭാഗം വക്കീൽ വാദിക്കുന്നു. ഒരാൾ ഒരു കുഞ്ഞിനെ സൃഷ്ടിച്ചതുകൊണ്ടുമാത്രം അച്ഛനാകുന്നില്ല. സ്നേഹവാത്സല്യങ്ങൾ നല്കി അവരെ സൽസ്വഭാവികളായി വളർത്തണം. സാഹചര്യങ്ങളാണ് മനുഷ്യന്റെ സ്വഭാവത്തെ രൂപീകരിക്കുന്നത്. സ്വർഗ്ഗാരോഹണം ചെയ്യുന്നതിനുമുമ്പ് ഗലീലാ തടാകത്തിൽ വെച്ച് പത്രോസിനെ സ്നാനപ്പെടുത്തിക്കൊണ്ട് നല്കിയ നിയോഗത്തിൽ ഒന്നാമതു നിർദ്ദേശിച്ചത് "കുഞ്ഞാടുകളെ മേയ്ക്കൂ" എന്നാണ്. ഫാദർ സൊസീമയുടെ അരുമ ശിഷ്യനായ അലക്സിക്കരമസോവിന് കുഞ്ഞുങ്ങളോടുള്ള സ്നേഹവാത്സല്യങ്ങൾ പുസ്തകത്തിലുടനീളം ദർശിക്കാം. വഴിവക്കിൽ വഴക്കടിക്കുന്ന കുറച്ചു സ്കൂൾക്കുട്ടികളെ അവിചാരിതമായി കണ്ടുമുട്ടുന്ന അലക്സി പിന്നെ അവരുടെ ഉറ്റചങ്ങാതിയായിമാറുന്നു. ദിമിത്രി തന്റെ അച്ഛനെ മർദ്ദിച്ചതിന്റെ പേരിൽ ഇലൂഷ അവനെ കടിക്കുന്നു. എങ്കിലും അലക്സി അവനെ സ്നേഹി

ക്കുകയും രോഗബാധിതനായിക്കിടന്നപ്പോൾ മറ്റു കുട്ടികളുമായി ഇലൂഷയെ സന്ദർശിക്കുകയും ചെയ്യുന്നു.

ഇളം മനസ്സിന്റെ നിഷ്കളങ്കതയും ഹൃദയ നൈർമ്മല്യവും കുസൃതികളും സാഹസികതകളും, അഭിമാനബോധവും പകയും, വിദ്വേഷവും പരസ്പര സ്നേഹവും ദസ്തയേവ്സ്കിയെ എന്നും ആകർഷിച്ചിരുന്നു. നോവലിന്റെ അവസാന ഭാഗം അലക്സിക്കു സ്കൂൾ കുട്ടികളായ കോളിയോ, ഇലൂഷാ മുറോവ്, നൈനാ, വാർവറാ തുടങ്ങിയ കുഞ്ഞുങ്ങൾക്കായി രചയിതാവ് നീക്കിവെയ്ക്കുന്നു. തന്റെ അദ്ധ്യാപകനെക്കാൾ ചരിത്രജ്ഞാനമുള്ള കോളിയോയുടെ അസാധാരണമായ ബുദ്ധിശക്തിയും സാഹസികതയും ആരുടെയും ആദരവ് പിടിച്ചുപറ്റും. ദരിദ്ര വിദ്യാർത്ഥിയായ ഇലൂഷയുടെ അഭിമാനബോധവും പകയും ചിത്രീകരിക്കുമ്പോൾ ദസ്തയേവ്സ്കി കുഞ്ഞുമനസ്സിന്റെ മനഃശ്ശാസ്ത്രമാണ് വായനക്കാരുടെ മുമ്പിൽ വെളിപ്പെടുത്തുന്നത്. ഇലൂഷയുടെ ശവസംസ്ക്കാരച്ചടങ്ങ് കുഞ്ഞുങ്ങളുടെ ചടങ്ങായി മാറുകയാണ്. അലക്സി അവരോടൊപ്പം ഒരു കുഞ്ഞായി മാറുന്നു. കുഞ്ഞുങ്ങളോടൊപ്പം നില്ക്കുമ്പോൾ നാം കുഞ്ഞുങ്ങളായി മാറുന്നു. “വാക്കുകളെയും ആശയങ്ങളെയും ഭയപ്പെടാതിരിക്കാനും, വാക്കുകളെ സൂക്ഷിച്ചുപയോഗിക്കാനും” അലക്സി അവരോടാവശ്യപ്പെടുന്നു. “മരിച്ചാലും നാമെല്ലാം ഉയിർത്തെഴുന്നേല്ക്കുമോ” എന്ന കോളിയോയുടെ ചോദ്യത്തിന് “തീർച്ചയായും നാം ഉയിർത്തെഴുന്നേല്ക്കു”മെന്ന് അലക്സി മറുപടി പറയുന്നു. ക്രിസ്തുവിന്റെ ഉയിർത്തെഴുന്നേല്പിനെ ഓർമ്മിപ്പിക്കുന്ന വാക്കുകൾ വായനക്കാരിൽ പ്രത്യാശ വിതയ്ക്കുന്നു. അങ്ങനെ നോവൽ മൊത്തത്തിൽ ഒരു സുവിശേഷപാരായണംപോലെ വായനക്കാരനനുഭവപ്പെടുന്നു. ‘കരമസോവ് സഹോദരന്മാരിൽ’ മാത്രമല്ല ദസ്തയേവ്സ്കിയുടെ മിക്ക രചനകളിലും ‘കുഞ്ഞു’ചിന്തകൾ കടന്നുവരുന്നതായി സൂക്ഷ്മ വായനക്കാർക്കനുഭവപ്പെടും. ദാരിദ്ര്യം ഒരു കുറ്റമല്ലെന്നു പ്രഖ്യാപിക്കുന്ന ‘നിന്ദിതരും പീഡിതരും’ യഥാർത്ഥത്തിൽ നെല്ലിഎന്ന പതിമൂന്ന് വയസ്സ്കാരിയുടെ സ്നേഹത്തിന്റെയും അഭിമാനബോധത്തിന്റെയും മധുര പ്രതികാരത്തിന്റെയും കഥയാണ്. *ഇഡിയറ്റിലെ* പ്രിൻസ് മിഷ്കിന്റെ കുഞ്ഞുങ്ങളോടുള്ള സ്നേഹവാത്സല്യങ്ങൾ ആരെയും അതിശയിപ്പിക്കുന്നതാണ്. സ്വിറ്റ്സർലണ്ടിൽ ചുഴലി രോഗത്തിന്റെ ചികിത്സയിലായിരുന്നപ്പോൾ താൻ കൂടുതൽ സമയവും കുട്ടികളുമായാണ് ചെലവഴിച്ചതെന്ന് മിഷ്കിൻ വെളിപ്പെടുത്തുന്നു. ക്രിസ്തുവിന്റെ ഛായയിൽ ആണ് മിഷ്കിനെ നിർമ്മിച്ചിരിക്കുന്നത്. കുട്ടികളുമായുള്ള തന്റെ ആത്മബന്ധം മുതിർന്നവരിൽ അസൂയയും, വിദ്വേഷവും സൃഷ്ടിച്ചതിനെപ്പറ്റിയും മിഷ്കിൻ പറയുന്നു. “ഒരു പുൽക്കൊടിയെയും സൂര്യാസ്തമനത്തെയും, കുഞ്ഞിനെയും കാണുമ്പോൾ ഹൃദയം ആഹ്ളാദം നിറഞ്ഞ് തുള്ളിച്ചാടുമെന്നും” അവൻ തുറന്നുപറയുന്നു. ‘പിശാചുക്കളിലെ’ ക്രൂരനായ ഷാട്ടോവിന്റെ ഹൃദയത്തിൽപോലും ഒരു പിഞ്ചുകുഞ്ഞിന്റെ കരച്ചിലും

സാന്നിദ്ധ്യവും സ്നേഹവും ആർദ്രതയും നിറയ്ക്കുന്നതായി നാം കാണുന്നു. സ്റ്റാവ്റോജിന്റെ കുട്ടിയെ ഗർഭംധരിച്ചുകൊണ്ട് പ്രസവ സമയത്ത് തന്റെടുത്തെത്തുന്ന ഭാര്യയെ വെറുപ്പില്ലാതെ സ്വീകരിക്കുകയും പ്രസവത്തിനായുള്ള ഏർപ്പാടുകളും അയാൾ ചെയ്യുന്നു. "എന്തെന്നാൽ ഒരു പുതിയ ജീവിയുടെ ആവിർഭാവം, മഹനീയവും അവ്യാഖേയവുമായ ഒരു രഹസ്യമാണ്. മുമ്പ് രണ്ടു മനുഷ്യജീവികൾ ഇപ്പോൾ മൂന്നാമതൊന്നുകൂടി. ഒരു പുതിയ ആത്മാവ് ഒരു പുതിയ ചിന്തയും ഒരു പുതിയ സ്നേഹവും എന്നെ ഭയചകിതനാക്കുന്നു." അവർ പറയുന്നു.

അതിനേക്കാൾ വലുതായി ഈ ലോകത്തിലൊന്നുമില്ല തന്റെ ഭാര്യയിൽ അന്യനുണ്ടാകുന്ന കുഞ്ഞിനെ ആഹ്ലാദത്തോടെ അവൻ സ്വീകരിക്കുന്നു. "ഓരോ കുഞ്ഞും ഒരു സന്ദേശവുമായി ജനിക്കുന്നു. അമ്മയുടെ മുലപ്പാൽനുകരുന്ന കുഞ്ഞ് അച്ഛനടുത്തെത്തുമ്പോൾ വേഗത്തിൽ പാൽകുടി നിർത്തി അച്ഛനെ നോക്കി ചിരിക്കുന്ന രംഗം ലോകത്തിലെ ഏറ്റവും മനോഹരമായ രംഗമാണെന്ന്" "അധോതലക്കുറിപ്പുകളിൽ" ദസ്തയേവ്സ്കി പറയുന്നു. "മനുഷ്യ സൃഷ്ടിയിൽ ദൈവത്തിനൊരിക്കലും മുഴിപ്പ് തോന്നുന്നില്ല" എന്ന് ടാഗോറും എഴുതി. കുഞ്ഞിന്റെ നിഷ്കളങ്കത മാത്രമല്ല, ദൈന്യവും ധീരതയും ആത്മാഭിമാനവും സാഹസികതയും ദസ്തയേവ്സ്കിയുടെ പ്രിയപ്പെട്ട വിഷയങ്ങളായിരുന്നു. ഭർത്താവിന്റെ മരണശേഷം തന്റെ കുഞ്ഞുങ്ങളുടെ വിശപ്പടക്കാൻ അവരുമായി തെരുവിൽത്തെണ്ടുന്ന *കുറ്റവും ശിക്ഷയിലെ* കാതറിന്റെ നിസ്സഹായത ആരെയും നൊമ്പരപ്പെടുത്തുന്നതാണ്. ദാരിദ്ര്യത്തിലും കഷ്ടപ്പാടിലും കഴിഞ്ഞ നാളുകളിൽത്തന്നെ തിരിഞ്ഞുനോക്കാതെ പിന്നെ സഹായവുമായെത്തുന്ന പിതാവിനെ നിരാകരിക്കുന്ന *നിന്ദിതരും പീഡിതരിലെ* നെല്ലിയുടെ അഭിമാനബോധം നമ്മെ അമ്പരപ്പിക്കുന്നു. ദൈവത്തിന്റെ അല്ലെങ്കിൽ പ്രകൃതിയുടെ ഏറ്റവും വലിയ കലാസൃഷ്ടിയാണ് കുഞ്ഞ് എന്ന് ദസ്തയേവ്സ്കി വിശ്വസിച്ചു.

"എപ്രകാരമാണ് ദൈവരാജ്യത്തിൽ പ്രവേശിക്കുവാൻ കഴിയുക" എന്ന ചോദ്യത്തിന് യേശു ഇങ്ങനെ മറുപടി നല്കി. "ശിശുക്കളെപ്പോലെ ആയിത്തീരുക."

ദസ്തയേവ്സ്കി: കലയും ജീവിതവും

ജീവിതം തന്നെ കലയാക്കി മാറ്റിയ അനശ്വര കലാകാരനാണ് ഫിയദോർ ദസ്തയേവ്സ്കി. സംഘർഷങ്ങളും സാഹസികതകളും നിറഞ്ഞ അവിശ്വസനീയജീവിതം. സംഭവ ബഹുലമായ ആ ജീവിതവും എഴുത്തും സാഹിത്യ ചരിത്രത്തിൽത്തന്നെ അപൂർവതയായി നിലകൊള്ളുന്നു. അതുകൊണ്ടാണ് റഷ്യയിലെ മാത്രമല്ല സാഹിത്യത്തിലെത്തന്നെ ഏറ്റവും ശ്രേഷ്ഠനായ എഴുത്തുകാരനാണ് ദസ്തയേവ്സ്കി എന്ന് ഫ്രോയിഡ് വിലയിരുത്തിയത്. ഷേക്സ്പിയറും *ഇയ്യോബിന്റെ പുസ്തക*ത്തിന്റെ കർത്താവും ദസ്തയേവ്സ്കിയുമാണ് ലോകത്തിലെ ഏറ്റവും വലിയ എഴുത്തുകാരെന്ന് മാക്ലീഷും നിരീക്ഷിച്ചു. ജീവിതത്തിന്റെ കയ്പ്പും നോവും അനുഭവിച്ച ഈ എഴുത്തുകാരൻ പ്രതിബന്ധങ്ങളെയും തിരിച്ചടികളെയും സർഗ്ഗശക്തികൊണ്ട് നേരിട്ടു. അസ്വാസ്ഥ്യങ്ങളും വൈരുദ്ധ്യങ്ങളുംകൊണ്ട് പ്രക്ഷുബ്ധമായ സമകാലീനാവസ്ഥയെ തീവ്രമായ സ്വന്തം ആകുലതകളിൽ ലയിപ്പിച്ച് രചനകളിലേക്കുരുക്കിയൊഴിച്ചു. അതുകൊണ്ട് ആ സൃഷ്ടികൾക്കൊരു പ്രക്ഷുബ്ധ സൗന്ദര്യം കൈവന്നു. ടോൾസ്റ്റോയി, പുഷ്കിൻ, ടെർജിനോവ്, ഗോഗോൾ എന്നിവർക്കൊപ്പം റഷ്യൻ സാഹിത്യത്തിനും, സംസ്കാരത്തിനും ഈടുറ്റ സംഭാവന നല്കി. എഴുത്തുകാരനും ദാർശനികനും മനഃശാസ്ത്രജ്ഞനും ഋഷിയും പ്രവാചകനും കലാചിന്തകനും സാമൂഹിക വിമർശകനുമായിരുന്നു ദസ്തയേവ്സ്കി. ജീവിതമൊരഗ്നിപരീക്ഷയായിരുന്നു ഈ എഴുത്തുകാരന്. രോഗവും ദാരിദ്ര്യവും ഉയർത്തിയ വെല്ലുവിളികളെ ഇച്ഛാശക്തികൊണ്ടും സർഗ്ഗശക്തികൊണ്ടും നേരിട്ടു. കലയ്ക്കുവേണ്ടി സ്വന്തം ജീവിതത്തെ വലിച്ചു ദൂരെയെറിഞ്ഞു. ജീവിതത്തെ ഒരു പരീക്ഷണവും പോരാട്ടവുമാക്കി മാറ്റി. എഴുത്തൊരു തെറാപ്പിയാക്കി മാറ്റി. കുട്ടിക്കാലം

മുതല്ക്കേ ഏകാന്തതയും പുസ്തകങ്ങളും ചങ്ങാതികളായിരുന്നു. സെർവാന്റീസും ഷേക്സ്പിയറും ഗോഗോളും ഹോഫ്മാനും ബൽസാക്കും ആകലാവ്യക്തിത്വത്തെ രൂപപ്പെടുത്തി. ഷേക്സ്പിയറും റാഫേലും മനുഷ്യവർഗ്ഗത്തിനുലഭിച്ച മധുര ഫലങ്ങളാണെന്നെഴുതി. ഹെഗലും കാന്റും തത്ത്വചിന്തയിലേക്കും സൗന്ദര്യശാസ്ത്രത്തിലേക്കും വഴികാട്ടി. ബൈബിളും ഖൊറാനും മതാത്മകതയ്ക്കു രൂപംനല്കി. അവയുടെ മർമ്മം കണ്ടെത്തി. ബൈബിൾ ആഴത്തിൽ പഠിച്ച ഈ എഴുത്തുകാരന് അത് വെറുമൊരു മതഗ്രന്ഥം മാത്രമായിരുന്നില്ല. അതു രചനകൾക്ക് പ്രചോദനവും സാമഗ്രികളും നല്കി. "അമ്പമ്പോ! എന്തൊരു ഗ്രന്ഥമാണീ ബൈബിൾ" എന്നെഴുതി. യേശുവിനെ ലോകത്തിലെ ഏറ്റവും വലിയ അത്ഭുതവും സൗന്ദര്യാവിഷ്കാരവുമായി കണ്ടു. ദരിദ്രരെയും ബഹിഷ്കൃതരെയും സ്നേഹിച്ചു. പുറമെ പരുക്കനെന്ന് തോന്നിച്ചെങ്കിലും ആ ഹൃദയത്തിൽ സ്നേഹനൈർമ്മല്യങ്ങൾ നിറഞ്ഞുനിന്നു. കലാപവാസന, പ്രണയം, സാഹസികത എന്നിവ ഒരു റൊമാന്റിക്കിന്റെ പരിവേഷം നല്കി. മദ്യത്തിലും ചൂതുകളിയിലും അടങ്ങാത്ത അഭിനിവേശം. മനുഷ്യ മനസ്സിന്റെ കരാളതയാണ് ദസ്തയേവ്സ്കിയെ ഏറെ ആകർഷിച്ചത്. വൈകാരിക തീക്ഷ്ണതയും അഗാധമായ ദർശനങ്ങളും ചിന്തകളും അടക്കം ചെയ്ത രചനകൾ ശ്രദ്ധേയമായി. മാസ്മരശക്തിയുള്ള വാക്കുകൾ വായനക്കാരെ എളുപ്പത്തിൽ പിടിച്ചെടുത്തു. വ്യർത്ഥതാബോധവും ദുരന്തദർശനവും കൃതികളിൽ നിറഞ്ഞുനിന്നു. യാഥാർത്ഥ്യവും സ്വപ്നവും ഭ്രമാത്മകതയും കൂടിക്കുഴയുന്ന കഥാന്തരീക്ഷം വായനക്കാർക്കു പുത്തൻ അനുഭവമായിമാറി. മനുഷ്യമനസ്സിന്റെ ഇരുണ്ട യാഥാർത്ഥ്യങ്ങളിലേക്കും ചുഴികളിലേക്കും മലരികളിലേക്കും ഈ എഴുത്തുകാരൻ ആഴ്ന്നിറങ്ങി. മനുഷ്യമനസ്സിൽ നടക്കുന്ന നന്മതിന്മകളുടെയും ദൈവവും-ചെകുത്താനുമായുള്ള പോരാട്ടങ്ങളും മനുഷ്യന്റെ നിസ്സഹായതയും ധർമ്മസങ്കടങ്ങളും രചനകൾക്ക് വിഷയങ്ങളാക്കി. വ്യക്തികളുടെ സ്വത്വ സംഘർഷങ്ങൾക്കൊപ്പം ദേശ-രാഷ്ട്ര പ്രതിസന്ധികളെയും ആവിഷ്കരിച്ചു. വിചിത്രവും അവിശ്വസനീയവുമാണ് ദസ്തയേവ്സ്കിയുടെ രചനാലോകം. ക്രിമിനലുകളും കൊലയാളികളും വേശ്യകളും മദ്യപരും മതാചാര്യന്മാരും ബുദ്ധിജീവികളും അപസ്മാര രോഗികളും ചിത്തഭ്രമം ബാധിച്ചവരും സാഡിസ്റ്റുകളും മസോക്കിസ്റ്റുകളും നിറഞ്ഞ ലോകം. ജീവിതത്തിന്റെ ഭയാനകമായ സത്യങ്ങളെ സഹനത്തോടും ധീരതയോടും നേരിട്ടു. മധുരോദാരമോ, സുരഭിലമോ ആയിരുന്നില്ല. ദസ്തയേവ്സ്കിയുടെ ജീവിത സങ്കല്പം. മനുഷ്യനെ 'അനന്തശേഷികളുള്ള അത്ഭുത ജീവിയായി' ഷേക്സ്പിയർ വിശേഷിപ്പിച്ചു. 'മനുഷ്യൻ എത്ര സുന്ദരമായ പദമെന്ന്' മാക്സിം ഗോർക്കിയും പറഞ്ഞു. എന്നാൽ മനുഷ്യനെ ഏറ്റവും, വികൃതമായ സുന്ദരജീവിയായി ദസ്തയേവ്സ്കി കണ്ടു. ഓരോ മനുഷ്യനും ഒരു ചെകുത്താൻ ഒളിഞ്ഞിരിപ്പുണ്ടെന്നും ഈ രചയിതാവ് വിശ്വസിച്ചു.

കുരുക്ഷേത്രം മനുഷ്യന്റെയുള്ളിൽ തന്നെ ആണെന്ന് തിരിച്ചറിഞ്ഞു. ദൈവത്തിനും ചെകുത്താനുമിടയിൽ അകപ്പെട്ടുപോയ മനുഷ്യന്റെ നിസ്സഹായതയിലും ധർമ്മ സങ്കടങ്ങളിലും അദ്ദേഹം വേദനിച്ചു. മനുഷ്യന്റെ ആത്മാവിന്റെ അകത്തളങ്ങളിൽ നടക്കുന്ന ഉഗ്രമായ സംഘട്ടനങ്ങളും തൽഫലമായി ആത്മാവിൽ നിന്നൊഴുകുന്ന രക്തപ്പുഴകളും ഭയന്നും വിറച്ചുമാണീ എഴുത്തുകാരൻ ആവിഷ്കരിക്കുന്നത് "ദൈവം നമുക്ക് കടങ്കഥകൾ മാത്രമാണ് തരിക. എന്തെല്ലാം പരമരഹസ്യങ്ങൾ. ഓർത്താൽ ഭയംതോന്നും എണ്ണിയാലൊടുങ്ങാത്ത പ്രഹേളികകൾ. അവ ഭാരംകൊണ്ട് മനുഷ്യനെ ഞെരിച്ചുകളയുന്നു." അത്തരം നിഗൂഢതകളിലേക്കും, സങ്കീർണ്ണതകളിലേക്കുമുള്ള ആഴ്ന്നിറങ്ങലുകൾ ദസ്തയേവ്സ്കി രചനകളെ ദാർശനിക സമസ്യകളാക്കിമാറ്റി. ഓരോ രചനയും നമ്മെ കീറിമുറിക്കുന്നു. വ്യാവസായിക വിപ്ലവത്തിനു ശേഷമുള്ള യൂറോപ്പിന്റെ ചിന്താശൂന്യതയ്ക്കും, ധാർമ്മികാധപതനത്തിനുമെതിരെ ആഞ്ഞടിച്ചു. റഷ്യൻ പാരമ്പര്യത്തെയും, സംസ്കാരത്തെയും ഉയർത്തിപ്പിടിച്ചു. റഷ്യയുടെ മോചനം ഓർത്തഡോക്സ് വിശ്വാസത്തിലൂടെയും റഷ്യൻ ദൈവത്തിലൂടെയും മാത്രമെ സാദ്ധ്യമാകൂ എന്ന് വിശ്വസിച്ചു ബൈബിൾ ജീവിതത്തിന്റെ വഴികാട്ടിയായി മാറി. ബൈബിളിനെ വെളിച്ചവും രക്ഷാകവചവുമായി അദ്ദേഹം കണ്ടു. "സത്യത്തിന്റെ കൂടെ നില്ക്കുന്നോ, ക്രിസ്തുവിന്റെ കൂടെ നില്ക്കുന്നോ എന്ന് ചോദിച്ചാൽ ക്രിസ്തുവിന്റെ കൂടെ നില്ക്കുന്നു എന്നു ഞാൻ പറയും" ദസ്തയേവ്സ്കി ഒരു സുഹൃത്തിനെഴുതി. മനുഷ്യപ്രകൃതിയിലെ ഹിംസാത്മകതയും പാതകാസക്തിയും പീഡാനുഭവത്തിലൂടെയുള്ള പാപമുക്തിയും തന്റെ പ്രധാന പ്രമേയങ്ങളായി. യേശുവിന്റെ പീഡാനുഭവം തന്റേതാക്കി സൃഷ്ടികളിൽ സന്നിവേശിപ്പിച്ചു.

1821 ൽ മോസ്കോയിലെ ഒരിടത്തരം കുടുംബത്തിൽ ജനിച്ചു. പിതാവ് പാവപ്പെട്ടവരുടെ ആശുപത്രിയിലെ ഡോക്ടർ ആയിരുന്നു. ബോർഡിങ് സ്കൂൾ വിദ്യാഭ്യാസം മുതൽ ഏകാന്തതയെയും, പുസ്തകങ്ങളെയും പ്രണയിച്ചു. വിദ്യാർത്ഥിയായിരിക്കുമ്പോൾ കർക്കശക്കാരനായ പിതാവ് എസ്റ്റേറ്റിലെ അടിയാന്മാരാൽ വധിക്കപ്പെട്ടു. പിതാവിന്റെ വധം വലിയൊരാഘാതമായി മാറി. അതോടെ ദുർബ്ബലനായ ആ കൗമാരക്കാരൻ ചുഴലിരോഗത്തിനടിമയായി. മിലിട്ടറി സ്കൂൾ വിദ്യാഭ്യാസത്തിനുശേഷം ലഭിച്ച കമ്മീഷണർ ജോലി വലിച്ചെറിഞ്ഞിട്ട് സാഹിത്യരചനയിലേക്കു തിരിഞ്ഞു. 1846 ൽ പാവപ്പെട്ടവർ (Poor Folk) പ്രസിദ്ധീകരിച്ചതോടെ റഷ്യയിലെങ്ങും പ്രശസ്തനായി "ഇതാ ഒരു ഗോഗോൾ ജനിച്ചിരിക്കുന്നു." എന്ന ബലിൻസ്കിയുടെ വാക്കുകൾ ദസ്തയേവ്സ്കി എന്ന തുടക്കക്കാരന് ആത്മവിശ്വാസവും പ്രചോദനവും നല്കി. "മനുഷ്യൻ ഒരു വിചിത്രജീവിയാണ്. അവൻ ചിലപ്പോൾ എന്തും പറയുകയും പ്രവർത്തിക്കുകയും ചെയ്യും." *പാവപ്പെട്ടവരിലെ* നായകൻ ഒരിടത്ത് പറയുന്നു. എന്നാൽ ഉടൻ രചിച്ച *ഇരട്ട* THE DOUBLE വലിയ

ജനസമ്മതി നേടിയില്ല. അതിലെ തത്ത്വചിന്താപരവും മനഃശാസ്ത്രപരവുമായ ഉൾക്കാഴ്ചകൾ സാധാരണ വായനക്കാർക്കപ്രാപ്യമായിരുന്നു. 1849 ൽ പെട്രോഷെവ്സ്കിയുടെ നേതൃത്വത്തിലുള്ള വിപ്ലവ സംഘടനയിൽ പ്രവർത്തിച്ചതിന് അറസ്റ്റുചെയ്തു ജയിലിലിലടയ്ക്കപ്പെട്ടു. വിചാരണയ്ക്കുശേഷം ദസ്തയേവ്സ്കി ഉൾപ്പെടെ ഇരുപത്തി ഒന്നുപേർ വധശിക്ഷയ്ക്കു വിധിക്കപ്പെട്ടു എന്നാൽ ശിക്ഷ നടപ്പാക്കുന്നതിന് ഏതാനും നിമിഷങ്ങൾക്കുമുമ്പ് സാർ ചക്രവർത്തി വധശിക്ഷ തടവുശിക്ഷയായി കുറച്ചു. എങ്കിലും മാനസിക സംഘർഷത്താൽ രണ്ടുമൂന്നുപേർ ചിത്തഭ്രമത്തിനിരയായി. ദസ്തയേവ്സ്കിയുടെ കാര്യമാണെങ്കിൽ ഞരമ്പുകളുടെ ക്രമം തെറ്റി. കാലിൽ ചങ്ങലയുമായി കൊടിയ ക്രിമിനലുകൾക്കിടയിൽ ഓംസ്കിലെ ജയിലറകൾക്കുള്ളിലെ നാലു വർഷത്തെ ജീവിതം യാതനാനിർഭരമായിരുന്നു. അറസ്റ്റും തുടർന്നുള്ള ജയിൽ ജീവിതവും ജീവിതത്തിലെ വഴിത്തിരിവായിമാറി. ദുരിതങ്ങൾക്കിടയിലെ ഏക ആശ്വാസം മാർഗ്ഗമദ്ധ്യേ ഒരു സ്ത്രീ സമ്മാനിച്ച ബൈബിളായിരുന്നു. ആവർത്തിച്ചുള്ള വായനയിൽ ബൈബിൾ വചനങ്ങളുടെ മർമ്മം കണ്ടെത്തി. ബൈബിൾ സത്ത സ്വന്തം ആത്മാവിൽ ലയിപ്പിച്ചു. ഏകാന്ത ധ്യാനത്തിൽ നിന്നുയിർകൊണ്ട രചനകളിൽ ബൈബിൾ ലയിച്ചുകിടന്നു. ക്രിസ്തുവിന്റെ പീഡാനുഭവവും സഹനവും ഉയിർത്തെഴുന്നേല്പും സ്വന്തം അനുഭവമാക്കി മാറ്റി. വിപ്ലവകാരികളോട് അനുഭാവം പുലർത്തിയതിനുള്ള കുറ്റബോധത്താൽ താനും കുരിശു ചുമക്കുന്നതായി അവനനുഭവപ്പെട്ടു. ഓംസ്കിലെ ജയിലറകളിൽനിന്നും പുറത്തുവന്ന ദസ്തയേവ്സ്കി പുതിയൊരു മനുഷ്യനായി മാറി. സെമിപലാറ്റിൻ സ്കിയിലെ വെറും തടവുകാരനായി മാറിയ ദസ്തയേവ്സ്കി എഴുത്തുകാരനും, ബുദ്ധിജീവിയുമെന്ന നിലയിൽ ധാരാളം ആരാധകരെ സൃഷ്ടിച്ചു. അവിടെ വെച്ച് സുസോവ് എന്ന പട്ടാള ഉദ്യോഗസ്ഥന്റെ ഭാര്യ മേരിയയുമായി പ്രണയത്തിലായി. പട്ടാളമേധാവിയുടെ മരണശേഷം മേരിയയെ വിവാഹം കഴിച്ചു. അവരുടെ മകൻ പോളിന്റെ സംരക്ഷണച്ചുമതലയും ഏറ്റെടുത്തു. പിന്നീടുള്ള ജീവിതം ദുരിതപൂർണ്ണമായിരുന്നു. ദാരിദ്ര്യവും കടവും തന്റെ ജീവിതത്തെ ദുസ്സഹമാക്കി. ആരോഗ്യവും ക്ഷയിച്ചുതുടങ്ങി. എങ്കിലും ദാരിദ്ര്യത്തെ മധുരമാക്കി മാറ്റി. സഹോദരന്റെ കൂടെച്ചേർന്ന് നടത്തിയ ജേർണലുകളും നഷ്ടത്തിലായി. ഗത്യന്തരമില്ലാതെ നാടുവിടാൻ തീരുമാനിച്ചു.

1862 ൽ ആദ്യത്തെ യൂറോപ്യൻ യാത്രയ്ക്കിടയിൽ ഡ്രസ്ടണും ബർലിനും പാരീസിലെ നഗരങ്ങളും സന്ദർശിച്ചു. പ്രണയത്തിലും, മദ്യത്തിലും ചൂതുകളിയിലും രസം കണ്ടെത്തി. സൈബീരിയൻ അനുഭവങ്ങളെ അധികരിച്ച് *കാരണവരുടെ സ്വപ്നം, സ്റ്റെപ്രാൻചിക്കോവിന്റെ ഗ്രാമം, മരിച്ചവരുടെ വീട്* മുതലായ കൃതികൾ രചിച്ചു. പിന്നീട് *അധോലോകക്കുറിപ്പു*കളെഴുതി. തടവുകാരുടെ നരകയാതന വർണ്ണി

ക്കുന്ന *മരിച്ചവരുടെ വീട്* സർക്കാർ കണ്ടുകെട്ടി. പ്രശസ്തരായ ടോൾസ്റ്റോയിയുടെയും ടെർജീനിവിന്റെയും പ്രശംസ ഈ കൃതി പിടിച്ചുപറ്റി. തടവുകാരുടെ കൊടിയ യാതനകൾ വർണ്ണിക്കുന്ന ഈ കൃതിയിലെ പല ഭാഗങ്ങളും ദാന്തെയുടെ നരക വർണ്ണനയ്ക്കൊപ്പം നില്ക്കുമെന്നു പറഞ്ഞ് ടർജിനോവ് പ്രശംസിച്ചു. യൂറോപ്പിൽനിന്ന് മടങ്ങിയെത്തിയ ദസ്തയേവ്സ്കി പിന്നെ ക്ഷയരോഗം മൂലം മരണാസന്നയായ മേരിയയെ ശുശ്രൂഷിച്ചു. ഭാര്യ ചുമച്ച് കഫം തുപ്പുമ്പോഴും ദസ്തയേവ്സ്കി ഉറക്കം പോലുമുപേക്ഷിച്ച് പണത്തിനായി എഴുതിക്കൊണ്ടിരുന്നു. പ്രണയവും മദ്യവും രതിയും ചൂതുകളിയും എന്നും ഈ രചയിതാവിന്റെ ദൗർബല്യങ്ങളായിരുന്നു. പിന്നീട് പലീനസുസ്ലോവ എന്ന ചെറുപ്പക്കാരിയുമായി പ്രണയത്തിലായി. അവളുമായി വീണ്ടും യൂറോപ്പിലേക്കു തിരിച്ചു. ഇത്തവണ ബേദൻ, ജനീവാ, റോം, നേപ്പിൾസ് എന്നീ നഗരങ്ങളിൽ ചുറ്റിക്കറങ്ങി. ചൂതുകളിയോടുള്ള ഭ്രാന്തമായ ആവേശം വർദ്ധിച്ചുകൊണ്ടേയിരുന്നു. തന്റെ ജീവിതംകൊണ്ടും ചൂതുകളിച്ചു. പ്രണയത്തിന്റെ കാര്യത്തിലും അതുതന്നെയായിരുന്നു. ദസ്തയേവ്സ്കിയിൽ ഒരു ഭ്രാന്ത് ഒളിച്ചിരുന്നു. അല്ലെങ്കിൽ ഭ്രാന്തിനകത്തായിരുന്നു ദസ്തയേവ്സ്കി എന്നു കരുതണം. കൈയിലുള്ളതെല്ലാം നഷ്ടപ്പെട്ടപ്പോൾ കടംവാങ്ങികളിച്ചു. സുസ്ലോവ് തന്റെ മോതിരം പണയംവെച്ചു പണംകൊടുത്തു. പിന്നീട് സുസ്ലോവിന്റെ കാമുകനായ ചെറുപ്പക്കാരൻ രംഗത്തു വരുന്നതോടെ പ്രണയിനിയുമായി തെറ്റിപ്പിരിഞ്ഞു. പീറ്റേഴ്സ്ബർഗ്ഗിലെത്തി രചനയിൽ മുഴുകി. *അധോതലക്കുറിപ്പുകൾ* വലിയ ജനസമ്മതി നേടിയില്ല. തന്റെ ചൂതുകളി അനുഭവങ്ങൾ *ചൂതുകളിക്കാരനിൽ* ആവിഷ്കരിച്ചു. സുസ്ലോവിന്റെ വഞ്ചന, അധികാരമോഹം, ആധിപത്യ പ്രവണത ഇവയെപ്പറ്റി ദസ്തയേവ്സ്കി ഇങ്ങനെ കുറിച്ചു. "അടിസ്ഥാനപരമായി മനുഷ്യൻ ഒരു ഏകാധിപതിയാണ്. അവൻ മറ്റുള്ളവരെ പീഡിപ്പിക്കാൻ ഇഷ്ടപ്പെടുന്നു. നീ ആണെങ്കിൽ അതു ഭയങ്കരമായി ഇഷ്ടപ്പെടുന്നു." ദസ്തയേവ്സ്കിയെ സംബന്ധിച്ചിടത്തോളം പ്രണയം ഒരുതരം പീഡാനുഭവമായിരുന്നു. എന്നാലും അതിലാകൃഷ്ടനായിമാറി. മേരിയയുടെ മരണശേഷം സഹോദരൻ മിഖായേയിലിന്റെ അകാലചരമംകൂടി ആയപ്പോൾ ദസ്തയേവ്സ്കി ആകെ തളർന്നുപോയി. പാവിലോവിന്റെ അനിയന്ത്രിതമായ ചെലവുകൾ ജീവിതം കൂടുതൽ ദുസ്സഹമാക്കി. മുഷിഞ്ഞ വസ്ത്രങ്ങൾപോലും വില്ക്കേണ്ടിവന്നു. രണ്ടുമൂന്ന് കുടുംബങ്ങളുടെ സംരക്ഷണച്ചുമതല കടബാദ്ധ്യത വർദ്ധിപ്പിച്ചുവെങ്കിലും ഇച്ഛാശക്തി തളർന്നില്ല. പബ്ലിഷേഴ്സിൽനിന്നും കിട്ടാവുന്നത്ര തുക പറ്റി. വിയാസ്ബേടത്തിൽ വച്ചേ *കുറ്റവും ശിക്ഷയും* എഴുതിത്തുടങ്ങിയിരുന്നു. ഒരു നല്ല പുസ്കമെഴുതി എല്ലാക്കടവും തീർക്കണമെന്ന് വിചാരിച്ചു. അപ്പോഴേക്കും സ്റ്റെല്ലോവ്സ്കി എന്ന പബ്ലിഷർ താനുമായുള്ള കരാർ ഓർമ്മിപ്പിച്ചു. 1866 നവംബറിനുമുമ്പ് ഒരു പുസ്തകമെഴുതി കൊടുക്കുക. അല്ലാത്തപക്ഷം പിന്നീടെഴുതുന്ന എല്ലാ പുസ്തകങ്ങളുടെയും പകർപ്പ

വകാശം അയാൾക്കായിരിക്കും. പെട്ടെന്നൊരുപുസ്തകമെഴുതാൻ ഒരു സ്റ്റെനോഗ്രാഫറുടെ ആവശ്യമായതിനാൽ അന്ന ഗ്രിഗോറിവ്നാ എന്ന ഇരുപതുകാരിയെ സഹായി ആയി നിയമിച്ചു. അങ്ങനെ ഇരുപത്തിയാറു ദിവസംകൊണ്ടെഴുതിത്തീർത്ത പുസ്തകമാണ് *ചൂതാട്ടുകാരൻ* (Gambler). പുസ്തകം പൂർത്തിയായതോടെ ഇരുവരും പ്രണയബദ്ധരായി മാറി. അടുത്തവർഷം (1867) ൽ അവർ വിവാഹിതരാവുകയും ചെയ്തു. കൊടുങ്കാറ്റിൽ ആടിയുലഞ്ഞ് ജീവിതത്തിന് ഒരത്താണിയായി അവൾ മാറി. ഒരു മാലാഖയെപ്പോലെ അവിചാരിതമായി കടന്നുവന്ന അവൾ കുത്തഴിഞ്ഞ ആ ജീവിതത്തിന് അടുക്കും ചിട്ടയും സാന്ത്വനവും നല്കി. ഒരു പളുങ്കു പാത്രത്തെപ്പോലെ അവൾ അദ്ദേഹത്തെ സ്നേഹിച്ചും സൂക്ഷിച്ചും സംരക്ഷിച്ചു. അന്നയുടെ അഭാവത്തിൽ ദസ്തയേവ്സ്കിയുടെ ജീവിതം മറ്റൊന്നാകുമായിരുന്നു. എങ്കിലും ദാരിദ്ര്യത്തിൽനിന്നും കടബാദ്ധ്യതയിൽനിന്നും മോചിതനായില്ല. പിടിച്ചുനില്ക്കാൻ കഴിയാതെ വന്നപ്പോൾ അന്നയുമായി യൂറോപ്പിലേക്ക് വീണ്ടും യാത്രയായി. ഡ്രെസ്ടൺ, ഹോംബർഗ്ഗ്, സ്വിറ്റ്സർലന്റ് എന്നിവിടങ്ങളിൽ ചൂതുകളിയിലേർപ്പെട്ടു. അന്നയാകട്ടെ എല്ലാം സഹിച്ചും സ്നേഹിച്ചും ഉപദേശിച്ചു. പക്ഷേ, അതുകൊണ്ടൊന്നും ഒരു പ്രയോജനവുമില്ലായിരുന്നു. അവസാനത്തെ ഷില്ലിങ്വരെ കളിച്ചു. എല്ലാം നഷ്ടപ്പെടുമ്പോൾ ഇനി കളിക്കില്ലെന്ന് വാഗ്ദാനം ചെയ്തു. പിന്നെ തുടരെത്തുടരെയുള്ള വാഗ്ദാനലംഘനങ്ങൾ നാലുവർഷത്തോളം അവിടെത്തന്നെ തങ്ങി. *ഇഡിയറ്റ്, ചെകുത്താന്മാർ* എന്നീ കൃതികളുടെ തയ്യാറെടുപ്പുകൾ അവിടെ നടന്നു. നാലുവർഷത്തെ യൂറോപ്യൻ വാസത്തിനുശേഷം 1871 ൽ പിറ്റേർസ്ബർഗ്ഗിൽ തിരിച്ചെത്തി. 1860 കളിൽ റഷ്യയിൽ ധാരാളം വിപ്ലവ സംഘനകൾ രൂപപ്പെട്ടിരുന്നു. 'People's Revenge' എന്ന രഹസ്യ സംഘടനയിലെ അംഗമായ ഇവാനോവിനെ സംഘടനാ പ്രവർത്തകർ തന്നെ കൊലപ്പെടുത്തി. ഇതോടെ വിപ്ലവാശയങ്ങളെയും അതുമൂലമുള്ള പുരോഗതിയേയും പിന്താങ്ങിയിരുന്ന ദസ്തയേവ്സ്കി എല്ലാത്തരം വിപ്ലവ പ്രവർത്തനത്തെയും ഹിംസയെയും വെറുത്തു. അന്നയുടെ സ്നേഹവും കരുതലും പ്രായോഗിക ബുദ്ധിയും ദസ്തയേവ്സ്കിയുടെ സർഗ്ഗപ്രക്രിയയ്ക്ക് കൂടുതൽ കരുത്തുനല്കി. ഒരു കൊലയാളിയുടെ മാനസിക സംഘർഷങ്ങളിലൂടെ രാഷ്ട്രീയവും മതപരവും ധാർമ്മികവും ദാർശനികവും മനഃശാസ്ത്രപരവുമായ നിരവധി ആശയങ്ങളെ അവതരിപ്പിച്ച *കുറ്റവും ശിക്ഷയും* ഒരു വൻ വിജയമായിരുന്നു. ക്രിസ്തു സദൃശനായ ഒരു ആദർശ കഥാപാത്രത്തെ അവതരിപ്പിച്ച *ഇഡിയറ്റിൽ ബൈബിളിന്റെയും ഡോൺകിക്സോട്ടിന്റെയും* സ്വാധീനം വ്യക്തമായിക്കാണാം. ഏറ്റവും ശ്രേഷ്ഠമായ രാഷ്ട്രീയ നോവലെന്ന് വിളിക്കാവുന്ന *ചെകുത്താന്മാരിൽ (Devils)* ധാർമ്മിക പ്രശ്നങ്ങളും ചർച്ച ചെയ്യപ്പെടുന്നു. മനുഷ്യ പ്രകൃതിയിലെ 'ദ്വന്ദസത്തയെ'യും അതിന്റെ മനഃശാസ്ത്രപരവും രോഗനിദാന ശാസ്ത്രപരവുമായ തലങ്ങളെ വിശകലനം

ചെയ്യുന്നു. *അപക്വയുവാവ്, The Raw Youth* ഫിക്ഷനിൽ തന്നെ വേറിട്ടു നില്ക്കുന്നു. ഗൗരവമേറിയ പലതരം വിഷയങ്ങളെ ആഴത്തിൽ പരിശോധിക്കുന്ന *Joural of the Writer*ന്റെ പ്രസിദ്ധീകരണത്തോടെ ദസ്തയേവ്സ്കി റഷ്യയിൽ അറിയപ്പെടുന്ന ചിന്തകനും ആശയപ്രചാരകനുമായി മാറി. റോമൻ കാത്തോലിക്കാ മതത്തിനെതിരെ പുതിയൊരു പൗരസ്ത്യ ഓർത്തഡോക്സ് മതത്തിനു രൂപം നല്കി. 1876 ൽ *അന്നകരെനിന* യുടെ പ്രസിദ്ധീകരണത്തോടെ ടോൾസ്റ്റോയിയുടെ പ്രശസ്തി ഏറെ വർദ്ധിച്ചു. *അന്നകരെനീന*യെ വെല്ലുന്ന ഒരു കൃതി ദസ്തയേവ്സ്കിയുടെ ലക്ഷ്യവും ആഗ്രഹവുമായി മാറി. അങ്ങനെ രചിച്ച കൃതിയാണ് *കരമസോവ് സഹോദരന്മാർ* ദസ്തയേവ്സ്കിയുടെ മാസ്റ്റർ പീസ്. ഇതുവരെയുള്ള തന്റെ രചനകളെല്ലാം മാസ്റ്റർപീസിലേക്കുള്ള തയ്യാറെടുപ്പുകളായിരുന്നു. ആരും തുറന്നു പറയാൻ മടിക്കുന്ന അതിലെ ഞെട്ടിക്കുന്ന സത്യങ്ങളും നിഗൂഢതകളും രഹസ്യമന്ത്രണങ്ങളും സംഭ്രമത്തോടെയാണ് വായനക്കാർ ഏറ്റുവാങ്ങിയത്. "ദസ്തയേവ്സ്കിയെ അറിയുക എന്നാൽ ആദ്യമായി പ്രണയം രുചിക്കുന്നതുപോലെയാണ്, അതുമല്ലെങ്കിൽ ആദ്യമായി സമുദ്രം ദർശിക്കുന്നതുപോലെയാണ്." ബോർഹിസിന്റെ വാക്കുകൾ ഓർമ്മയിൽ വരുന്നു. ദൈവത്തിനെതിരെ കലഹിക്കാൻ പ്രേരിപ്പിക്കുന്ന ഒരു ചെകുത്താൻ നമ്മുടെ ഉള്ളിലുണ്ടെന്ന് ആകൃതി നമ്മെ ഓർമ്മിപ്പിക്കുന്നു. അതിലെ ഭയാനകവും സങ്കടകരവുമായ വെളിപ്പെടുത്തലുകൾ നമ്മുടെ നിഷ്കപടതയെ നഷ്ടപ്പെടുത്തുന്നതായും ഓർഹൻപാമുക് നിരീക്ഷിച്ചു. നോവൽ നാടകമെന്നോ, നോവൽ സുവിശേഷമെന്നോ വിശേഷിപ്പിക്കാവുന്ന ഈ പുസ്തകം മറ്റൊരു റഷ്യൻ ബൈബിളായി വായനക്കാർക്കനുഭവപ്പെടുന്നു. സർഗ്ഗാത്മകതയുടെ സമുദ്രിമയാണാളുകളെ ആകർഷിച്ചത്. അതോടെ ദസ്തയേവ്സ്കിയുടെ പ്രശസ്തി നാടെങ്ങും പരന്നു. അറിയുന്നവരും അറിയാത്തവരും അഭിനന്ദനങ്ങൾ ചൊരിഞ്ഞു. പലരും നേരിൽക്കണ്ടു പ്രശംസകളർപ്പിച്ചു. ചിലർ കത്തുകളിൽ കൂടി അഭിനന്ദിച്ചു. പുഷ്കിൻ ഉത്സവത്തിലേക്കുള്ള ക്ഷണം സ്വീകരിച്ച് ദസ്തയേവ്സ്കി പുഷ്കിന്റെ സാധു യോദ്ധാവ് (Poor knight) എന്ന കവിതചൊല്ലി ഉത്സവത്തിലെ ആകർഷക കേന്ദ്രമായി മാറി. ആവേശത്തിൽ ശ്രോതാക്കൾ ഇളകിമറിഞ്ഞു. 'You are a saint, prophet' താങ്കൾ ഒരു ഋഷിയാണ്, പ്രവാചകനാണ്. ആളുകൾ ആർത്തുവിളിച്ചു.

ദസ്തയേവ്സ്കിയുടെ ദർശനങ്ങളെപ്പറ്റിയും കലാസാഫല്യത്തെപ്പറ്റിയും നിരവധി പഠനങ്ങളും അന്വേഷണങ്ങളും ഇതിനകം നടന്നിട്ടുണ്ട്. ഷേക്സ്പിയർ കഴിഞ്ഞാൽ ഏറ്റവും കൂടുതൽ വിമർശന വിധേയമായിട്ടുള്ളതും ദസ്തയേവ്സ്കി രചനകൾ തന്നെ. സ്വകാര്യ ജീവിതത്തിലും കലാജീവിതത്തിലും ഇത്രയേറെ നിർഭാഗ്യങ്ങളും പ്രതിസന്ധികളും ഏറ്റുവാങ്ങേണ്ടി വന്ന മറ്റൊരെഴുത്തുകാരനില്ല. ജീവിതകാലത്തും മരണശേഷവും രൂക്ഷമായ ഭർത്സനങ്ങളും ശകാരങ്ങളും, വിമർശനങ്ങളു

മാണീ രചയിതാവിന് നേരിടേണ്ടിവന്നത്. ശ്രേഷ്ഠരചനകൾ തമസ്കരിക്കപ്പെട്ട. ബൂർഷ്വാസിയെന്നും അരാജകവാദിയെന്നും മുദ്രകുത്തപ്പെട്ടു. 'കുത്തഴിഞ്ഞ അരാജക ജീവിതം നയിച്ച ഒരാൾക്ക് എങ്ങനെ സദാചാരത്തിന്റെ വക്താവാകാൻ കഴിയുമെന്ന്' പലരും ചോദിച്ചു. എങ്കിലും കുത്തഴിഞ്ഞ ആ ജീവിതത്തിനുമൊരു സൗന്ദര്യമുണ്ടായിരുന്നു. സ്വന്തം അരാജക ജീവിതം ദസ്തയേവ്സ്കി മറ്റൊരു കലയാക്കിമാറ്റി. അതിന്റെ പ്രഹേളികാ സൗന്ദര്യം സഹൃദയരെ ആനന്ദിപ്പിക്കുകയും ആശ്ചര്യപ്പെടുത്തുകയും ചെയ്യുന്നു. അലസമായും അനായാസമായും ദസ്തയേവ്സ്കി കൃതികൾ വായിക്കാനാവില്ലെങ്കിൽപോലും എന്നാൽ പത്തൊമ്പതാം നൂറ്റാണ്ട് മഹത്തായ ഈ എഴുത്തുകാരനോട് നീതികാണിച്ചില്ല. ആത്മീയാചാര്യനും, മനുഷ്യസ്നേഹിയുമായ ടോൾസ്റ്റോയിയെ വിപ്ലവത്തിന്റെ കണ്ണാടിയെന്ന് ലെനിൻ വിളിച്ചു. ദസ്തയേവ്സ്കി വെറുക്കപ്പെട്ടവനും, ശപിക്കപ്പെട്ടവനുമായി മാറി. സ്റ്റാലിൻ ദസ്തയേവ്സ്കിയെ വെറുത്തെങ്കിലും അദ്ദേഹത്തിന്റെ കലാസിദ്ധിയെ വാഴ്ത്തി, ഗോർക്കിക്ക് ദസ്തയേവ്സ്കി 'ദുഷ്ടപ്രതിഭയും പിശാചിന്റെ അനുചരനു'മായിരുന്നു. ദസ്തയേവ്സ്കിയെപ്പോലെ മലീമസനായ ഒരു ക്രിസ്ത്യാനി ഒരിക്കലുമുണ്ടായിട്ടില്ലെന്ന് തുർഗിനോവ് ഒരിക്കൽ പറഞ്ഞു. എന്നാൽ അവസാന നാളുകളിൽ അവർ സുഹൃത്തുക്കളായി മാറി. ഇരുപതാം നൂറ്റാണ്ടിന്റെ ആരംഭത്തോടെ ദസ്തയേവ്സ്കി രചനകൾ പുനർനിർണ്ണയത്തിനു വിധേയമായി. തത്ത്വജ്ഞാനികളും യുക്തിവാദികളും മതചിന്തകന്മാരും മനഃശ്ശാസ്ത്രജ്ഞരും കലാവിമർശകരും ദസ്തയേവ്സ്കി കൃതികളിലെ നിഗൂഢതകളും, സങ്കീർണ്ണതകളും പഠനവിഷയങ്ങളാക്കി. ഫ്രോയിഡിന്റെ മനഃശാസ്ത്രപഠനങ്ങൾ ദസ്തയേവ്സ്കിയിലേക്കു പുതിയ വാതായനങ്ങൾ തുറന്നിട്ടു. ഐൻസ്റ്റീൻ ദസ്തയേവ്സ്കി രചനകളുടെ വശ്യതയെ വാഴ്ത്തി. വെർജിനീയാവുൾഫ് ദസ്തയേവ്സ്കിയെ ആധുനിക നോവലിന്റെ പിതാവായിക്കണ്ടു. 'ആഴക്കടലിലെ തിരമാലകൾക്കിടയിൽ അകപ്പെട്ടതുപോലെയാണ് ദസ്തയേവ്സ്കി വായന' എന്ന് അവർ നിരീക്ഷിച്ചു. മിഡിൽറ്റൺ മറിയും, ഇ ജെ സിമ്മൺസും ആന്ദ്രേഷീദും ഇ എച്ച് കാറും ജോർജ് സ്റ്റെയിനറും ബക്ടിനും ശ്രദ്ധേയമായ പഠനങ്ങൾ കാഴ്ചവെച്ചു. ദസ്തയേവ്സ്കി 'രക്താഭിഷേകം ചെയ്ത ഒരു യക്ഷിക്കഥ'യാണെന്ന് ഗ്രൂസ്മാൻ പറഞ്ഞു. നീഷേ ദസ്തയേവ്സ്കിയെ 'എന്റെ ഗുരു' എന്ന് വിളിച്ചപ്പോൾ ജെ എം കൂറ്റ്സേയാകട്ടെ അദ്ദേഹത്തെ 'പീറ്റർസ്ബർഗ്ഗിലെ മഹാഗുരു' എന്നുവിളിച്ചു. ടോൾസ്റ്റോയിയും ദസ്തയേവ്സ്കിയും ഫിക്ഷനിലെ രണ്ടു കൊടുമുടികളാണെന്ന് സ്റ്റെയിനർ അഭിപ്രായപ്പെട്ടു. 'ദസ്തയേവ്സ്കിയെ വായിക്കുന്നത് ആദ്യത്തെ പ്രണയ ചുംബനം പോലെയാണെന്ന്' നബക്കോവ് ഒരിക്കൽ പറഞ്ഞു. ദസ്തയേവ്സ്ക്കിയുടെ ആശയങ്ങളുടെ നൂതനത്വവും ആവിഷ്കാര സവിശേഷതകളും വരും തലമുറകൾക്ക് മാതൃകയായി. അസ്ഥിത്വ വാദം, നിരർത്ഥകവാദം,

ഉൾപ്പെടെയുള്ള ഇരുപതാംനൂറ്റാണ്ടിലെ പല ചിന്താധാരകൾക്കും ദസ്തയേവ്സ്കി രചനകൾ പ്രചോദനവും വഴികാട്ടിയുമായി മാറി. യാഥാർത്ഥ്യവും ഭ്രമകല്പനകളും സ്വപ്ന ദൃശ്യങ്ങളും നിറഞ്ഞ ആഖ്യാന രീതി പില്ക്കാല എഴുത്തുകാരെ ഏറെ സ്വാധീനിച്ചു. കാഫ്കയിലും സാർത്രിലും കമ്യുവിലും മാർക്വേസിലും കുന്ദേരയിലും കാൽവിനിലും ദസ്തയേവ്സ്കിയുടെ സ്വാധീനം വ്യക്തമായി കാണാം. നോവൽ എന്ന ബ്രഹ്മവിദ്യയിലെ മുമ്പേപറന്ന പക്ഷിയായി മാറി. ആധുനിക നോവലിന്റെ സ്രഷ്ടാവായി ദസ്തയേവ്സ്കി മാറി. റഷ്യയിൽ കമ്യൂണിസ്റ്റ് ഭരണത്തിന്റെ തകർച്ചയോടെ ക്രൈസ്തവ ചിന്തയും ദർശനവും തിരിച്ചുവരവ് നടത്തി. യേശുക്രിസ്തു റിബലും ആദ്യത്തെ കമ്യൂണിസ്റ്റുകാരനുമായി മാറി. ബൈബിൾ വെളിച്ചവും മാർഗ്ഗവുമായി അംഗീകരിക്കപ്പെട്ടു. നോവൽ സുവിശേഷങ്ങൾ രചിച്ച ഋഷിയും പ്രവാചനകനുമായ ദസ്തയേവ്സ്കി റഷ്യൻ ക്രിസ്തുവായി മാറി.

കാരമസോവ് സഹോദരന്മാർ: പാപവും പാപമുക്തിയും

വായനക്കാർക്ക് ഏറെ വെല്ലുവിളികളുയർത്തുന്ന അനശ്വരകലാസൃഷ്ടിയാണ് ദസ്തയേവ്സ്കിയുടെ *കരമസോവ് സഹോദരന്മാർ*. എല്ലാ ഉല്കൃഷ്ട കൃതികളെയുംപ്പോലെ *കരമസോവ് സഹോദരന്മാരും* വായനക്കാരെ മാറ്റിമറിക്കുന്നു. ഏറെ വെല്ലുവിളികളുയർത്തുന്ന ഈ പുസ്തകം ഭയന്നും വിറച്ചും സങ്കടപ്പെട്ടും മാത്രമെ വായിച്ചു തീർക്കാനാവൂ. വെർജീനിയ വുൾഫ് നിരീക്ഷിച്ചതുപോലെ ഉൾക്കടലിലെ തിരമാലകൾക്കിടയിൽപ്പെട്ട് അങ്ങോട്ടുമിങ്ങോട്ടും എറിയപ്പെടുന്നതുപോലെയാണീ കൃതിയുടെ വായനാനുഭവം. അതിന്റെ പ്രപഞ്ച വിസ്തൃതിയും കടലാഴങ്ങളും അമ്പരപ്പിക്കുന്നതാണ്. അതുപകർന്നുനല്കുന്ന സാന്ദ്രമന്ത്രണങ്ങളും ഞെട്ടിക്കുന്ന ആശയങ്ങളും എപ്പോഴും നമ്മെ പിന്തുടരുന്നു. മനുഷ്യന്റെ നിസ്സഹായതകളും ധർമ്മസങ്കടങ്ങളും മറ്റൊരു കൃതിയും ഇത്ര ഹൃദയ സ്പർശിയായി അവതരിപ്പിച്ചിട്ടില്ല. മൂന്നു സഹോദരന്മാരുടെയും ആഭാസനായ അവരുടെ അച്ഛന്റെയും ജീവിതഗന്ധിയായ ഈ കുടുംബ കഥയിലെ ഓരോ സഹോദരനും വായനക്കാരന്റെ ഒരു ഭാഗമായി മാറുന്നു. ദുഷ്ടനും, വിഷയാസക്തനുമായ അച്ഛൻ പാവ്ലോവിന്റെ നിഷ്കളങ്കതയിലും, തുറന്നുപറച്ചിലുകളിൽപോലും അതുകാണാം. മനുഷ്യമനസ്സിന്റെ സങ്കീർണ്ണതകളെപ്പറ്റിയും നിഗൂഢതകളെപ്പറ്റിയുമുള്ള അതിലെ വേദനാജനകവും, ഞെട്ടിപ്പിക്കുന്നതുമായ വെളിപ്പെടുത്തലുകൾ നമ്മുടെ ഉറച്ച വിശ്വാസങ്ങളെ അട്ടിമറിക്കുന്നു. സംഘർഷങ്ങളും, സന്ദിഗ്ദ്ധതകളും സങ്കടങ്ങളും നാടകീയതയും നിറഞ്ഞതുളുമ്പുന്ന ഈ കൃതി ആഖ്യാനരീതിയുടെ മൗലികതകൊണ്ടും വ്യത്യസ്തത പുലർത്തുന്നു. ഹിംസാത്മകതയോടൊപ്പം പാതകത്വരയും കുമ്പസാരവാസനയും മനുഷ്യനിൽ അന്തർല്ലീനമായിരിക്കുന്നുവെന്ന് ദസ്തയേവ്സ്കി

വിശ്വസിച്ചു. പിതൃഹത്യയാണ് *കരമസോവ് സഹോദരന്മാരിലെ* കേന്ദ്രബിന്ദു. എങ്കിലും മതം, തത്ത്വചിന്ത, ദൈവാസ്തിത്വം, കല, സാഹിത്യം എന്നിവ കേന്ദ്രമാക്കിയുള്ള ദസ്തയേവ്സ്കിയുടെ വിചാരങ്ങളും വിചിന്തനങ്ങളുമാണ് വായനക്കാരെ ഏറെ ആകർഷിക്കുന്നത്. അനിയന്ത്രിതമായ വിഷയാസക്തി ഒരു രോഗംപോലെ പാവ്ലോവ് കുടുംബത്തെ കീഴടക്കുന്നതും, അതു കുടുംബത്തിന്റെ ശൈഥില്യത്തിലേക്കും ദുരന്തത്തിലേക്കും നയിക്കുന്നതുമാണ് നോവലിന്റെ ഇതിവൃത്തം, മദ്ധ്യവയസ്കനും കാമാസക്തനുമായ പാവ്ലോവ് ധൂർത്തനും കോമാളിയുമാണ്. രണ്ട് ഭാര്യമാരിലായി ദിമിത്രി, ഐവാൻ, അലക്സി എന്നിവരും, ലിസാവെറ്റ എന്ന പൊട്ടിപ്പെണ്ണിൽ ജനിച്ച ജാരസന്തതിയായ സ്മെർഡിയാക്കോവുമാണ് മക്കൾ. പിതാവിന്റെ തനിപ്പകർപ്പായ ദിമിത്രി താന്തോന്നിയും ആഭാസനുമായി ജീവിക്കുന്നു. “ആഫീസറുടെ വേഷം ധരിച്ച് വൃത്തികേടിലും മദ്യപാനത്തിലും മുഴുകി നടക്കുന്ന ഒരു മൃഗമാണ് ഞാൻ. ഞാൻ നികൃഷ്ടനാണ്.” ദിമിത്രി സ്വയം വിലയിരുത്തി. കത്രീന എന്ന സ്ത്രീയുമായി വിവാഹനിശ്ചയം നടത്തിയ അവൻ പിന്നീട് സുന്ദരിയും മദാലസയുമായ ഗ്രുഷങ്കയുമായി പ്രണയത്തിലാവുകയും അവളെ വിവാഹം കഴിക്കാൻ ആഗ്രഹിക്കുകയും ചെയ്യുന്നു. എന്നാൽ തന്റെ വഷളനായ പിതാവും അവളിൽ അനുരക്തനാണെന്നും, എന്തുവിലകൊടുത്തും അവളെ സ്വന്തമാക്കാൻ അയാൾ ശ്രമിക്കുന്നു എന്നും അവൻ മനസ്സിലാക്കുന്നു. അതോടെ കഥയ്ക്ക് വല്ലാത്തൊരു പിരിമുറുക്കം വന്നുചേരുന്നു. ഗ്രുഷങ്ക എന്ന സുന്ദരിക്കുവേണ്ടി പിതാവിന്റെയും മകന്റെയും മത്സരവും പോരാട്ടവും പരസ്പര വിദ്വേഷത്തിലേക്കും ശത്രുതയിലേക്കും നീങ്ങുന്നു. അവർ പരസ്പരം കടിച്ചുകീറാനും നശിപ്പിക്കാനും ആഗ്രഹിക്കുന്നു. ഞാൻ അവനെ ഒരു “കരിവണ്ടിനെപ്പോലെ ഞെരിച്ചുകൊല്ലും” എന്ന് പിതാവ് ആക്രോശിക്കുമ്പോൾ “ഞാൻ അങ്ങേരെ കൊല്ലുകയോ കൊല്ലാതിരിക്കുകയോ ചെയ്യും” എന്നു മകനും വീമ്പിളക്കുന്നു. രണ്ടാമത്തെ മകൻ ഐവാൻ..... ഈശ്വര നിഷേധിയാണ്. എല്ലാം ന്യായയുക്തമെന്ന് വിശ്വസിക്കുന്ന അവനും കാമാസക്തൻ തന്നെ. സാത്ത്വികനും മനുഷ്യസ്നേഹിയുമായ ഇളയ മകൻ അലക്സിസൊസിമയുടെ ശിഷ്യനായിമാറി. പിതാവിന്റെയും ആൺമക്കളായ ദിമിത്രിയുടെയും ഐവാന്റെയും പാപവാസനയ്ക്കും പാതകത്വരയ്ക്കുമാണ് നോവലിന്റെ ആദ്യഭാഗം ഊന്നൽ നല്കുന്നത്. പാവ്ലോവ് ആകട്ടെ തന്റെ കാമാസക്തി ഒട്ടും മറച്ചുവെക്കാതെ കുറ്റം ഏറ്റുപറഞ്ഞുകൊണ്ടുമാണ് ജീവിക്കുന്നത്. അയാളുടെ വാക്കുകൾ “പാപം മധുരമാണ്, മറ്റുള്ളവർ അതിനെ പരസ്യമായി ആക്ഷേപിക്കുന്നു. രഹസ്യമായി ഇഷ്ടപ്പെടുന്നു. അതിൽത്തന്നെ ജീവിക്കുകയും ചെയ്യുന്നു. മറ്റുള്ളവർ ഒളിച്ചും പതുങ്ങിയും ചെയ്യുന്നത് ഞാൻ പരസ്യമായി ചെയ്യുന്നു.” ഇന്ദ്രിയാനുഭൂതികളിൽ കൂടിയുള്ള ഭൂമിയിലെ സ്വർഗ്ഗം ഇഷ്ടപ്പെടുന്ന പാവ്ലോവ് മരിച്ചുകഴിഞ്ഞുള്ള സ്വർഗ്ഗം തനിക്കാവശ്യമില്ലെന്ന്

അലക്സിയോട് പറയുന്നു. പിതാവിനെപ്പോലെ ദിമിത്രിയും തന്റെ കാമാസക്തി തുറന്നു സമ്മതിക്കുന്നു. "നാമെല്ലാം കീടങ്ങളാണ് ദൈവം നമുക്ക് വിഷയാസക്തി നല്കി. കാമവികാരം ഒരു കൊടുങ്കാറ്റാണ്. അല്ല, കൊടുങ്കാറ്റിനേക്കാൾ കഷ്ടമാണ്." അവൻ അലക്സിയോടു തുറന്നു പറയുന്നു. സ്ത്രീലമ്പടന്മാരായ പിതാവിന്റെയും മകന്റെയും പുറമെയുള്ള പോരാട്ടം മാത്രമല്ല, അവരുടെ ആന്തരിക സംഘർഷങ്ങൾകൂടി നോവലിസ്റ്റ് തുറന്നുകാണിക്കുന്നു. അധോഗതിയുടെ നെല്ലിപ്പലകയിൽ നിന്നു കൊണ്ടുപോലും ഞാനൊരു സ്തോത്ര ഗാനം ആലപിക്കുമെന്ന് പ്രഖ്യാപിക്കുന്ന ദിമിത്രി ഒന്നുകൂടി പറയുന്നു. "ഞാൻ പിശാചിന്റെ അനുചരനാണെങ്കിലും ദൈവമെ അങ്ങയുടെ പുത്രനാണ്. ദൈവമേ ഞാൻ അങ്ങയെ സ്നേഹിക്കുന്നു." ദൈവത്തിനും ചെകുത്താനുമിടയിൽ പ്പെട്ടുഴറുന്ന മനുഷ്യന്റെ നിസ്സഹായതയാണ് പാവ്ലോവിന്റെയും ദിമിത്രിയുടെയും വാക്കുകളിൽ നിഴലിക്കുന്നത്. "ദേവാസുരങ്ങൾ യുദ്ധം നടത്തിക്കൊണ്ടിരിക്കുന്നു. സമരഭൂമി മനുഷ്യഹൃദയം തന്നെ" ദിമിത്രി വ്യക്തമാക്കുന്നു. "എനിക്ക് ജീവിച്ചേ പറ്റു. ഒരിക്കൽ പാനപാത്രം ചുണ്ടിലടുപ്പിച്ചാൽ അതുവറ്റിക്കാതെ ഞാൻ പിൻമാറുകയില്ല."

ദിമിത്രിയും പിതാവുമായുള്ള ശത്രുത തീർക്കാനുള്ള ഒത്തുതീർപ്പ് ചർച്ച അവരുടെ ബന്ധം കൂടുതൽ വഷളാക്കുന്നു. ഫാദർ സൊസീമയുടെ സാന്നിദ്ധ്യത്തിൽത്തന്നെ ഗ്രുഷങ്കയെച്ചൊല്ലി അച്ഛനും മകനും പരസ്യമായി ഏറ്റുമുട്ടുന്നു. ഇതിനെല്ലാം സാക്ഷ്യം വഹിക്കുന്ന ഫാദർ സൊസീമാ ദിമിത്രിയുടെ മുമ്പിൽ കുമ്പിടുന്നു. ദിമിത്രിയിലെ പിതൃഘാതകനെ സൊസീമയുടെ ജ്ഞാനദൃഷ്ടി മുൻകൂട്ടി കാണുകയാണ്. അച്ഛന്റെയും മകന്റെയും അധമ മനസ്സ് മറനീക്കിപ്പുറത്തുവരുന്നു. ദിമിത്രി ഒരു വാല്യക്കാരനെക്കാൾ മോശമാണെന്ന് സ്മെർഡിയാക്കോവും പറയുന്നു. ഐവാൻ ഒരു ശവക്കല്ലറയാണെന്ന് ദിമിത്രി പറയുമ്പോൾ ഐവാനൊരു പ്രവാചകനാണെന്ന് അലക്സി പറയുന്നു. പിതാവും ദിമിത്രിയും തമ്മിലുള്ള പിണക്കം കൊടിയ ശത്രുതയിലെത്തി. ദിമിത്രിയുടെ വെറുപ്പ് അനിയന്ത്രിതമായ കോപമായി മാറി. ഒരു ദിവസം ദിമിത്രി പിതാവിനെ പരസ്യമായി മർദ്ദിക്കുമ്പോൾ "ഒരിഴജന്തു മറ്റൊന്നിനെ വിഴുങ്ങാൻ ശ്രമിക്കുന്ന എല്ലാം ന്യായയുക്തം തന്നെ," കണ്ടുനിന്ന ഐവാൻ പറഞ്ഞു. ശിശുസഹജമായ ദിമിത്രിയുടെ മനസ്സ് വെന്തുനീറുന്നു. അവന്റെ സമനിലതെറ്റി മൂവായിരം റൂബിളുമായി ഗ്രുഷങ്കയെ കാത്തിരുന്ന മൂപ്പിലിന്റെ അടുത്തേക്കു അവൻ എത്തുന്നു. പിതാവിന്റെ തൊണ്ണമുഴയും വളഞ്ഞമൂക്കും പുഞ്ചിരി വിരിഞ്ഞ ചുണ്ടുകളും കണ്ടപ്പോൾ അവന്റെ വിദ്വേഷം ആളിക്കത്തി. "എന്നെ കഷ്ടപ്പെടുത്തുകയും, എന്റെ ജീവിതം നശിപ്പിക്കുകയും ചെയ്യുന്ന ദുഷ്ടൻ" അവൻ പിറുപിറുത്തു അവന്റെ വെറുപ്പ് പത്തിരട്ടിയായി. കതകിൽ മുട്ടിയപ്പോൾ പാവ്ലോവ് കതക് തുറന്നു. ഗ്രുഷങ്കാ അവിടെ ഇല്ലെന്ന് മനസ്സിലായ അവൻ അവിടെനിന്നും ഓടി. എന്നാൽ പിറകെ

വന്ന ഗ്രിഗറി എന്ന വേലക്കാരനെ അവൻ ഉലക്കകൊണ്ടടിച്ചിട്ടു. ഇതിനിടയിൽ ഉറക്കമുണർന്ന സ്മർഡിയാക്കോവ് പാവ്ലോവിനെ വധിച്ചു. അന്വേഷണ ഉദ്യോഗസ്ഥർ താവർണ്ണയിലെത്തിയ ദിമിത്രിയെ പിടികൂടി. കൊലപാതകക്കുറ്റം ദിമിത്രിയുടെമേൽ ആരോപിക്കപ്പെട്ടു. "നിങ്ങളുടെ അച്ഛൻ കൊല്ലപ്പെട്ടു. നിങ്ങളാണ് ഘാതകൻ. അന്വേഷണ ഉദ്യോഗസ്ഥൻ പറഞ്ഞു." "ഞാനല്ല ഘാതകൻ. ഞാൻ അദ്ദേഹത്തെ കൊല്ലണമെന്ന് വിചാരിച്ചു. പക്ഷേ, ഞാനല്ല ഘാതകൻ."

അതിഭീകരവും ദാരുണവുമാണ് കഥാന്തരീക്ഷം. *കരമസോവ് സഹോദരന്മാർ* കുറ്റവും ശിക്ഷയുടെയും കഥ മാത്രമല്ല പാപത്തിന്റെയും പാപമോചനത്തിന്റെയും കഥകൂടിയാണ്. ഭ്രാന്തമായ ഭോഗാലസതയിലും കാമവെറിയിലും അഭിരമിക്കുന്ന പാവ്ലോവ് എന്ന മദ്ധ്യവയസ്കൻ തന്റെ ജാരസന്ധതിയാൽ വധിക്കപ്പെടുന്നതോടുകൂടി അയാൾ തന്റെ ശിക്ഷ ഏറ്റുവാങ്ങുകയാണ്. അറിഞ്ഞുകൊണ്ടോ അറിയാതെയോ പാപ കർമ്മങ്ങളിലേർപ്പെടുന്നവരാണ് പുസ്തകത്തിലെ പ്രധാന കഥാപാത്ര ങ്ങളെല്ലാം. "മോഷ്ടിക്കരുത്, കൊല്ലരുത്, വ്യഭിചരിക്കരുത്" എന്ന ബൈബിൾ വചനങ്ങളെ ലംഘിക്കുന്നവർ. എന്നാൽ കൊടിയ പാപികൾ ക്കുപോലും പീഡാനുഭവങ്ങളിലൂടെ പാപമുക്തി നേടാമെന്നും ബൈബിൾ പഠിപ്പിക്കുന്നു. നോവലിന്റെ ആദ്യ പകുതി വിചിത്ര സ്വഭാവ ക്കാരായ അച്ഛൻ കരമസോവിനെയും മക്കളെയും കേന്ദ്രീകരിക്കുന്നു. പിതൃഹത്യയിലേക്കു നയിക്കുന്ന സംഭവങ്ങളുടെ സൂക്ഷ്മവിവരണം കൂടിയാണിവിടെ ലഭിക്കുന്നത് രണ്ടാം പകുതിയാകട്ടെ അപരാധിക ളായിമാറിയ ദിമിത്രി, ഐവാൻ, ഗ്രുഷങ്കാ എന്നിവരുടെ പീഡാനുഭവ ങ്ങളുടെയും ആത്മശുദ്ധീകരണത്തിന്റെയും ചിത്രീകരണമാണ്. സൂക്ഷ്മ തലത്തിൽ *കരമസോവ് സഹോദരന്മാർ* ദിമിത്രിയുടെ ദുഷ്കർമ്മങ്ങ ളുടെയും പാപമുക്തിയുടെയും കഥയാണ്. ദയസ്തയേവ്സ്കിയുടെ ഏറ്റവും ശക്തമായ കഥാപാത്രവും ദിമിത്രി തന്നെ. ദുരാചാരത്തിലും നിഷ്ഠുരതയിലും കാമാസക്തിയിലും അഭിരമിക്കുന്ന ആഭാസൻ. എങ്കിലും ശിശുവിന്റെ ഹൃദയം പേറുന്നവൻ. പിതാവിന്റെ നേർപതിപ്പായ അയാൾ പിതാവിനെപ്പോലെ വിഷയാസക്തിയിൽ ഊറ്റംകൊള്ളുന്നു. ചെകുത്താന്റെ പിടിയിലമർന്നെങ്കിലും ദൈവത്തെ കൈവിടാൻ മടി കാണിക്കുന്നവൻ. "അധോഗതിയുടെ നെല്ലിപ്പലകയിൽ നിന്നുകൊണ്ട് ഞാനൊരു സ്ത്രോത്രഗാനം പാടാം. ദൈവത്തെ ആവരണം ചെയ്യുന്ന പിശാചിന്റെ അനുചരനാണെങ്കിലും ദൈവമെ അങ്ങയെ ഞാൻ സ്നേഹി ക്കുന്നു" അവൻ പ്രഖ്യാപിക്കുന്ന പ്രാരംഭാന്വേഷണത്തിൽത്തന്നെ സാഹചര്യത്തെളിവുകൾ ദിമിത്രിക്കെതിരായതിനാൽ അയാൾ അറസ്റ്റ് ചെയ്യപ്പെടുന്നു. അപ്പോഴും അയാൾ ആവർത്തിച്ചു. "ഞാൻ പാപിയല്ല. അച്ഛന്റെ രക്തം ചിന്തിയിട്ടില്ല. ഞാൻ അങ്ങേരെ കൊല്ലാൻ വിചാരിച്ചു. കൊന്നില്ല." കുറ്റബോധം അയാളെ ആത്മസംഘർഷത്തിലേക്കും പശ്ചാത്താപത്തിലേക്കും നയിച്ചു. അയാൾ വിങ്ങിപ്പൊട്ടി ഇങ്ങനെ

പറഞ്ഞു. "കുറ്റാരോപണത്തിന്റെ പീഡനവും പരസ്യമായ അവമതിയും ഞാൻ സ്വീകരിക്കും. എനിക്ക് യാതന വേണം. യാതനാനുഭവം എന്നെ ശുദ്ധീകരിക്കുന്നു. ഞാൻ അച്ഛനെ കൊന്നില്ല. എങ്കിലും ശിക്ഷ സ്വീകരിക്കാൻ തയ്യാർ. ഒരുവേള ഞാൻ കൊല്ലുമായിരുന്നു." വിചാരണയ്ക്കുമുമ്പും വിചാരണവേളയിലും കഠിനമായ പരീക്ഷണങ്ങളാണ് ദിമിത്രി നേരിടുന്നത്. മനഃസാക്ഷിയുടെ കോടതിയിൽ സ്വയം വിചാരണനടത്തുന്ന ദമിത്രി ഏതുതരം ശിക്ഷയും സ്വീകരിക്കാൻ തയ്യാറാണ്. ക്ലേശാനുഭവത്തിൽക്കൂടി പാപമുക്തിനേടാൻ കഴിയുമെന്ന ക്രൈസ്തവ വിശ്വാസത്തിൽ അവൻ പങ്കുചേരുന്നു. വേണമെങ്കിൽ സൈബീരിയയിലോ അമേരിക്കയിലോ പോയി ജോലിചെയ്തു ജീവിക്കാമായിരുന്നു. എന്നാൽ അത്തരം ഒളിച്ചോട്ടത്തിനുപകരം മോക്ഷപ്രാപ്തിക്കായി കഷ്ടാനുഭവങ്ങളെ സ്വയം വരിക്കുകയാണവൻ. അങ്ങനെ ചെയ്യാത്ത കുറ്റത്തിനു കുരിശുപേറാൻ അയാൾ തയ്യാറാകുന്നു. പീഡാനുഭവം മഹത്തരമാണ്. അതിലൊരു തത്ത്വം അടങ്ങിയിരിക്കുന്നു. അവൻ തിരിച്ചറിയുന്നു. പീഡാനുഭവത്തിലൂടെ കടന്നുപോകുന്ന ഏതൊരാളും ക്രിസ്തുവുമായി താദാത്മ്യം പ്രാപിക്കുന്നു. കുറ്റം ചെയ്യുന്നയാൾ മാത്രമല്ല, കുറ്റംചെയ്യാൻ ആഗ്രഹിക്കുന്നയാളും കുറ്റവാളിതന്നെ. എല്ലാറ്റിനും പരിഹാരം പീഡാനുഭവത്തിലൂടെയുള്ള പാപമുക്തി. ആഗ്രഹവും ഒരു പാതകമാണ്. മറ്റുള്ളവരുടെ പാപത്തിനുപോലും നാമെല്ലാവരും ഉത്തരവാദികളാണ്. വിചാരണവേളയിൽ ദിമിത്രിയുടെ ഹൃദയമിടിപ്പ് വർദ്ധിച്ചു. ചിലപ്പോൾ ക്രുദ്ധനും ക്ഷുബ്ധനുമായ അയാൾ സ്വപ്നത്തിലേക്കും ഭ്രമകല്പനകളിലേക്കും വഴുതിവീഴുന്നു.

വിചാരണവേള റഷ്യയിൽ വലിയ കോളിളക്കംതന്നെ സൃഷ്ടിച്ചു. ദിമിത്രിയുടെ കുത്തഴിഞ്ഞ ജീവിതവും ക്രൂരതയും ഗ്രിഗറിയെയും അച്ഛനെയും മർദ്ദിച്ചതും അയാൾക്കെതിരെയുള്ള സാഹചര്യത്തെളിവുകളായിമാറി. എങ്കിലും ധാരാളം ആളുകൾ അവനെ വെറുതെ വിടണമെന്ന് ആഗ്രഹിച്ചു. പ്രതിഭാഗം വക്കീൽ ശക്തമായി വാദിക്കുകയും ചെയ്തു. എന്നാൽ കത്രീനയ്ക്കു അയാളെഴുതിയ കത്ത് കോടതി തെളിവായി കണ്ട് അയാളെ ശിക്ഷിച്ച് സൈബീരിയയിലേക്ക് അയയ്ക്കുകയാണ്. അപ്പോഴും ദിമിത്രി തളർന്നില്ല. ക്ലേശാനുഭവം അവനെ ശുദ്ധീകരിക്കുകയാണ്. പുതിയ മനുഷ്യനിലേക്കുള്ള പരിവർത്തനം പൂർത്തിയാക്കുന്നു. എല്ലാ സൃഷ്ടികളോടും സ്നേഹവും കാരുണ്യവും അവനിൽ ജനിച്ചു. സങ്കടങ്ങളെ വരവേറ്റ അവൻ ഭൂഗർഭത്തിൽപോലും ജീവിക്കാൻ തയ്യാറാകുന്നു. "നാമെല്ലാവരും, എല്ലാവർക്കും ഉത്തരവാദികളാണ്." ദൈവത്തെപ്പറ്റി അവന്റെ ദൈവവിശ്വാസം ദൃഢമായിരുന്നു. അവൻ ഇങ്ങനെ ചിന്തിക്കുന്നു. "ദൈവം മനുഷ്യന്റെ ഒരു സാങ്കല്പിക സൃഷ്ടിയാണ്. ദൈവമില്ലെങ്കിൽ പിന്നെ മനുഷ്യനാണ് ഭൂമിയുടെ നായകൻ. ദൈവത്തെ കൂടാതെ അവൻ എങ്ങനെ നല്ലവനാകാൻ പോകുന്നു. അതാണ് പ്രശ്നം. മനുഷ്യൻ പിന്നെ ആർക്കുവേണ്ടി ജീവിക്കണം."

ശിക്ഷ അവൻ സന്തോഷപൂർവ്വം സ്വാഗതം ചെയ്തു. അവൻ ഒരു പുതിയ മനുഷ്യനായി മാറി. “ഞാൻ പോകുന്നു. എല്ലാവർക്കുംവേണ്ടി. എല്ലാ ശിശുക്കൾക്കും വേണ്ടി. ഓരോ മനുഷ്യനും എല്ലാവർക്കും എല്ലാറ്റിനും വേണ്ടി കടപ്പെട്ടിരിക്കുന്നു. എല്ലാ ശിശുക്കൾക്കു വേണ്ടിയും ഞാൻ പോകുന്നു.” അവൻ എല്ലാം സഹിക്കാനും എല്ലാവരോടും പൊറുക്കാനും തയ്യാറാകുന്നു. എല്ലാവരും പരസ്പരം അങ്ങനെ ചെയ്യാനും അവൻ ആവശ്യപ്പെടുന്നു. പീഡാനുഭവത്തിലൂടെ ശുദ്ധീകരിക്കപ്പെട്ട് സ്നേഹത്തിന്റെയും കാരുണ്യത്തിന്റെയും സഹനത്തിന്റെയും ഉദാത്തമാതൃകയായി മാറുകയാണ് ദിമിത്രി.

ഐവാന്റെ കുറ്റബോധവും, പീഡാനുഭവങ്ങളും മറ്റൊരുവിധമാണ്. കുറ്റവാളികളുടെയും പാപികളുടെയും ആത്മസംഘർഷങ്ങളിലാണ് ദസ്തയേവ്സ്കി ഊന്നൽ നല്കുന്നത്. പാവ്‌ലോവിന്റെ രണ്ടാമത്തെ ഭാര്യയിൽ ജനിച്ച ഐവാൻ അച്ഛനെപ്പോലെതന്നെ ഒരു കൊച്ചു പന്നിയാണ്. സ്മെർഡിയാക്കോവ് നിരീക്ഷിച്ചതുപോലെ. അച്ഛനോട് ഏറ്റവും കൂടുതൽ സാമ്യമുള്ള മകൻ. ജ്യേഷ്ഠന്റെ കാമുകിയായ കത്രീനയെ അവർ ഭ്രാന്തമായി സ്നേഹിക്കുന്നു. അവനും പ്രാകൃതമായ ജീവിതാസക്തിക്കടിമയായിരുന്നു. യുക്തിവാദിയും ഈശ്വരനിഷേധിയുമായ അവൻ “എല്ലാം ന്യായയുക്തമെന്ന് വിശ്വസിക്കുന്നു.” ധനമോഹിയായ അയാൾ മൗനിയും തന്ത്രശാലിയുമാണ്. ജീവിത പാനപാത്രം അവസാന തുള്ളി വരെ കുടിച്ചുതീർക്കാനുള്ള മോഹം ശക്തമാണ് മഹാനായ ഈ സംശയാലുവിൽ. ഒരർത്ഥത്തിൽ ‘കരമസോവ് സഹോദരന്മാർ’ ദിമിത്രിയുടെയും സഹോദരൻ ഐവാന്റെയും ആത്മീയാധപതനത്തിന്റെയും ഉയിർത്തെഴുന്നേല്പിന്റെയും കഥയാണ്. മോസ്കോയിൽ വെച്ച് അച്ഛന്റെ കൊലപാതം ഒരു ഞെട്ടലോടാണവൻ കേൾക്കുന്നത്. അഞ്ചുദിവസം കഴിഞ്ഞ് നാട്ടിലെത്തിയ ഐവാൻ ദിമിത്രിയാണ് ഘാതകൻ എന്ന് വിശ്വസിക്കുന്നു. അപ്പോൾ താനും ഘാതകനാണെന്ന് മനസ്സ് അവനോട് മന്ത്രിച്ചു. പ്രക്ഷുബ്ധമായ അവന്റെ മനസ്സു കുറ്റബോധത്താൽ നീറിപ്പുകഞ്ഞു. സത്യമറിയാൻ അലോഷ്യയെ കണ്ടപ്പോൾ അലോഷ്യ ഇങ്ങനെ പറഞ്ഞു. “അങ്ങല്ല ഘാതകൻ എങ്കിലും അങ്ങ് അതാഗ്രഹിച്ചു. ഒരു വിഷപ്പാമ്പ് മറ്റൊന്നിനെ വിഴുങ്ങുന്നു എന്ന് അങ്ങു പറഞ്ഞില്ലേ?” ഇതോടെ ഐവാന്റെ അന്തരംഗം പ്രക്ഷുബ്ധമാകുന്നു. ഉടൻതന്നെ അവൾ സ്റ്റെർഡിയാക്കോവിനെ കാണുന്നു. ആദ്യത്തെ കൂടിക്കാഴ്ചയിൽ മൂപ്പിലിനെക്കൊന്നത് ആരെന്ന് സ്റ്റെർയിക്കോവ് വെളിപ്പെടുത്തുന്നില്ല. ഐവാന്റെ സിരാചക്രം തകരാറിലാകുന്നു. അവന് വിറയൽ അനുഭവപ്പെടുന്നു. പിന്നീടുള്ള കൂടിക്കാഴ്ചയിൽ താനല്ല അച്ഛനെ കൊന്നതെന്ന് ഐവാൻ ഭ്രാന്തമായ ദേഷ്യത്തോട് പറയുമ്പോൾ സ്മെർഡിയാക്കോവ് ഇങ്ങനെ പറയുന്നു.

“ശരി, അങ്ങനെയാണെങ്കിൽ അങ്ങാണ് കൊന്നത്. അങ്ങാണ് സാക്ഷാൽ ഘാതകൻ. ഞാൻ അങ്ങയുടെ ആയുധംമാത്രം. അങ്ങയുടെ

വിശ്വസ്ത ഭൃത്യൻ അങ്ങയുടെ വാക്കനുസരിച്ച് മാത്രം.'' ഇതുകേട്ട് ഐവാൻ പേടിച്ചു വിറയ്ക്കാൻ തുടങ്ങി. പിന്നെ സ്വയം വിമർശനത്തിലേക്കും കുറ്റസമ്മതത്തിലേക്കും നീങ്ങുന്നു. ഒരുവേള ഞാനും അപരാധിയാണ്. ''ഒരുവേള എനിക്കും അച്ഛൻ മരിക്കണമെന്നാഗ്രഹമുണ്ടായിരുന്നു. ഞാൻ നിന്നെ പ്രേരിപ്പിച്ചില്ല. ഞാൻ കുറ്റവാളിയല്ല. നാളെ വിചാരണ സമയത്ത് ഞാൻ എനിക്കെതിരെ തെളിവുകൾ നല്കും.'' കുറ്റബോധം കൊണ്ട് അവൻ വിങ്ങിപ്പൊട്ടി. ''അങ്ങുസമർത്ഥനാണ്. അങ്ങേയ്ക്ക് പണത്തോടാണ് താല്പര്യം. അങ്ങേക്ക് അദ്ദേഹത്തിന്റെ അതേ ആത്മാവാണ്.'' സ്മെർഡിയാക്കോവിന്റെ ഈ വാക്കുകൾ അവന്റെ അന്തരംഗത്തെ പ്രക്ഷുബ്ധമാക്കി. പിടിച്ചുനില്ക്കാൻവയ്യാതെ അവൻ ആകെ പതറിപ്പോകുന്നു. പാപഭാരംകൊണ്ട് അവൻ വെന്തുരുകുന്നു. ജ്വരാവസ്ഥയിലെത്തുന്ന അവൻ രണ്ടായിപ്പിളരുന്നു. ദൈവവും സാത്താനും അവനെ പങ്കിട്ടെടുത്തു. അവന്റെ സ്വത്വം വിഘടിതമാവുന്നു. ചെകുത്താൻ പേടിസ്വപ്നമായി അവനെ കീഴടക്കി. പിന്നെ ചെകുത്താനും ദൈവവുമായുള്ള പോരാട്ടത്തിന്റെ വേദിയായി അവന്റെ അന്തരംഗം മാറുന്നു. ''നിങ്ങൾ ഞാൻ തന്നെയാണ്.'' എന്ന് ഐവാൻ പറയുമ്പോൾ തന്റെ നിന്ദ്യവും നീചവുമായ ഭാഗമാണ് തന്റെ സന്ദർശകനെന്ന് ഐവാൻ തിരിച്ചറിയുന്നു. ബുദ്ധിയിലും ന്യായത്തിലും മാത്രം വിശ്വസിച്ചുപോന്ന അവന് ഇപ്പോൾ തിരിച്ചറിവുണ്ടാകുന്നു. ''എന്റെ പ്രിയപ്പെട്ട ചങ്ങാതി നിങ്ങൾ ബുദ്ധിയിൽ മാത്രം വിശ്വസിക്കുന്നു. ബുദ്ധിമാത്രമല്ല കാര്യമായിട്ടുള്ളത്.'' കഠിനമായ പരീക്ഷണങ്ങളിൽക്കൂടിയും തീവ്രമായ പീഡാനുഭവങ്ങളിൽക്കൂടിയും കടന്നുപോകുന്ന ഐവാൻ ഇപ്പോൾ മനസ്സിലാക്കുന്നു. ''കഷ്ടതയാണ് ജീവിതം.'' ദുരിതാനുഭവങ്ങൾ കൂടാതെ ജീവിതത്തിനെന്തുസുഖം?'' രോഗവും ചിത്തഭ്രമവും അവനെ കീഴടക്കുന്നു. അവൻ എല്ലാവരെയും വെറുക്കുന്നു. സ്വയം നിന്ദിക്കുന്നു. യുക്തിക്കും വിശ്വാസത്തിനുമിടയിൽ അവൻ ചാഞ്ചാടുന്നു. ഉണർന്നിരിക്കുന്നോ, ഉറങ്ങുന്നോ എന്നവനറിഞ്ഞുകൂടാ. അവന്റെ പ്രജ്ഞയറ്റുപോകുന്നു. ഭ്രാന്തിന്റെ പിടിയിലമരുന്നു. യുക്തിയും വിശ്വാസത്തിനുമിടയിൽ ഞെരിഞ്ഞമരുന്ന ഐവാന്റെ നിസ്സഹായതയും ദൈന്യവും നോവലിന്റെ ഹൃദയസ്പർശിയായ ഭാഗമാണ്. സ്മെർഡിയാക്കോവിന്റെ മരണവാർത്തയുമായി അലോഷ്യ ഐവാന്റെടുത്തു വരുമ്പോഴും അവൻ പേടിസ്വപ്നത്തിൽ നിന്നും പൂർണ്ണമായി മുക്തിനേടിയില്ല. എങ്കിലും പീഡാനുഭവത്തിൽ ശുദ്ധീകരിക്കപ്പെട്ട പരിവർത്തനവിധേയനായ ഒരു ഐവാനെയാണ് അലോഷ്യ കാണുന്നത്. ദിമിത്രിക്കും ഐവാനും വേണ്ടി അവൻ പ്രാർത്ഥിക്കുന്നു. ഐവാന്റെ ഇപ്പോഴത്തെ സ്ഥിതി എന്തെന്ന് അവനു മനസ്സിലായി. ഒരു ധീരമായ നിശ്ചയത്തിന്റെ തീവ്രവേദന ഒരു നിഷ്കളങ്കമായ അന്തഃകരണത്തിന്റെ പ്രവൃത്തി ഇപ്പോൾ വരെ ഐവാൻ അവിശ്വസിച്ച ദൈവവും അവിടുത്തെ സത്യവും അവന്റെ ഹൃദയത്തിൽ അധീശത്വം നേടിത്തുടങ്ങുകയായിരുന്നു. ഐവാൻ ഒന്നുകിൽ

സത്യത്തിന്റെ പ്രകാശത്തിൽ ഉയരും, അല്ലെങ്കിൽ വിദ്വേഷത്തിൽ നശിക്കും. അലോഷ്യ ഐവാനുവേണ്ടി പ്രാർത്ഥിച്ചു. വിചാരണ വേളയിൽ തന്റെ മനഃസാക്ഷിക്കുത്തിൽനിന്നും രക്ഷപ്പെടാനാണ് ഐവാൻ പരസ്യമായി കുറ്റസമ്മതം നടത്തുന്നത്. ഞങ്ങളുടെ അച്ഛനെ കൊന്നതു അവനാണ്, അല്ലാതെ ഞങ്ങളുടെ സഹോദരനല്ല. അവനാണ് കൊന്നത്. ഞാനാണ് പ്രേരിപ്പിച്ചത്. "സ്വന്തം അച്ഛൻ മരിക്കണമെന്ന് ആഗ്രഹിക്കാത്തവർ ആരുണ്ട്." അവന്റെ സ്വസ്ഥബുദ്ധിയിൽ സംശയിച്ചവരോട് ഐവാൻ ഇങ്ങനെ പറഞ്ഞു.

"എന്റെ അച്ഛൻ വധിക്കപ്പെട്ടു അതുഭയങ്കരമെന്ന് എല്ലാവരും ഭാവിക്കുന്നു. അവർ കപടവേഷം കാണിക്കുന്നു. കള്ളന്മാർ, അവരെല്ലാം സ്വന്തം അച്ഛൻ മരിക്കണമെന്നാഗ്രഹിക്കുന്നവരാണ്. ഒരു സർപ്പം മറ്റൊരു സർപ്പത്തെ വിഴുങ്ങുന്നു. കൊല നടന്നില്ലായിരുന്നെങ്കിൽ അവർ പരിഭ്രമിച്ചേനെ. രസമില്ലാതായിരിക്കും വീട്ടിൽ പോവുക." അവൻ ഇതുകൂടി പറഞ്ഞു. "ദിമിത്രിക്കു പകരം നിങ്ങൾ എന്നെ ബന്ധിച്ചോളു. ഞാൻ വെറുതെയല്ല വന്നത്." അതൊരു കുറ്റസമ്മതവും കുമ്പസാരവുമാണ്. ശുദ്ധീകരണത്തിലേക്കുള്ള വഴിയും.

ദിമിത്രിയും ഐവാനും മാത്രമല്ല. ഗ്രുഷങ്കായും കത്രീനയും സാത്വികനും ദയാലുവുമായ അലോഷ്യപോലും പാപഭാരത്തിൽ നീറ്റലനുഭവിക്കുന്നവരാണ്. സാംസനോവ് എന്ന ധനികന്റെ വെപ്പാട്ടിയും യുവ സുന്ദരിയുമായ ഗ്രുഷങ്കായിൽ പിതാവും മകനും ഒരേ സമയം അനുരക്തരാകുന്നതോടെ പാവ്ലോവ് കുടുംബം ദുരന്തത്തിലേക്കു നീങ്ങുകയാണ്. ഫാദർ സൊസീമയും അലോഷ്യയും ഇതു മുൻകൂട്ടിക്കാണുന്നു. ഗ്രുഷങ്കയാകട്ടെ പണത്തിനുവേണ്ടി രണ്ടുപേരെയും കുരങ്ങു കളിപ്പിക്കുന്നു. അന്വേഷണ ഉദ്യോഗസ്ഥർ താവർണ്ണയിലെത്തി പാവ്ലോവിനെ കൊന്നത് ദിമിത്രിയാണെന്നു പറയുമ്പോൾ ഗ്രുഷങ്കാ ഇങ്ങനെ പറയുന്നു. "ഞാനാണ് അങ്ങേരെ അതിന് പ്രേരിപ്പിച്ചത്. ഞാനും കുറ്റക്കാരിയാണ്. പ്രേരണയും കുറ്റംതന്നെ. സൈബീരിയായിലേക്കുപോകാൻ ഞാനും തയ്യാറാണ്." പ്രേരണാക്കുറ്റത്തിന് ഐവാനെപ്പോലെ ദുഃഖിച്ച് അവളും പീഡാനുഭവത്തിനു വിധേയമാകുന്നു. ശുദ്ധീകരിക്കപ്പെടുന്ന വിഷയാസക്തി. തന്റെ പ്രധാന രചനകളിലെല്ലാം മതപരവും, ധാർമ്മികവുമായ ഒരു ദർശനം കാഴ്ചവെക്കാൻ ദസ്തയേവ്സ്കി എപ്പോഴും ശ്രമിച്ചിരുന്നു. "വിഷയാസക്തി ഒരുവനെ നാശത്തിലേക്ക് നയിക്കും. അവൻ അച്ഛനമ്മമാരെയും സ്വന്തം നാടിനെയും മക്കളെയും ത്യജിക്കും. സത്യവാനാണെങ്കിൽ മോഷ്ടിക്കും. ചതിക്കും, കൊലചെയ്യും." ദയസ്തയേവ്സ്കി ഇവിടെ നല്കുന്ന സന്ദേശവും ഇതുതന്നെയാണ്. അങ്ങനെ ചെയ്ത കുറ്റത്തിനും, കുറ്റം ആഗ്രഹിച്ചതിന്റെ പേരിലും പീഡാനുഭവം ഏറ്റുവാങ്ങി ആത്മശുദ്ധീകരണം നേടുന്നവരാണ് പ്രധാന കഥാപാത്രങ്ങളെല്ലാം. കരമസോവ് സഹോദരന്മാർ. ക്രൈം നോവൽ ഒരു റഷ്യൻ ബൈബിളായി മാറുകയാണിവിടെ. *കരമസോവ് സഹോദരന്മാർ* വായിക്കുക എന്നാൽ ബൈബിൾ വായിക്കുക എന്നാണ്. ബൈബിളിലേക്കൊരു തീർത്ഥയാത്ര. അതുകൊണ്ടായിരിക്കാം അസാന നാളുകളിൽ ടോൾസ്റ്റോയി തന്റെ കിടക്കയ്ക്കരികിൽ ഈ പുസ്തകം വെച്ചിരുന്നത്.

ഐവാൻ കരമസോവ്: മഹാതാർക്കികന്റെ വ്യസനവും യുക്തിവിചാരങ്ങളും

ദസ്തയേവ്സ്കി തന്റെ ആത്മഛായയിൽ നിർമ്മിച്ച അനശ്വര കഥാപാത്രമാണ് ഐവാൻ കരമസോവ്. ഐവാൻ കരമസോവ് വെറുമൊരു കഥാപാത്രമല്ല. ഒരു പ്രഹേളികയാണ്. പ്രതിഭാസമാണ്. സിദ്ധാന്തമാണ് ഹാംലറ്റിനെപ്പോലെ (ഷേക്സ്പിയർ) സാത്താനെപ്പോലെ (മിൽട്ടൺ) വായനക്കാരെ അമ്പരപ്പിക്കുകയും അതിശയിപ്പിക്കുകയും ചെയ്യുന്ന അത്ഭുത സൃഷ്ടി. മൂന്നു കരമസോവ് സഹോദരന്മാരിൽ രണ്ടാമൻ. മൗനി, ബുദ്ധിമാൻ, സംശയാലു. ദൈവനിഷേധിയും യുക്തിവാദിയുമായ ഈ സംശയാലു ഉയർത്തുന്ന നിരവധി ചോദ്യങ്ങൾ ഇന്നും ഉത്തരം കാണാതെ കിടക്കുന്നു. ദസ്തയേവ്സ്കിയുടെ കലാമികവിന്റെ ഏറ്റവും വലിയ വിജയമായി ഐവാനെ കണക്കാക്കാം. സൃഷ്ടിക്കു മുന്നിൽ പേടിച്ചും വിറച്ചും തളർന്നും രചിച്ചെടുത്ത ഈ കഥാപാത്രം രചയിതാവിന്റെ എല്ലാ ശക്തിയും ചോർത്തിക്കളഞ്ഞതായി പല ജീവചരിത്രകാരന്മാരും അഭിപ്രായപ്പെടുന്നു. അതുകൊണ്ട് തന്റെ ആത്മകഥയെഴുതാൻ കഴിഞ്ഞതുമില്ല. രോഗബാധിതനായ ദസ്തയേവ്സ്കി പിന്നെ മരണത്തോടടുക്കുകയായിരുന്നു. ഷേക്സിപിയറിന് പാത്രസൃഷ്ടിയിലായിരുന്നു കൂടുതൽ താല്പര്യം ദസ്തയേവ്സ്കിക്ക് ആശയങ്ങളിലായിരുന്നു ഏറെ താല്പര്യം. എങ്കിൽപ്പോലും റസ്കൽനിക്കോവിനെയും സ്റ്റാവ്റോജിനെയും കിറിലോവിനെയും ഐവാനെയും ദിമിത്രിയെയും വായനക്കാർക്ക് ഒരിക്കലും മറക്കാൻ കഴിയില്ല. ഏറെക്കാലത്തെ കഠിന തപസ്സിനുശേഷം ജന്മം നല്കിയ *കരമസോവ് സഹോദരന്മാരിലെ* നായകനായി രചയിതാവ് തെരഞ്ഞെടുത്തതു സാത്ത്വികനും മനുഷ്യ സ്നേഹിയുമായ അലക്സി കരമസോവിനെയാണ്. എന്നാൽ അസാധാരണമായ ചിന്താശക്തിയും വാഗ്ചാതുര്യവും

കൈമുതലായുള്ള താർക്കികനായ ഐവാൻ പലപ്പോഴും നായക സ്ഥാനം പിടിച്ചു പറ്റുന്നു. നിരവധി വായനക്കാർക്ക് *കരമസോവ് സഹോദരന്മാർ* ദിമിത്രിയുടെ കുറ്റബോധത്തിന്റെയും പാപമുക്തിയുടെയും കഥയാണ്. ധാരാളം ദൈവാന്വേഷണം പ്രധാന വിഷയമായുള്ള ഈ പുസ്തകത്തിലെ ദൈവം, മതം, സഭാനിയമങ്ങൾ, പ്രപഞ്ച–നിയമങ്ങൾ, റഷ്യൻ ജീവിതം തുടങ്ങിയവയെപ്പറ്റിയുള്ള ഐവാന്റെ ഞെട്ടിക്കുന്ന വെളിപ്പെടുത്തലുകൾ വായനക്കാരെ അലോസരപ്പെടുത്തുകയും അമ്പരപ്പിക്കുകയും ചെയ്യുന്നു. ആദ്യാവസാനം ഒരു പ്രഹേളികയായി ഐവാൻ നിലകൊള്ളുന്നു. പലർക്കും പലതാണ് അവൻ ഐവാന് ദൈവമില്ലെന്നും ആശയമുണ്ടെന്നും അതുകൊണ്ടുതന്നെ അവനൊരു ശവക്കല്ലറയാണെന്ന് സഹോദരൻ ദിമിത്രി അഭിപ്രായപ്പെടുന്നു. പിതാവായ പാവ്ലോവ് ആണെങ്കിൽ അവനെ വല്ലാതെ ഭയപ്പെടുന്നു. ദൈവവുമില്ല, അമൃതത്വവുമില്ലെന്ന് ഐവാൻ പറയുമ്പോൾ ഐവാനൊരു ആഭാസനാണെന്ന് പിതാവ് പറയുന്നു. റിബലും ദൈവ നിഷേധിയുമായ ഐവാൻ സാധാരണ വിഷമത്തിലല്ല മഹത്തായ ഒരാശയത്തിനുവേണ്ടിയാണ് ദുഃഖിക്കുന്നതെന്നും അലക്സി പറയുന്നു. അതുകൊണ്ട് "ഐവാൻ അലക്സിക്കൊരു പ്രഹേളികയാണ്. എന്നാൽ, രകിതിൻ എന്ന വിദ്യാർത്ഥി മറ്റൊരുവിധത്തിലാണ് അവനെ കാണുന്നത്. ഐവാൻ പ്രക്ഷുബ്ധാത്മാവാണ്. അങ്ങേരുടെ മനസ്സ് സ്വതന്ത്രമല്ല, ഉത്തരം കിട്ടാത്ത മഹാ സംശയങ്ങളാൽ അങ്ങേര് ബാധിതനാണ്. ജനലക്ഷങ്ങളെയല്ല, അവരുടെ പ്രശ്നങ്ങൾക്കുള്ള ഉത്തരമാണ് അങ്ങേർ തേടുന്നത്." കോളിയോ എന്ന വിദ്യാർത്ഥിക്കാകട്ടെ "ഐവാനൊരു കടങ്കഥയാണ്."

ഐവാൻ ഉന്നയിക്കുന്ന പ്രശ്നങ്ങളിൽനിന്നും, യുക്തിവിചാരങ്ങളിൽനിന്നും അലസവായനക്കാരനുപോലും ഒരിക്കലും രക്ഷപ്പെടാനാവില്ല. ഗൗരവമേറിയ വായനക്കാരനു മുമ്പിൽ കീറാമുട്ടിയായും സമസ്യയായും അവൻ നിലകൊള്ളുന്നു. ഫാദർ സൊസിമയുടെ ആശ്രമത്തിൽ വെച്ച് ക്രിസ്തുമതത്തെയും സഭയെയും രൂക്ഷമായി വിമർശിക്കുന്ന ഐവാന്റെ വാക്കുകൾ നമ്മെ ഞെട്ടിപ്പിക്കുന്നു. തികഞ്ഞ ക്രൈസ്തവ വിശ്വാസിയും സാത്വികനുമായ പുരോഹിതനുമായുള്ള ഐവാന്റെ സംവാദം അവന്റെ ദൈവനിഷേധവും, ക്രിസ്തുവിരോധവും വെളിച്ചെത്തുകൊണ്ടുവരുന്നു. പിന്നീടുള്ള 'മതദ്രോഹ വിചാരകൻ' എന്ന അവന്റെ കവിതയും പേടിസ്വപ്നവും പരിവർത്തനവും വിചാരണ വേളയിലെ കുറ്റസമ്മതവും ഏറ്റുപറച്ചിലും നോവലിലെ അവിസ്മരണീയമുഹൂർത്തങ്ങളാണ്. ഐവാനിലെ ദൈവവിരോധിയെയും യുക്തി–വാദിയെയും തത്വചിന്തകനെയും സമത്വവാദിയെയും മനുഷ്യസ്നേഹിയെയും വെളിപ്പെടുത്തുന്ന സന്ദർഭങ്ങൾ. കാമാസക്തനും ആഭാസനുമായ പാവ്ലോവിന്റെ അപസ്മാര രോഗിയായ സോഫിയ എന്ന രണ്ടാം ഭാര്യയിൽ ജനിച്ചവനാണ് ഐവാൻ. മൂർഖ സ്വഭാവക്കാരനും മൗനിയും തന്ത്രശാലി

യുമായ ഇയാൾ കുട്ടിക്കാലം മുതല്ക്കേ ജ്ഞാന സമ്പാദനത്തിൽ ശ്രദ്ധാലുവായിരുന്നു. വേലക്കാരുടെയും ബന്ധുക്കളുടെയും സംരക്ഷണയിൽ കുട്ടിക്കാലം കഴിച്ചുകൂട്ടി. പതിനഞ്ചു വയസ്സു മുതൽ നികൃഷ്ടനും ദുഷ്ട നുമായ പിതാവിനെ വെറുത്തുതുടങ്ങുന്നു. ട്യൂഷനെടുത്തും പത്രക്കുറി പ്പുകളെഴുതിയും കിട്ടിയ വരുമാനത്തിൽ ജീവിക്കുന്നു. യൂക്ലിഡിയൻ ശാസ്ത്രചിന്തയിൽ വിശ്വസിച്ച അവൻ 'എല്ലാം ന്യായയുക്തമാണെന്ന്' വിശ്വസിക്കുന്നു. താന്തോന്നിയും സ്ത്രീലമ്പടനുമായ ദിമിത്രിയെന്ന സഹോദരനെ വെറുക്കുന്നു. ഗ്രുഷങ്ക എന്ന യുവസുന്ദരിക്കുവേണ്ടി അച്ഛ ന്റെയും മകന്റെയും പിടിവലിയിലും മത്സരത്തിലും ഉള്ളിൽ രസം കണ്ടെത്തി. 'രണ്ടിഴജന്തുക്കൾ പരസ്പരം വിഴുങ്ങാൻ ശ്രമിക്കുന്നു. രണ്ടു പേർക്കും അതു യുക്തംതന്നെ' അവൻ വിചാരിച്ചു. എന്നാൽ ഫാദർ സൊസിമയുടെ വത്സല ശിഷ്യനും സഹോദരനുമായ അലക്സിയോടു സ്നേഹവും അടുപ്പവുമായി. കരമസോവുകളുടെ സ്വഭാവവിശേഷമായ ജീവിതാസക്തിയിൽനിന്നും അവനും മുക്തനായിരുന്നില്ല. "എനിക്ക് ജീവിച്ചേ പറ്റൂ. ജീവിത പാനപാത്രം കുടിച്ചുവറ്റിച്ചേ ഞാൻ പിൻമാറു." അവൻ ആവർത്തിച്ചു പറഞ്ഞു. ഐവാന്റെ ദൈവനിഷേധത്തിൽ അസ്വസ്ഥനായ അലക്സി അവനെ എങ്ങനെയെങ്കിലും ദൈവത്തി ലേക്കും ക്രിസ്തുവിലേക്കും മടക്കിക്കൊണ്ടു വരണമെന്നാഗ്രഹിച്ചു. എന്നാൽ അലക്സിയുമായുള്ള സംഭാഷണത്തിൽ ഐവാൻ തന്റെ നിലപാടുകൾ കടുപ്പിക്കുകയാണ് ചെയ്യുന്നത്. "ദൈവം ആവശ്യമാ ണെന്ന ആശയം മനുഷ്യനെപ്പോലെ നിഷ്ഠരനും ദുഷ്ടനുമായ ഒരു ജന്തുവിന്റെ തലയിൽ വന്നുകൂടിയതാണെന്ന്" അവൻ അലക്സിയോടു തുറന്നു പറയുന്നു. ഒരു പരാശക്തിയിൽ വിശ്വസിക്കുന്ന അവൻ "ദൈവം മനുഷ്യനെ സൃഷ്ടിച്ചോ മനുഷ്യൻ ദൈവത്തെ സൃഷ്ടിച്ചോ എന്നു ചിന്തിച്ച് സമയം കളയാൻ തയ്യാറല്ല." ദൈവത്തെ അംഗീകരിച്ചാൽ പ്പോലും ദൈവത്തിന്റെ ഈ ലോകത്തെ അംഗീകരിക്കാൻ അവൻ തയ്യാറല്ല. പിന്നീട് ക്രിസ്തുമതത്തിന്റെ അടിസ്ഥാനതത്ത്വങ്ങളെ അവൻ നിശിതമായി വിമർശിക്കുന്നു. "ഒരാൾക്ക് അവന്റെ അയൽക്കാരനെ എങ്ങനെ സ്നേഹിക്കാൻ കഴിയുമെന്ന് എനിക്ക് മനസ്സിലാക്കാൻ വയ്യ." അവൻ തുറന്നടിക്കുന്നു. മനുഷ്യരാശിയിൽ ധാരാളം സ്നേഹം നിലനില്ക്കുന്നുവെന്നും, ഏതാണ്ട് ക്രിസ്തുസഹജമായ സ്നേഹം നിലനില്ക്കുന്നു എന്നും അലക്സി പറയുമ്പോൾ "ക്രിസ്തുസഹജമായ സ്നേഹം ഭൂമിയിൽ അസാദ്ധ്യമായ ഒരത്ഭുതമാണെന്ന്" ഐവാൻ വീറോടെ തിരിച്ചടിക്കുന്നു. ആശയങ്ങളും സംശയങ്ങളും കുഞ്ഞുങ്ങളുടെ ദുഖവുമാണ് ഈ മഹാ സംശയാലുവിന് വ്യസനം നല്കുന്നത്. റഷ്യക്കാർ സാഡിസ്റ്റുകളാണെന്നും, അവർ കുഞ്ഞുങ്ങളെ പീഡിപ്പിച്ച് രസിക്കുന്നവരാണെന്നും അവർ കുറ്റാരോപണം നടത്തുന്നു. "ഓരോ മനുഷ്യരിലുമുണ്ട് ഒരു ചെകുത്താൻ ക്രോധത്തിന്റെ ചെകുത്താൻ" ഐവാൻ തുടർന്നു. "ഞാൻ മുതിർന്നവരുടെ ദുരിതങ്ങളെപ്പറ്റി ഒന്നും

പറയുന്നില്ല. അവർ കനി തിന്നവരാണ്. അവർപോയി തുലയട്ടെ.'' എന്നാൽ കുഞ്ഞുങ്ങൾ. തന്റെ പട്ടിയെ കല്ലെറിഞ്ഞകുട്ടിയെ വേട്ടപ്പട്ടിയെ വിട്ട് കഷണങ്ങളാക്കിയ ഒരു ജനറലിനെപ്പറ്റി അവൻ പറഞ്ഞു. ''പരലോകത്തെ സ്വർഗ്ഗത്തിനും സൗഭാഗ്യത്തിനുംവേണ്ടി ഇവിടെ കുഞ്ഞുങ്ങൾ കഷ്ടപ്പെടണോ? പറുദീസ നഷ്ടപ്പെട്ട മനുഷ്യൻ സ്വാതന്ത്ര്യം അഭിലഷിച്ച് സ്വർഗ്ഗത്തിൽനിന്ന് അഗ്നി മോഷ്ടിച്ചു. അതു കൊണ്ട് അവരോട് സഹതപിക്കേണ്ടകാര്യമില്ല.'' ലോകത്തിൽ ക്ലേശ മുണ്ടെന്നും ആരും കുറ്റക്കാരല്ലെന്നും അവൻ വിശ്വസിക്കുന്നു. ''മാൻപേട സിംഹത്തോടൊപ്പം കിടക്കുന്നതും, ദ്രോഹിക്കപ്പെടുന്നവൻ എഴുന്നേറ്റ് ഘാതകനോടൊപ്പം ആശ്ലേഷിക്കുന്നതും എന്റെ കൺമുമ്പിൽ കാണണം.'' ഇതെല്ലാംകേട്ട അലക്സി ഇങ്ങനെ പ്രതികരിച്ചു. 'സർവ്വവും ക്ഷമി ക്കാനും, സർവ്വർക്കും മാപ്പ് കൊടുക്കാനും കഴിയുന്ന ഒരാൾ, ക്രിസ്തു. ഇവിടെ ഉണ്ടായിരുന്നു. അദ്ദേഹത്തിന്റെ നിർദ്ദോഷമായ രക്തം എല്ലാവർക്കുംവേണ്ടി നല്കി.' ഈ അവസരത്തിൽ ഐവാൻ ഒരു കൊല്ലംമുമ്പെഴുതിയ 'ഉഗ്രനായ മതദ്രോഹ വിചാരകൻ' എന്ന ഗദ്യകവിത അലക്സിക്കുവേണ്ടി വായിക്കുന്നു.

16–ാം നൂറ്റാണ്ടിലെ സ്പെയിനിലെ സിവൈലിലാണ് കഥ നട ക്കുന്നത്. മതദ്രോഹവിചാരണ നടത്തി മതദ്രോഹികളെ അഗ്നികുണ്ഡ ത്തിലിട്ട്. ഹോമിക്കുന്ന ഭീകരകാലം നൂറോളം മതവിരോധികളെ മത ദ്രോഹവിചാരക കർദ്ദിനാൾ ദഹിപ്പിച്ച ആസ്ഥലത്തേക്ക് പണ്ട് മനുഷ്യ രുടെ ഇടയിൽനടന്ന അതേ വേഷത്തിൽ ക്രിസ്തു കടന്നുവരുന്നു. അവനെ തിരിച്ചറിഞ്ഞ പുരുഷാരം അവനു ചുറ്റുംകൂടി. അവൻ അന്ധനു കാഴ്ച നല്കി, മരിച്ച കുട്ടിക്ക് ജീവൻ നല്കി. ആളുകൾ ഭക്തിപുരസ്സരം അവനുചുറ്റും കൂടി. ഇതെല്ലാം കണ്ടുനിന്ന വൃദ്ധനായ മതദ്രോഹവിചാര കൻ അവനെ കൽത്തുറുങ്കിലടയ്ക്കുന്നു. പിന്നീടവനെ രൂക്ഷമായി നോക്കിക്കൊണ്ടു നിരവധി ചോദ്യങ്ങൾ ''ഇതു നീ തന്നെയാണോ? നീ നേരത്തേ പറഞ്ഞതിനോട് ഒന്നും കൂടിച്ചേർക്കാൻ നിനക്കവകാശമില്ല.'' ഒരു മുന്നറിയിപ്പെന്നോണം വൃദ്ധൻ അവനോട് പറഞ്ഞു: ''ഞങ്ങളെ തടസ്സപ്പെടുത്താൻ നീ എന്തിനു വന്നു? നീ ഞങ്ങൾക്ക് വിഘ്നകാരി യായി വന്നു. മതദ്രോഹി എന്ന നിലയിൽ ഞാൻ നിന്നെ മരണ ശിക്ഷയ്ക്കു വിധിക്കും.'' ഇതെല്ലാംകേട്ട തടവുകാരൻ (ക്രിസ്തു) ഒരക്ഷരവും മിണ്ടാത്തത് അലക്സിയെ അത്ഭുതപ്പെടുത്തി. അവൻ ഐവാനോട് ഇങ്ങനെ ചോദിച്ചു. ''തടവുകാരൻ മൗനിയാണോ?'' അയാൾ ഒന്നും പറയാത്തതെന്താ? ക്രിസ്തുവിനെതിരെയുള്ള കുറ്റപത്രം നീണ്ടുപോകുന്നു. അവൻ മനുഷ്യന് സ്വാതന്ത്ര്യം നല്കിയത് വലിയ തെറ്റായിപ്പോയി എന്ന് വൃദ്ധൻ ആരോപിക്കുന്നു. ഞാൻ നിങ്ങളെ സ്വതന്ത്രരാക്കുമെന്നതിന്റെ പ്രഖ്യാപനത്തിന്റെ പേരിൽ കത്തോലിക്കാ മതത്തിനു വലിയ വിലകൊടുക്കേണ്ടി വന്നകാര്യം മതദ്രോഹവിചാരകൻ അവനെ അറിയിക്കുന്നു. അപ്പോഴും തടവുകാരൻ സാമ്യനായി,

മൗനിയായിനിന്നു. അതുകണ്ട അവൻ ഇങ്ങനെ ചോദിച്ചു. "നീ എന്നോട് കോപിക്കാൻ പോലും പ്രസാദിക്കാത്തതു എന്തുകൊണ്ട്?" "മനുഷ്യൻ കലഹപ്രിയനായി ജനിക്കുന്നു." കലഹപ്രിയർക്ക് എങ്ങനെ സുഖം കിട്ടുമെന്നും അയാൾ ചോദിക്കുന്നു. പിന്നീട് അവൻചെയ്ത ഏറ്റവും വലിയ കുറ്റത്തിലേക്ക് ആ വൃദ്ധൻ തിരിഞ്ഞു. "മനുഷ്യന് ഒരിക്കലും മനസ്സിലാക്കാൻ വയ്യാത്ത സ്വാതന്ത്ര്യത്തെ നീ അവർക്ക് വാഗ്ദാനം ചെയ്തു. സ്വാതന്ത്ര്യത്തേക്കാൾ ദുർവ്വഹമായി മനുഷ്യവർഗ്ഗത്തിന് മറ്റൊന്നില്ല. വന്ധ്യമായ മരുഭൂമിയിലെ കല്ലുകളെ അപ്പമാക്കിയാൽ മനുഷ്യവർഗ്ഗം മൊത്തത്തിൽ ആട്ടിൻ പറ്റത്തെപ്പോലെ നിന്റെ പിറകേ വരും. എന്നാൽ മനുഷ്യന്റെ സ്വാതന്ത്ര്യം ഇല്ലാതാക്കാൻ നീ ഇഷ്ടപ്പെട്ടില്ല. അപ്പം കൊടുത്തു അനുസരണവാങ്ങാൻ തയ്യാറാകാത്ത നീ മനുഷ്യൻ അപ്പംകൊണ്ടു മാത്രമല്ല ജീവിക്കുന്നതെന്ന് പറഞ്ഞു. "വൃദ്ധൻ അവന്റെ കുറ്റവിചാരണയുമായി മുന്നേറുന്നു. സ്വർഗ്ഗീയ അപ്പത്തിനു വേണ്ടി ലൗകികമായ അപ്പത്തെ നീ നിഷേധിച്ചു. അപ്പം കൊടുക്കൂ. മനുഷ്യൻ നിന്നെ പൂജിക്കും."

"മനുഷ്യന്റെ സ്വാതന്ത്ര്യം അവരിൽ നിന്നെടുത്തില്ലെന്നോ പോകട്ടെ, നീ അതു വർദ്ധിപ്പിച്ചു. അവർക്കുവേണ്ടി സ്വന്തം ജീവൻ ബലികഴിച്ച് മനുഷ്യരെ നീ ഉന്നതസ്ഥാനത്തു നിർത്തി. നിന്നേക്കാൾ കൂടുതൽ അവരെ സ്നേഹിച്ചു. നീ തെരഞ്ഞെടുക്കപ്പെട്ടവരുടെ രക്ഷകനായി. ദുർബ്ബലരുടെയും നികൃഷ്ടരുടെയും രക്ഷകർ ഞങ്ങളായി." തടവുകാരന്റെ മൗനം വൃദ്ധന്റെ നെഞ്ചിടിപ്പ് വർദ്ധിപ്പിച്ചു. യഥാർത്ഥത്തിൽ കത്തോലിക്കാസഭയാണ് സാധാരണക്കാരെ സ്നേഹിക്കുന്നതെന്നും അവർക്ക് പാപംചെയ്യാൻപോലും അനുവാദം നല്കിയെന്നും വൃദ്ധൻ പറഞ്ഞപ്പോൾ അവൻ തന്റെ സൗമ്യമായ കണ്ണുകൾകൊണ്ട് വൃദ്ധനെ നോക്കി. "കോപിക്കൂ, എനിക്ക് നിന്റെ സ്നേഹം ആവശ്യമില്ല." വൃദ്ധൻ ഒരിക്കൽക്കൂടി പറഞ്ഞു. സമ്പൂർണ്ണ കീഴടങ്ങലും അനുസരണയും ആവശ്യപ്പെടുന്ന കാത്തോലിക്കസഭയുടെ വക്താവുകൂടിയാണ് മതദ്രോഹവിചാരകൻ. "നിങ്ങളുടെ മതദ്രോഹ വിചാരകൻ ദൈവത്തിൽ വിശ്വസിക്കുന്നില്ല." സഹികെട്ട അലക്സി ഉടൻ തന്നെ പ്രതികരിച്ചു. ഐവാൻ ദൈവത്തിൽ വിശ്വസിക്കാത്തതിൽ അലക്സിയും ദുഖിച്ചു. കവിത എങ്ങനെ അവസാനിക്കുന്നുവെന്ന് അലക്സിയുടെ ചോദ്യത്തിന് ഐവാൻ ഇങ്ങനെ മറുപടി നല്കി. "തടവുകാരന്റെ മൗനം വലിയ ഭാരമായി വൃദ്ധനനുഭവപ്പെട്ടെന്നും അവൻ മറുപടിക്കു തയ്യാറല്ലെന്നും വൃദ്ധനു മനസ്സിലായി. അവന്റെ വാക്കുകൾ അരോചകവും ഭയങ്കരവുമായാലും തരക്കേടില്ല. എന്തെങ്കിലും ഒന്നു പറഞ്ഞുകേൾക്കാൻ വൃദ്ധൻ ആഗ്രഹിച്ചു. എന്നാൽ അവൻ ഒന്നുംമിണ്ടാതെ വൃദ്ധനെ സമീപിച്ചു അയാളുടെ ചോരമയമില്ലാത്ത ചുണ്ടുകളെ ചുംബിച്ചു. അതു മാത്രമായിരുന്നു മറുപടി. വൃദ്ധൻ വിറച്ചു. അയാളുടെ അധരങ്ങൾ ചലിച്ചു. വേഗംചെന്ന് വാതിൽ തുറന്ന വൃദ്ധൻ അവനോട് പറഞ്ഞു

"പോകൂ, മേലിൽ വരരുത്... ഒരിക്കലും വരരുത്, ഒരിക്കലും വരരുത്." അയാൾ അവനെ പട്ടണത്തിലെ ഇരുളടഞ്ഞ വീഥിയിലേക്കിറക്കി വിട്ടു. അവൻ പോയി *കരമസോവ് സഹോദരന്മാരെന്ന്* പ്രഹേളികാ നോവലിലെ മറ്റൊരു പ്രഹേളികയായി ഐവാന്റെ മതദ്രോഹവിചാരകൻ മാറി. അത് ദസ്തയേവ്സ്കിയെ ലോക സാഹിത്യത്തിന്റെ നെറുകയിലെത്തിച്ചു. അതിലെ അഴിയാത്ത നിഗൂഢതകളും ഞെട്ടിപ്പിക്കുന്ന വെളിപ്പെടുത്തലുകളും അമ്പരപ്പോടാണ് വായനക്കാർ നേരിട്ടത്. ഏറ്റവുംകൂടുതൽ ചർച്ചകൾക്കും വിമർശനത്തിനും വിധേയമായിട്ടുള്ള ദസ്തയേവ്സ്കിയുടെ രചനാഭാഗവും ഇതുതന്നെ. എന്നാൽ മതദ്രോഹവിചാരകൻ നോവലിൽ ആവശ്യമില്ലാത്ത ഭാഗമാണെന്ന് പല നിരൂപകരും ചൂണ്ടിക്കാണിക്കുന്നു. നേരേമറിച്ച് ഐവാന്റെ കവിത നോവലിന്റെ മർമ്മവും അഭിവാജ്യഘടകവുമാണെന്നും "റഷ്യൻ സന്ന്യാസിയും ഫാദർ സൊസീമയുടെ പേടിസ്വപ്നവും ഐവാനുള്ള മറുപടിയാണെന്നും വാദിക്കുന്നവർ ധാരാളം. മതദ്രോഹവിചാരകന്റെ കുറ്റാരോപണങ്ങൾക്കും രൂക്ഷമായ വിമർശനത്തിനും ക്രിസ്തുവിന്റെ മൗനംകൊണ്ടുള്ള മറുപടി മൗനം പലപ്പോഴും വാക്കുകളേക്കാൾ ശക്തമാണെന്ന് തെളിയിക്കുന്നു. ഏതു തരം ക്രോധത്തെയും സ്നേഹചുംബനം കൊണ്ടു തോല്പിക്കാമെന്നും ദസ്തയേവ്സ്കി വിശ്വസിക്കുന്നു. പ്രശസ്തിയുടെ കൊടുമുടിയിലെത്തിനിന്ന ദസ്തയേവ്സ്കി തന്റെ മാസ്റ്റർപീസായി കല്പിച്ച കൃതിയിൽ തനിക്ക് പറയാനുള്ളത് മുഴുവൻ പറയുന്നു. ഐവാനിലും ദിമിത്രിയിലും അലക്സിയിലും കോളിയായിലും രചയിതാവിന്റെ ആത്മാംശം കണ്ടെത്താൻ പ്രയാസമില്ല. ജീവിതകാലം മുഴുവൻ തന്നെ പീഡിപ്പിക്കുകയും അസ്വസ്ഥനാക്കുകയും ചെയ്ത പ്രശ്നങ്ങളാണ് ദസ്തയേവ്സ്കി ഐവാനിൽ കൂടി വെളിപ്പെടുത്തുന്നത്. റിബലും യുക്തിവാദിയും വിപ്ലവകാരിയുമായിരുന്ന ഈ എഴുത്തുകാരന് ക്രൈസ്തവ ദർശനവും പ്രിയപ്പെട്ടതായിമാറി. യുക്തിയും വിശ്വാസവും സമന്വയിപ്പിച്ചുള്ള ഒരു ചിന്താധാരയ്ക്കു രൂപംനല്കി. സൊസീമയുടെ ആത്മകഥാക്കുറിപ്പുകളും അന്ത്യനിമിഷ വചനങ്ങളും ഐവാന്റെ പേടി സ്വപ്ന വിചാരങ്ങളും ഐവാന്റെ യുക്തിവിചാരത്തിനും ദൈവനിഷേധത്തിനുമുള്ള മറുപടിയായി കണക്കാക്കാം. മനുഷ്യന്റെ ആത്മീയ മഹിമയെപ്പറ്റി ഫാദർ സൊസീമ ഇങ്ങനെ പറയുന്നു.

"ക്രിസ്തുവിന്റെ പ്രതിരൂപം ഒരു വിലപിടിപ്പുള്ള രത്നംപോലെ കാത്തുസൂക്ഷിക്കണം. അതു സർവ്വലോകത്തിനും പ്രഭചൊരിയും. ക്രിസ്തുവിനെ നിരാകരിച്ചുകൊണ്ടുള്ള ഒരു ജീവിതം അസാദ്ധ്യം തന്നെ." ഫാദർ പെയ്സിയുടെ വാക്കുകൾ ഇതിനോട് ചേർത്തുവായിക്കാം. "ക്രിസ്തുമതം ഉപേക്ഷിച്ച് അവനെ എതിർക്കുന്നവർ പോലും തങ്ങളുടെ നിഗൂഢമനസ്സിൽ ഇന്നും ക്രൈസ്തവ ദർശനംതന്നെ അനുസരിക്കും. അവരുടെ കുശാഗ്രബുദ്ധിക്കും ഉത്സാഹത്തിനുമൊന്നും പണ്ട് ക്രിസ്തു നല്കിയതിനേക്കാൾ മഹനീയമായ ഒരാശയം പ്രദാനം ചെയ്യാൻ സാധി

ച്ചിട്ടില്ല. മതദ്രോഹവിചാരത്തിൽ ദസ്തയേവ്സ്കി ക്രിസ്തുവിനെ തിരാണെന്ന് വിശ്വസിക്കുന്നവർക്കുള്ള മറുപടി കൂടിയാണീ വാക്കുകൾ.

യുക്തിചിന്തയുടെയും, ദൈവനിഷേധത്തിന്റെയും നീരാളിപ്പിടുത്തത്തിൽനിന്ന് പാപമോചനത്തിലേക്കും ദൈവ വിശ്വാസത്തിലേക്കും ഐവാൻ എത്തുന്നു. “അച്ഛനെ കൊന്നത് ഞാനാണ് എന്നാൽ നിങ്ങളാണ് കൊലപാതകി. ഞാൻ നിങ്ങളുടെ ഉപകരണം മാത്രം.” സ്മെർഡിയാക്കോവിന്റെ വാക്കുകൾ ഐവാനെ ഞെട്ടിച്ചുകളഞ്ഞു. കുറ്റബോധത്താലും പാപഭാരത്താലും വിങ്ങി നീറിയ അവൻ ജ്വരാവസ്ഥയിലേക്കും, ചിത്തഭ്രമത്തിലേക്കും നീങ്ങി. ചെകുത്താന്റെ സന്ദർശനത്തോടെ അവൻ രണ്ടായി പിളർന്നു. ദൈവവും ചെകുത്താനും അവനെ പകുത്തെടുത്തു. ദൈവാന്വേഷിയാം, ദൈവനിഷേധിയുമായ അവൻ അപ്പോഴും അന്വേഷിച്ചു. “ദൈവം ഉണ്ടോ, ഇല്ലായോ” അതിന് ചെകുത്താന്റെ മറുപടി “പൊന്നു ചങ്ങാതി. എനിക്കറിഞ്ഞുകൂടാ.” സ്വത്വസംഘർഷത്തിലകപ്പെട്ട അവൻ തന്നോടുതന്നെ കലഹിക്കുന്നു. സ്വയം വിചാരണയിലും സ്വയം ശകാരത്തിലുമേർപ്പെട്ടിരിക്കുന്ന അവനെ ചെകുത്താൻ ഇങ്ങനെ ശകാരിക്കുന്നു. “ബുദ്ധിമാത്രമല്ല കാര്യമായിട്ടുള്ളത്.” നിങ്ങൾ ഞാൻ തന്നെയാണെന്നും എന്റെ നിന്ദ്യവും നീചവുമായ അംശം എന്നുപറഞ്ഞു ഐവാൻ പിശാചിനെ ശകാരിക്കുന്നു. മനഃസാക്ഷി നമ്മുടെ തന്നെ സൃഷ്ടി, അതിനെച്ചൊല്ലി നാം ഉഴറുന്നതെന്തിന്. ശീലംകൊണ്ട് നമുക്കതിനെ ഉപേക്ഷിക്കാം. നാം ദൈവങ്ങളായിത്തീരും. എന്ന പിശാചിന്റെ പ്രലോഭനങ്ങളെ നിരാകരിക്കുന്ന ഐവാന്റെ നിഷ്കളങ്കമായ അന്തഃകരണം ധീരമായ നിശ്ചയത്തിനു കീഴടങ്ങി. ഐവാൻ അവിശ്വസിച്ച ദൈവവും അവിടുത്തെ സത്യവും അപ്പോഴും കീഴടങ്ങാൻ വിസമ്മതിച്ച ഐവാനുമേൽ അധീശത്വം നേടി. സത്യത്തിലും വിശ്വാസത്തിലും ഐവാൻ ശുദ്ധീകരിക്കപ്പെട്ട് ഉയിർത്തെഴുന്നേല്ക്കുന്നു. ക്രിസ്തുസഹജമായ സ്നേഹം ഭൂമിയിൽ അസാദ്ധ്യമായൊരത്ഭുതമാണെന്ന് പറഞ്ഞ ഐവാൻ ക്രിസ്തുവിൽ വിശ്വാസമർപ്പിച്ചു. അലക്സിയുടെ സ്വാധിനവും ഐവാനെ തരളഹൃദയനാക്കുന്നു. പിന്നീട് വിചാരണ കോടതിയിൽ ഐവാൻ ഇങ്ങനെ പറയുന്നു. “അയാളല്ല അച്ഛനെ കൊന്നത് ഞാനാണ് കൊലപാതകി. അല്ലെങ്കിലും സ്വന്തം അച്ഛൻ മരിക്കണമെന്നാഗ്രഹിക്കാത്തവർ ആരെങ്കിലുമുണ്ടോ?” ഇതോടെ മറ്റുള്ളവർക്കുവേണ്ടി രക്തം ചിന്തിയ ക്രിസ്തുസഹജമായ സ്നേഹം ഐവാനും സ്വന്തമാക്കുന്നു. ജീവിതകാലം മുഴുവനും തന്നെ വേട്ടയാടിയ രാഷ്ട്രീയവും സാമൂഹികവും സാംസ്കാരികവുമായ ധർമ്മസങ്കടങ്ങളാണ് ദസ്തയേവ്സ്കി ഈ നോലിൽ ഉൾക്കൊള്ളിച്ചിരിക്കുന്നത്. തന്റെ കാലഘട്ടത്തിൽ റഷ്യയിലും യൂറോപ്പിലും ഉടലെടുത്ത ശാസ്ത്രചിന്തകളുടേയും, വിപ്ലവചിന്തകളുടേയും വിവരണം കൂടിയാണിത്. റഷ്യയുടെ അക്കാലത്തെ സാമൂഹിക-സാംസ്കാരിക ജീവിതത്തിന്റെ സത്തയായി *കരമസോവ് സഹോദരന്മാരെ* കാണക്കാക്കാം. തന്റെ ഇഷ്ടപ്പെട്ട ആശ

യങ്ങളും, ഇഷ്ടക്കേടുകളും ദർശനങ്ങളും തത്ത്വവിചാരങ്ങളും അടങ്ങിയതാണീകൃതി. കഥാപാത്രങ്ങളുടെ സംവാദങ്ങളിലൂടെയും ആത്മസംഘർഷങ്ങളിലൂടെയും ദസ്തയേവ്സ്കി തന്റെ വിശ്വാസപ്രമാണങ്ങളെ കടുത്ത പരീക്ഷണങ്ങൾക്ക് വിധേയമാക്കുകയാണിവിടെ. എല്ലാ കഥാപാത്രങ്ങളും നിരന്തരമായ പീഡനങ്ങൾക്കിരയാകുന്നു. *കരമസോവ് സഹോദരന്മാരിലെ* മൂന്നു സഹോദരന്മാരുടെയും ആത്മാവുകൾ നമ്മെ വേട്ടയാടുന്നു. ജ്ഞാനിയും യുക്തിവാദിയും പുസ്തകപ്രേമിയുമായ ഐവാൻ ചിന്തിക്കുന്ന ഏതൊരാളിന്റെയും ഭാഗമാണ്. യുക്തികൊണ്ടുമാത്രം ജീവിക്കാൻ പ്രയാസമാണെന്നും മറ്റുള്ളവരുടെ വിമർശനം കൂടി നാം ഏറ്റുവാങ്ങണമെന്നും ഐവാൻ നമ്മെ ബോദ്ധ്യപ്പെടുത്തുന്നു. ദസ്തയേവ്സ്കിയെ സംബന്ധിച്ചിടത്തോളം ഐവാനൊരു വ്യക്തിയല്ല. ഒരാശയമാണ്. ദർശനമാണ്. റസ്ക്കൽ നിക്കോവ് (*കുറ്റവും ശിക്ഷയും*) ഇപ്പോളിറ്റ, ഇഡിയറ്റ്, കിറിലോവ് ചെകുത്താന്മാർ എന്നിവരിൽ കൂടി ഐവാനിലെത്തിനില്ക്കുകയാണ് ദസ്തയേവ്സ്കി എന്ന കലാകാരൻ. ഐവാൻ ഒരു നീറ്റലായും നൊമ്പരമായും പ്രഹേളികയായും എപ്പോഴും നമ്മെ വേട്ടയാടിക്കൊണ്ടേയിരിക്കും.

ഫാദർ സൊസീമാ

"ഇഡിയറ്റിലെ" പ്രിൻസ് മിഷ്കിനെപ്പോലെ ക്രിസ്തുവിന്റെ പ്രതിരൂപമായി നിർമ്മിക്കപ്പെട്ട അനശ്വരസൃഷ്ടിയാണ് ദസ്തയേവ്സ്കിയുടെ ഫാദർ സൊസീമ. അജപരിപാലനത്തിനും ദൈവവപരിപാലന ശുശ്രൂഷയ്ക്കും പൂർണ്ണമായി സമർപ്പിക്കപ്പെട്ടതായിരുന്നു ആ മഹദ് ജീവിതം. ആദർശനിഷ്ഠ, ഹൃദയനൈർമ്മല്യം, അളവറ്റ സ്നേഹ വാത്സല്യം എന്നിവകൊണ്ട് എല്ലാവിഭാഗം ജനങ്ങളുടെയും ആരാധനാ പാത്രമായി അറുപത്തിയഞ്ചുകാരനായ ഈ റഷ്യൻ സന്ന്യാസി. നിരാലംബർക്കും രോഗികൾക്കും പാപികൾക്കും കഷ്ടത അനുഭവിക്കുന്നവർക്കും ദൈവസാന്നിദ്ധ്യം തന്നെയായിരുന്നു മഹത്തരമായ ഈ ഇടയജീവിതം. 'വി' എന്ന പ്രവിശ്യയിലെ ഒരു സമ്പന്ന കുടുംബത്തിൽ ജനിച്ചു. കുട്ടിക്കാലത്തുതന്നെ മാതാപിതാക്കളെ നഷ്ടപ്പെട്ടു. മിലിട്ടറി കോളേജിലെ വിദ്യാഭ്യാസംകഴിഞ്ഞ് ഓഫീസറായി നിയമിക്കപ്പെട്ടു. പിന്നീട് കുത്തഴിഞ്ഞ ജീവിതം. താൻ പ്രേമിച്ച യുവതിയെ മറ്റൊരാൾ വിവാഹം കഴിച്ചപ്പോൾ അയാളുമായി ദ്വന്ദയുദ്ധത്തിനു തയ്യാറായി. പിന്നീട് കൈത്തോക്ക് കുറ്റിക്കാട്ടിലേക്ക് വലിച്ചെറിഞ്ഞിട്ട് സന്ന്യാസിയായി. എളിയ ജീവിതംനയിച്ച് കഠിനപ്രയത്നം കൊണ്ടും നിശ്ചയദാർഢ്യം കൊണ്ടും മഠാധിപതിയാകുന്നു. മഠാധിപതിയുടെ ആത്മീയ ശക്തിയിലാകർഷിക്കപ്പെട്ട അലക്സികരമസോവ് അദ്ദേഹത്തിന്റെ ശിഷ്യത്വം സ്വീകരിച്ച് ആശ്രമത്തിലെ അന്തേവാസിയാകുന്നു.

ഈ ശ്രേഷ്ഠ വൈദികന്റെ ആത്മീയ പ്രഭാവവും അത്ഭുതസിദ്ധിയും പ്രവചനശക്തിയും വെളിപ്പെടുത്തുന്നതാണ് നോവലിന്റെ ആദ്യഭാഗങ്ങൾ.

ഗ്രുഷങ്കാ എന്ന യുവ സുന്ദരിക്കുവേണ്ടിയുള്ള സ്ത്രീലമ്പടനായ പിതാവ് പാവ്ലോവും താന്തോന്നിയായ മകൻ ദിമിത്രിയും തമ്മിലുള്ള മത്സരം പാവ്ലോവ് കുടുംബത്തിലെ സമാധാനാന്തരീക്ഷത്തെ പാടേ

തകർക്കുന്നു. അലക്സി മുൻകൈയെടുത്ത് ആശ്രമത്തിൽ കൂടുന്ന കുടുംബയോഗത്തിൽ ഫാദർ എല്ലാവരോടും ഉപദേശിക്കുന്നു.

“ആത്മവഞ്ചനചെയ്യാതിരിക്കുക. കാമക്രോധാദികൾക്കും നികൃഷ്ട സുഖങ്ങൾക്കും വശംവദരാകാതിരിക്കുക. ക്ഷോഭിക്കുന്നതു കാണാൻ രസമാണ് എന്നാൽ ക്ഷോഭിക്കാതിരിക്കുക” എന്നാൽ കാമാസക്തരായ പിതാവും മകനും പരസ്പരം കുറ്റാരോപണം നടത്തി പോർവിളി ക്കുന്നതുകണ്ട ഫാദർ ദു:ഖിതനായി ദിമിത്രിയുടെ മുമ്പിൽ കുമ്പിടുന്നു. ദിമിത്രിയുടെ പിതൃഹത്യാവാസന മനസ്സിലാക്കുന്ന ഈ പുരോഹിതന്റെ ജ്ഞാനദൃഷ്ടി അയാളുടെ ദുരന്തം മുൻകൂട്ടിക്കാണുകയാണിവിടെ.

“എന്താണിതിന്റെ അർത്ഥം” എന്ന് അമ്പരന്നുനിന്ന അതിഥികൾ ചോദിച്ചു.

“നീ മഠം വിട്ടു നിന്റെ വീട്ടിലേക്കു പോവുക, നിന്റെ വീട്ടിൽ ഇപ്പോൾ നിന്റെ സാന്നിദ്ധ്യം ആവശ്യമാണ്.” വൈദികൻ അലക്സിയോടു പറഞ്ഞു. വിവാഹിതനായി കുടുംബജീവിതം നയിക്കാനും സന്താപത്തിലും സന്തോഷിക്കുവാനും ഇടതടവില്ലാതെ അദ്ധ്വാനിക്കാനും ആ സന്ന്യാസി അവനോടാവശ്യപ്പെട്ടു. ക്രിസ്തുവിന്റെ എല്ലാ ഗുണമേന്മകളും നല്കിക്കൊണ്ടാണ് രചയിതാവ് ഫാദർ സൊസീമയെ സൃഷ്ടിച്ചിരി ക്കുന്നത്. പുരോഹിതന്റെ അദ്ഭുതസിദ്ധികളും പ്രവചനശക്തിയും ദിവ്യ ത്വവും വെളിപ്പെടുത്തുന്ന നിരവധി സന്ദർഭങ്ങളിൽക്കൂടി വായനക്കാർ കടന്നുപോകുന്നു. സന്ദർശകരുടെ എണ്ണം ദിനംപ്രതി വർദ്ധിച്ചുകൊണ്ടി രുന്നു. സ്ത്രീകളും കർഷകരുമായിരുന്നു ഭൂരിഭാഗവും. വിദൂരസ്ഥലങ്ങ ളിൽ നിന്നുപോലും സ്ത്രീകൾ വന്നുതുടങ്ങി. ഭൂതാവിഷ്ടരായ സ്ത്രീ കൾ, രോഗബാധിതരായ കുഞ്ഞുങ്ങളുടെ അമ്മമാർ, കുഞ്ഞുങ്ങളെ നഷ്ടപ്പെട്ടവർ, ഭർത്താക്കന്മാരോട് ക്രൂരതകാട്ടിയവർ. എല്ലാവരെയും സ്നേഹാദരങ്ങളോടെ ആചാര്യൻ സ്വീകരിക്കുന്നു. രോഗങ്ങൾ ശമിക്കുന്നു. കുട്ടികൾ തിരിച്ചുവരുന്നു. വൈദികന്റെ അത്ഭുതസിദ്ധി നാടെങ്ങും പടരുന്നു. പ്രശസ്തി വർദ്ധിക്കുന്നതോടെ ആശ്രമവും പരിസ രവും സന്ദർശകരെക്കൊണ്ടു നിറയുന്നു. വിശ്രമമില്ലാത്ത ജോലി ആ അജപാലകന്റെ ആരോഗ്യം തകർക്കുന്നു. പിന്നെ രോഗശയ്യയിലേക്ക്. രോഗഗ്രസ്തനായ ഗുരുശ്രേഷ്ഠനെ സന്ദർശിക്കുന്ന അലക്സി പിതാ വിന്റെ അന്ത്യവചനങ്ങളും ഉപദേശങ്ങളും ഓർമ്മയിൽ സൂക്ഷിച്ചിരി ക്കുന്നു. ജീവിതം ഉല്ലാസകരവും ആനന്ദകരവുമാക്കാൻ അദ്ദേഹം അന്തേ വാസികളെ ഉപദേശിച്ചു. “അച്ഛന്മാരെ അന്യോന്യം സ്നേഹിക്കുക. നിങ്ങൾ ദൈവത്തിന്റെ ജനങ്ങളെ സ്നേഹിക്കുക. പ്രിയപ്പെട്ടവരെ നമ്മിൽ ഓരോരുത്തരും ഭൂമിയിലുള്ള സകല മനുഷ്യരോടും ഉത്തരവാദപ്പെട്ട വരാണെന്നറിയണം.” ജ്ഞാനംകൊണ്ട് സർവ്വലോകത്തെയും ജയി ക്കാൻ അദ്ദേഹം ആഹ്വാനം ചെയ്യുന്നു. ഞാൻ ആവർത്തിച്ചു പറയുന്നു. “നിങ്ങൾ അഹങ്കരിക്കരുത്. നിങ്ങളുടെ ആട്ടിൻപറ്റത്തെ സംരക്ഷിക്കുക. അവിശ്രമം സുവിശേഷം വെളിപ്പെടുത്തുക. സ്വർണ്ണവും വെള്ളിയും മോഷ്ടിക്കരുത്. സംഭരിക്കരുത്. നിങ്ങൾ വിശ്വാസം പുലർത്തുക.

ക്രിസ്തുവിന്റെ കൊടിക്കീഴിൽ അണിനിരക്കുക. അതിനെ അംബരത്തോളം ഉയർത്തിപ്പിടിക്കുക.'' ഇതിനിടയിൽ ഫാദർ സൊസീമ പ്രവചിച്ചതുപോലെ പ്രൊഫറോബ്നാ എന്ന വൃദ്ധയുടെ മകൻ വാസങ്ക വീട്ടിൽ തിരിച്ചെച്ചിയതായി അവർ അറിയിച്ചു. പുരോഹിതന്റെ അദ്ഭുതസിദ്ധി സ്ഥിരീകരിക്കപ്പെട്ടു. ഇതെല്ലാം സന്ദർശകർ ഹർഷാരവത്തോടെ വരവേറ്റെങ്കിലും പല സന്ന്യാസിമാർക്കും അതുപിടിച്ചില്ല. ഫാദർ ഫെറാപ്പോണ്ടായിരുന്നു വിരോധികളിൽ ഒന്നാമൻ. മഠം വിട്ടിറങ്ങുന്ന അലക്സിയോട് തന്റെ അന്ത്യനിമിഷങ്ങൾ സാക്ഷ്യംവഹിക്കാൻ വീണ്ടും വരണമെന്ന് ഫാദർ അവനോടാവശ്യപ്പെടുന്നു.

ക്രിസ്തു സഹജമായ സ്നേഹം ഭൂമിയിൽ അസാദ്ധ്യമായ അത്ഭുതമാണെന്ന് പറയുന്ന യുക്തിവാദിയും ദൈവനിഷേധിയുമായ ഐവാൻ കരമസോവിനുള്ള മറുപടിയാണ് ഫാദർ സൊസീമയുടെ അന്ത്യഘട്ടത്തിലുള്ള വാക്കുകളും ധർമ്മോപദേശങ്ങളുമെന്ന് വിലയിരുത്തപ്പെടുന്നു. തന്റെ ജീവിതം അവസാനിക്കാറായെന്നു തോന്നലാണ് ക്രൈസ്തവദർശനത്തിന്റെ പ്രസക്തിയും പ്രാധാന്യവും വിളംബരംചെയ്യാൻ ഈ വൈദികനെ പ്രേരിപ്പിക്കുന്നത്. ബാല്യകാലസ്മരണകളാണ് ഏറ്റവും വിലപ്പെട്ടതെന്ന് വിശ്വസിക്കുന്നു. ഈ അച്ചൻ ജനനം മുതൽ ഈ നിമിഷം വരെയുള്ള എല്ലാ ജീവിതഘട്ടങ്ങളിലൂടെയും ആരാധകരെയും വിശ്വാസികളെയും കൂട്ടിക്കൊണ്ടുപോകുന്നു. അരുമശിഷ്യനായ അലക്സി കരമസോവ് തന്റെ ഓർമ്മയിൽ ശേഖരിച്ചതാണീ ആത്മകഥാക്കുറിപ്പുകൾ. താന്തോന്നിയായും നിരീശ്വരവാദിയായും ജീവിക്കുകയും, പിന്നീട് കുറ്റബോധത്തിൽ മനംനൊന്തു കുമ്പസരിക്കുകയും, ചെറുപ്പത്തിൽത്തന്നെ മരണപ്പെടുകയും ചെയ്ത മാർക്കൽ എന്ന ജ്യേഷ്ഠസഹോദരന്റെ വാക്കുകൾ. ഈ സന്ദർഭത്തിൽ പുരോഹിതൻ സ്നേഹിതരുമായി പങ്കുവെക്കുന്നു. ''അമ്മേ, എന്റെ കൊച്ചുകരളേ എന്റെ ആനന്ദമേ, ഓരോരുത്തരും, എല്ലാമനുഷ്യർക്കുവേണ്ടിയും, എല്ലാറ്റിനുംവേണ്ടിയും എല്ലാവരോടും, എല്ലാറ്റിനോടും ഉത്തരവാദപ്പെട്ടവരാണ്. ആകാശത്തിലെ പറവകളേ, സന്തോഷമാർന്ന പക്ഷികളേ, എനിക്ക് മാപ്പുതരിക, ഞാൻ നിങ്ങളുടെ നേർക്കു പാപം ചെയ്തിട്ടുണ്ട്. എല്ലായിടവും ദൈവത്തിന്റെ മഹത്ത്വം കളിയാടുന്നു. പക്ഷികൾ, മൃഗങ്ങൾ, വയലുകൾ ആകാശം, ഇവയിൽ എല്ലാം.'' തന്റെ പൗരോഹിത്യ ജീവിതത്തിലെ അവിസ്മരണീയ സംഭവങ്ങളിലൂടെയും സുവിശേഷങ്ങളിലൂടെയും ഈ ശ്രേഷ്ഠപിതാവ് നമ്മെ കൂട്ടിക്കൊണ്ട് പോകുന്നു. പതിനാലുവർഷം മുമ്പ് ഒരു ജീവൻ നശിപ്പിച്ചവനും, ഇപ്പോൾ ഭാര്യയും കുട്ടികളുമായി കഴിയുന്നവനുമായ ഒരാൾ അന്തഃകരണപീഡയുടെ സമ്മർദ്ദത്തിൽ തന്നെ സമീപിച്ച അനുഭവം അച്ചൻ വിവരിക്കുന്നു. ''ഞാൻ ജീവൻ ദാനം ചെയ്യുന്നു. എന്നാൽ ഞാൻ ജീവൻ നശിപ്പിച്ചവനാണ്'' എന്ന് അയാൾ നിസ്സഹായനായി കുറ്റസമ്മതം നടത്തുമ്പോൾ സൊസീമ എന്ന മനുഷ്യസ്നേഹി കരഞ്ഞുകൊണ്ട് അയാളെ ചുംബിച്ചു. എന്നിട്ടിങ്ങനെ പറഞ്ഞു ''പോകൂ. ഏറ്റുപറയുക, എല്ലാം കടന്നുപോകുന്നു, സത്യംമാത്രം അവശേഷി

ക്കുന്നു.'' വർഷങ്ങളോളം നരകത്തിൽ കഴിയുന്ന അവന് ദു:ഖാനുഭവം സ്വർഗ്ഗീയസുഖം നല്കുന്നു. പിന്നീട് ഫാദർ സൊസീമ വേഗത്തിൽ പുതിയ നിയമത്തിന്റെ റഷ്യൻ പതിപ്പ് തുറന്ന് വിശുദ്ധയോഹന്നാന്റെ സുവിശേഷത്തിലെ 12–ാം അദ്ധ്യായത്തിലെ 24–ാം വാക്യം കാണിച്ചു കൊടുത്തു. ''ആമേൻ, ആമേൻ, ഞാൻ നിങ്ങളോട് പറയുന്നു, കോതമ്പു മണി നിലത്തുവീണ് ചാകുന്നില്ല, എന്നാൽ അതു തനിയെ ഇരിക്കും. ചത്താൽ വളരെ വിളവുണ്ടാകും.'' അയാൾ അതു വായിച്ചു പിന്നീട് ഇങ്ങനെ ചോദിച്ചു.

''അതു ഭയങ്കരമാണ്. ആരാണിത് എഴുതിയത്?'' ''പരിശുദ്ധാത്മാവ്'' പിതാവ് മറുപടിയായി പറഞ്ഞു. പിന്നീട് എബ്രായ്ക്കുള്ള ലേഖനം 10–ാം അദ്ധ്യായം 31–ാം വാക്യം വായിച്ചു. ''ജീവനുള്ള ദൈവത്തിന്റെ കൈയിൽ വീഴുന്നത് ഭയങ്കരം.'' അതുവായിച്ച് അയാൾ വിറച്ചു. ദൈവസാമീപ്യം അനുഭവിച്ച അദ്ദേഹം സന്തോഷത്തോടെ രോഗത്തെ നേരിട്ടു മരണ മടഞ്ഞതായും വിവരിച്ചു.

ഫാദർ സൊസീമയിലെ മനുഷ്യസ്നേഹിയെയും സ്നേഹ സമ്പ ന്നനായ കാരുണ്യവാനെയും വെളിപ്പെടുത്തുന്നതാണ് അദ്ദേഹത്തിന്റെ അന്ത്യവാക്കുകളിലടങ്ങിയിരിക്കുന്ന പ്രബോധനങ്ങളും ഉപദേശങ്ങളും. ക്രൈസ്തവ സന്ദേശത്തിന്റെ സത്തമാത്രമല്ല മതാതീതമായ ഏക ലോകസാഹോദര്യത്തിന്റെ സന്ദേശമാണ് ഇവിടെ മുഴങ്ങിക്കേൾക്കുന്നത്. മാനവകുലത്തിന്റെ നന്മയ്ക്കും ആത്മാക്കളുടെ രക്ഷയ്ക്കുംവേണ്ടി സ്വയം സമർപ്പിച്ച ജീവിതമായിരുന്നു അത്. പ്രിൻസ് മിഷ്കിനെപ്പോലെ സർവ്വാശ്ലേഷിയായ സ്നേഹത്തിന്റെയും കാരുണ്യത്തിന്റെയും ഉടമ. ''ഇനിമേൽ ഞാനല്ല, ക്രിസ്തുവാണെന്നിൽ ജീവിക്കുന്നത്'' എന്ന പൗലോസ് ശ്ലീഹായുടെ വാക്കുകൾ ഓർമ്മയിൽ വരുന്നു. സന്ന്യാസി മാർക്ക് പ്രത്യേക ഉപദേശങ്ങൾ നല്കാനും അച്ചൻ മറക്കുന്നില്ല. പരസ്പര സ്പർദ്ധയും ആഡംബരങ്ങളും സുഖഭോഗങ്ങളും ഉപേക്ഷിച്ച് അനുസരണം, ഉപവാസം, പ്രാർത്ഥന എന്നിവകൊണ്ട് മനുഷ്യരാശിയെ സേവിക്കാനാണീ വൈദികൻ ആവശ്യപ്പെടുന്നത്. ''കർഷകനെ സൂക്ഷിച്ചുകൊള്ളുക. അവന്റെ ഹൃദയത്തെ കാത്തുകൊള്ളുക, അവനെ സാവധാനം വിദ്യാഭ്യാസം ചെയ്യിക്കുക. സന്ന്യാസിമാരെന്ന നിലയിൽ നിങ്ങളുടെ കർത്തവ്യമാണത്. കൃഷിക്കാരന്റെ ഹൃദയത്തിൽ ദൈവം കുടി കൊള്ളുന്നു.'' സന്യാസിമാരോടുള്ള ആചാര്യന്റെ വാക്കുകൾ തുടരുന്നു. ''സന്ന്യാസിമാരെ, മനുഷ്യന്റെ ആത്മീയമഹിമയിൽ മാത്രമാണ് നാം മഹത്ത്വം കാണേണ്ടത്. നാം ക്രിസ്തുവിന്റെ പ്രതിരൂപം കാത്തുസൂക്ഷി ക്കുന്നു. അത് മഹാർഹമായ വജ്രരത്നം പോലെ സർവ്വലോകത്തിനും പ്രകാശം ചൊരിഞ്ഞു നില്ക്കും.'' പിന്നീട് ജീവകാരുണ്യത്തിന്റെ ആവ ശ്യകതയെപ്പറ്റിയും ആചാര്യൻ സംസാരിക്കുന്നു. ഭൃത്യന്മാരോടു സ്നേ ഹപൂർവ്വം പെരുമാറാനും ആത്മീയാചാര്യൻ ആവശ്യപ്പെട്ടു. ''എന്റെ ഭൃത്യൻ എന്റെ ചാർച്ചക്കാരന്റെ നിലയിൽ പരിഗണിക്കപ്പെട്ടാലെന്ത്?'' അതാണ് ക്രിസ്തു നമ്മോടാവശ്യപ്പെടുന്നതും ''ക്രിസ്തുവിന്റെ ഉടമ്പടി

ഇല്ലായിരുന്നെങ്കിൽ മനുഷ്യർ അന്യോന്യം കൊന്നൊടുക്കിയേനെ" എന്നും പറഞ്ഞു. പിന്നീട് അലക്സിയുടെ നേരെതിരിഞ്ഞ അച്ചൻ ഇങ്ങനെ അരുളിചെയ്തു. യുവാവേ, പ്രാർത്ഥിക്കാൻ മറക്കരുത്. "കർത്താവേ ഇന്ന് അങ്ങയുടെ തിരുമുമ്പിൽ വന്നണയുന്ന എല്ലാവരുടെയും മേൽ അവിടുത്തെ കരുണ ചൊരിയേണമെ" എന്ന് പ്രാർത്ഥിക്കണം. അടുത്ത നിമിഷത്തിൽ എല്ലാവരോടുമായി ആ ദിവ്യപുരുഷൻ ഇങ്ങനെ പറഞ്ഞു.

"പാപികളെ സ്നേഹിക്കുക. ദൈവസൃഷ്ടികളെയെല്ലാം സ്നേഹിക്കുക. ദൈവ പ്രകാശത്തിന്റെ ഓരോ രശ്മിയെയും, ഓരോ മണൽത്തരിയെയും സ്നേഹിക്കുക. മൃഗങ്ങളെ സ്നേഹിക്കുക. മനുഷ്യാ നീ മൃഗങ്ങളെക്കാൾ ശ്രേഷ്ഠനാണെന്ന് അഭിമാനിക്കേണ്ട, മൃഗങ്ങൾ പാപരഹിതരാണ്. ശ്രേഷ്ഠത നടിക്കുന്ന നീ ഭൂമിയെ ദുഷിപ്പിക്കുന്നു. നിനക്കു പിന്നിൽ നിന്റെ മാലിന്യത്തിന്റെ അടയാളങ്ങൾ അവശേഷിപ്പിച്ചിട്ട് നീ കടന്നുപോകുന്നു." കുഞ്ഞുങ്ങളെപ്പറ്റിയുള്ള അച്ചന്റെ വാക്കുകൾ പ്രത്യേക പരാമർശമർഹിക്കുന്നു. "കുഞ്ഞുങ്ങളെ പ്രത്യേകം സ്നേഹിക്കുക അവർ ദൈവദൂതന്മാരെപ്പോലെ തന്നെ. ഒരു കുഞ്ഞിനോട് തെറ്റു ചെയ്യുന്നവൻ അധമനാണ്." "കുഞ്ഞുങ്ങളെ നാം വല്ലപ്പോഴും സ്നേഹിച്ചാൽ പോരാ, അഹർനിശം സ്നേഹിക്കണം. വല്ലപ്പോഴും സ്നേഹിക്കാൻ ആർക്കും കഴിയും. ദുഷ്ടനുപോലും." പിന്നീടുള്ള തന്റെ വാക്കുകളിൽ നമുക്ക് അന്യരുടെ വിധികർത്താവിനുള്ള അവകാശമില്ലെന്ന് ആചാര്യൻ ഓർമ്മിപ്പിച്ചു. ദൈവശാസ്ത്രജ്ഞൻ തന്റെ ധർമ്മോപദേശങ്ങൾ തുടർന്നു. "നിങ്ങൾ നിരന്തരം വേലചെയ്യുവിൻ" നിങ്ങളെ എല്ലാവരും കൈവെടിയുമ്പോൾ കുമ്പിട്ട് ഭൂമിയെ ചുംബിക്കുക. കണ്ണീർകൊണ്ട് അതിനെ നനയ്ക്കുക." ആ മഹാത്മാവിന്റെ വാക്കുകൾ കൂടുതൽ ദീപ്തമായി. ആദർശപൂർണ്ണമായ ജീവിതവുമായി മുമ്പോട്ടു പോകാൻ എല്ലാവരെയും ആശീർവദിക്കുന്നു. ഇനിയും രക്ഷപ്പെട്ടിട്ടില്ലാത്തവർ അവരുടെ സന്താനങ്ങളിൽക്കൂടി രക്ഷപ്പെടും. "എന്തെന്നാൽ നിങ്ങൾ മരിച്ചാലും നിങ്ങളുടെ പ്രകാശം നശിക്കുന്നില്ല. നീതിമാൻ പിരിഞ്ഞു പോകുന്നു. എന്നാൽ അവന്റെ പ്രകാശം അവശേഷിക്കുന്നു." "സ്നേഹം നരകത്തെ അകറ്റും" എന്ന പ്രഖ്യാപനത്തോടെയാണ് ഫാദറിന്റെ വാക്കുകൾ അവസാനിക്കുന്നത്. പെട്ടെന്ന് നെഞ്ചുവേദന അനുഭവപ്പെട്ട ആദിവ്യപുരുഷൻ മന്ദസ്മിതത്തോടെ ചുറ്റുംനോക്കി. പിന്നെതാഴെ ഇറങ്ങി മുട്ടുകാലിൽ നിന്ന് ആനന്ദമൂർച്ഛയിൽ ഭൂമിയെ ചുംബിച്ചുകൊണ്ട് പ്രാർത്ഥിച്ചു. ഉടൻതന്നെ ശാന്തമായി പരിശുദ്ധാത്മാവിൽ ലയിച്ചു. ഫാദർ സൊസീമയുടെ അചഞ്ചലമായ ക്രൈസ്തവ വിശ്വാസവും അജപാലക ദർശനവും ഉൾക്കൊള്ളുന്ന ഉപദേശങ്ങളും, പ്രബോധനങ്ങളും പ്രിയ ശിഷ്യൻ അലക്സിയാണ് ക്രോഡീകരിച്ചത്. ക്രിസ്തുവിന്റെ വചനങ്ങളും സന്ദേശങ്ങളും ഉൾക്കൊണ്ടുകൊണ്ട് അർത്ഥപൂർണ്ണമായ ജീവിതം നയിക്കാനാണ് ഫാദർ സൊസീമ ആഹ്വാനം ചെയ്യുന്നത്. അങ്ങനെ ഫാദർ സൊസീമ മറ്റൊരു ക്രിസ്തുവായി മാറുകയാണ്.

കുറ്റവും ശിക്ഷയും: പീഡാനുഭവവും പാപമുക്തിയും

***ക**രമസോവ് സഹോദരന്മാരും ഇഡിയറ്റുമാ*ണ് ദസ്തയേവ്സ്കിയുടെ ശ്രേഷ്ഠകൃതികൾ. എന്നാൽ *പാവപ്പെട്ടവർ, ഇരട്ട, മരിച്ചവരുടെ വീട്'* എന്നിവയ്ക്കുശേഷം രചിക്കപ്പെട്ട *കുറ്റവും ശിക്ഷയും* ലോകമെമ്പാടുമുള്ള വായനക്കാരുടെ ഇഷ്ടപുസ്തകമായി മാറി. തത്ത്വചിന്താപരവും മനഃശാസ്ത്രപരവും രാഷ്ട്രീയവുമായ ഒട്ടനവധി പ്രശ്നങ്ങൾ ചർച്ചചെയ്യപ്പെടുന്ന ഈ കൃതി കലാരംഗത്ത് രചയിതാവിന്റെ ഒരു കുതിച്ചുചാട്ടമായിരുന്നു. മനുഷ്യ പ്രകൃതിയിലെ വൈചിത്ര്യങ്ങളിലേക്കും നിഗൂഢതകളിലേക്കും ആഴ്ന്നിറങ്ങുന്ന ഈ പുസ്തകം ആധുനിക നോവലിന് ജന്മംനല്കി എന്നുപറഞ്ഞാൽ അതിശയോക്തിയല്ല. സൈബീരിയൻ ജയിലിൽ ബൈബിളിന്റെ ആവർത്തിച്ചുള്ള വായന അതിന്റെ മർമ്മം കണ്ടെത്താൻ ദസ്തയേവ്സ്കിയെ സഹായിച്ചു. ക്രിസ്തുവിന്റെ സഹനവും യാതനാനുഭവവും സ്വന്തം അനുഭവമാക്കി മാറ്റി. ക്ലേശാനുഭവം മഹത്തരമാണെന്ന് വിശ്വസിച്ചു. അതു മനുഷ്യനെ ശുദ്ധീകരിക്കുമെന്ന് അദ്ദേഹം കരുതി. ദൈവം സ്നേഹം മാത്രമല്ല സത്യംകൂടിയാണെന്നു തിരിച്ചറിഞ്ഞു. ബൈബിൾ വെറുമൊരു പുസ്തകമല്ലാ അതിനെ മാർഗ്ഗദീപമായി സ്വീകരിച്ചു. അതുകൊണ്ടുതന്നെ *കുറ്റവും ശിക്ഷയും* മുതലുള്ള പ്രധാനകൃതിയുടെ ഊടും പാവുമായി വേദപുസ്തകം മാറി. ക്രൈസ്തവദർശനം പ്രധാന കൃതികളുടെ അന്തർദ്ധാരയായി മാറി. എങ്കിലും യുക്തിചിന്തയും ശാസ്ത്രബോധവും പുരോഗമനചിന്തയും കൈവിടാൻ തയ്യാറാകാത്ത ആ മനസ്സ് ആത്മസംഘർഷങ്ങളുടെ ഭൂമികയായി മാറി. പ്രത്യേകിച്ച് ലക്ഷ്യബോധമൊന്നില്ലാതെ വൃദ്ധസഹോദരിമാരെ വധിക്കുന്ന അവിവേകിയായ റസ്കൽ നിക്കോവ് എന്ന ഇരുപത്തിനാലുകാരന്റെയും കുടുംബത്തിന്റെയും പട്ടിണിമാറ്റാൻ

വേശ്യാവൃത്തി സ്വീകരിക്കുന്ന സോന്യ എന്ന ചെറുപ്പക്കാരിയുടെയും ഉദ്വേഗജനകവും സങ്കടകരവുമായ കഥയാണിത്. പ്രാർത്ഥനാ നിർഭരമായ മനസ്സോടെ രചിക്കപ്പെട്ട ഈ കൃതി പാതകത്തിന്റെയും അതിനുള്ള ശിക്ഷയുടെയും കഥമാത്രമല്ല, കഷ്ടാനുഭവങ്ങളിലൂടെയുള്ള ആത്മശുദ്ധീകരണത്തിന്റെയും പാപമോചനത്തിന്റെയും കഥ കൂടിയാണ്.

ഇരുപത്തിനാലുകാരനായ ഒരു ദരിദ്ര്യവിദ്യാർത്ഥിയാണ് റസ്കൽ നിക്കോവ്. പീറ്റേഴ്സ്ബർഗ്ഗിലെ ഇരുളടഞ്ഞ ഒരു വാടകക്കെട്ടിടത്തിൽ താമസം. വിചിത്രമായ ചിന്തകളും സ്വപ്നങ്ങളുമുള്ള അയാളുടെ ഞരമ്പുകൾ കെട്ടഴിഞ്ഞ നിലയിലാണ്. *പീരിയോഡിക്കൽ റിവ്യൂ*വിൽ അവൻ എഴുതിയ 'കുറ്റകൃത്യം' എന്ന ലേഖനത്തിൽ മനുഷ്യവർഗ്ഗത്തെ രണ്ടായി തരംതിരിക്കുന്നു. ആദ്യത്തെ വിഭാഗം സമൂഹനിർമ്മിതമായ നിയമങ്ങളെ അനുസരിക്കുന്നവർ. രണ്ടാമത്തെ വിഭാഗം ഇച്ഛാശക്തികൊണ്ടും ധീരതകൊണ്ടും നിലവിലുള്ള നിയമങ്ങളെ ധിക്കരിക്കുന്നവർ. ദാരിദ്ര്യം കൊണ്ടു പൊറുതിമുട്ടിയ അവൻ പ്രണയം സ്വീകരിച്ച് പണം കടം കൊടുക്കുന്ന അലീന എന്ന സ്ത്രീയിൽനിന്നും ഉരുപ്പടി പണയംവെച്ച് പണം വാങ്ങുന്നു. താനൊരു ധീരനായകനാണെന്ന് സ്വയം ധരിച്ച ഈ അപക്വയുവാവ് വീണ്ടുമൊരു പണയസാധനവുമായി അലീനയെ സമീപിക്കുന്നു. പൊതി അഴിച്ചുനോക്കുന്ന വൃദ്ധയെ മഴുകൊണ്ട് വെട്ടിക്കൊല്ലുന്നു. അവിചാരിതമായി അവിടെത്തിച്ചേർന്ന അവരുടെ സഹോദരി എലിസബത്തിനെയും നിർദ്ദയം കൊലപ്പെടുത്തുന്നു. വൃദ്ധയുടെ കുരിശ് അവരുടെ നെഞ്ചത്തേക്ക് വലിച്ചെടുത്തിട്ട് ഒന്നും എടുക്കാതെ അവിടെ നിന്നും ഓടിപ്പോകുന്നു. എന്നാൽ കുറ്റബോധവും മനഃസാക്ഷിക്കുത്തും അവനെ ജ്വരാവസ്ഥയിലേക്ക് നയിക്കുന്നു. രക്തക്കറയുള്ള ഉടുപ്പുപോലും മാറ്റാതെ ഊണും ഉറക്കവുമില്ലാതെ നിരാശനും ദുഃഖിതനുമായ അവൻ ദിനരാത്രങ്ങൾ തള്ളിനീക്കുന്നു. ഇതിനിടയിൽ കോളിളക്കം സൃഷ്ടിച്ച കേസിലെ കുറ്റാന്വേഷണ ഉദ്യോഗസ്ഥൻ റസ്കൽ നിക്കോഫിനെയും സംശയിക്കുന്നു. അവിചാരിതമായി കണ്ടുമുട്ടുന്ന സോന്യ എന്ന അഭിസാരികയുമായി അവൻ അടുപ്പത്തിലാവുകയും, അതുപ്രണയമായി വളരുകയും ചെയ്യുന്നു. ഒരവസരത്തിൽ അവൾ സുവിശേഷത്തിലെ ലാസറിന്റെ പുനർജ്ജന്മത്തിന്റെ കഥ അവന് വായിച്ചുകൊടുക്കുന്നു. സോന്യയോട് എല്ലാം തുറന്നുപറയുന്ന അവൻ അവളുടെ സ്വാധീനത്തിലും ഉപദേശത്തിലും കുരിശുധരിക്കാനും അതുവഴി കുറ്റസമ്മതത്തിനും പാപമോചനത്തിനും തയ്യാറാകുന്നു. ജയിൽശിക്ഷ അനുഭവിക്കാൻ സൈബീരിയയിലേക്കു പോകുന്ന അവനെ സോന്യയും അനുഗമിക്കുന്നു, സോന്യയുടെയും ബൈബിളിന്റെയും സിന്നിദ്ധ്യം അവന് പുനരുദ്ധാനത്തിന് വഴിയൊരുക്കുന്നു.

മനുഷ്യൻ ഒരു വിചിത്ര ജീവിയാണെന്നും അവൻ പാപം ചെയ്യാൻ വിധിക്കപ്പെട്ടവനാണെന്നും ദസ്തയേവ്സ്കി വിശ്വസിക്കുന്നു. പാപം മധുരമാണ്. മനുഷ്യൻ അതിഷ്ടപ്പെടുന്നു. പാപത്തിലേക്കുള്ള വഴി

എളുപ്പമാണ്. എന്നാൽ പാപമോചനത്തിന്റെ വഴി ദുർഘടവും. പശ്ചാത്താപവും ഹൃദയശുദ്ധിയും പീഡാനുഭവവും പാപിയെ ശുദ്ധീകരിക്കുന്നു. നീണ്ടുനില്ക്കുന്ന യാതനയും, പ്രാർത്ഥനയും അത്യാവശ്യപ്പെടുന്നു. കുറ്റവാളികളും, പാപികളും നിറഞ്ഞതാണ് ദസ്തയേവ്സ്കിയുടെ രചനാ ലോകം. *കുറ്റവും, ശിക്ഷ*യിലാകട്ടെ റസ്കൽ നിക്കോവും സോന്യയും മാത്രമല്ല, കാമാസക്തരും, ദുഷ്ടന്മാരുമായ ലിഷിനും സ്വിഡ്രിഗലോവും മദ്യപനായ മെർമലോദോവും പാപികളാണ്. മനുഷ്യനിർമ്മിതമായ നിയമങ്ങളെയും, മതാനുശാസനകളെയും ധിക്കരിക്കുന്നവർ "മോഷ്ടിക്കരുത് കൊല്ലരുത്, വ്യഭിചരിക്കരുത്" എന്ന ക്രിസ്തുവിന്റെ ഗിരിപ്രഭാഷണം ഓർക്കുക. കുറ്റബോധത്തിന്റെ നോവും, പാപഭാരത്തിന്റെ നീറ്റലുമായുഴറുന്ന റസ്കൽ നിനോഫിന്റെ ആന്തരിക സംഘർഷങ്ങളിലും, ഭയവിഹ്വലതകളിലുമാണ് നോവൽ കേന്ദ്രീകരിക്കുന്നത്. കഥാനായകന്റെ ആന്തരിക ഘടനകളും നെഞ്ചിടിപ്പുകളും വായനക്കാരന്റേതാക്കി മാറ്റുന്നതിൽ കലാപരമായ വിജയമാണ് നോവലിസ്റ്റ് കൈവരിക്കുന്നത്. പാപബോധത്താൽ വെന്തുനീറുന്ന അവനെ ചെകുത്താനും ദൈവവും പങ്കിട്ടെടുക്കുന്നു. യുക്തി വിശ്വാസവുമായി ന്യായവാദം നടത്തുന്നു. യുക്തിയും വിശ്വാസവും അവനിൽ എറ്റുമുട്ടുന്നു. അവനിലെ മനുഷ്യവിദ്വേഷവും, യുക്തിയും ഉപയോഗശൂന്യമായ കിഴവിയെ കൊന്നതു ന്യായീകരിക്കുമ്പോൾ ഹൃദയം പാപമുക്തിക്കായി വെമ്പുന്നു. ഓരോ മനുഷ്യനിലും കോപത്തിന്റെ ചെകുത്താൻ സ്ഥിതിചെയ്യുന്നുവെന്നും ദസ്തയേവ്സ്കി വിശ്വസിക്കുന്നു. "ആ കിഴവിയെക്കൊന്നത് ഞാനല്ല. ഞാനെന്നെത്തന്നെ കൊല്ലുകയായിരുന്നു. ആ വൃദ്ധയെ കൊന്നതു ഞാനല്ലാ, ചെകുത്താനായിരുന്നു." അവൻ വെളിപ്പെടുത്തുന്നു. കുറ്റാന്വേഷണ ഉദ്യോഗസ്ഥൻ പോർഫിറിയുടെ മുമ്പിൽ അവൻ വിളറിവിറയ്ക്കാൻ തുടങ്ങി. "നിങ്ങൾ ദൈവത്തിൽ വിശ്വസിക്കുന്നോ?" എന്ന പോർഫിറിയുടെ ചോദ്യത്തിനു "ഉവ്വ്" എന്ന് അവൻ മറുപടി പറഞ്ഞു. "ലാസറിന്റെ ഉയിർത്തെഴുന്നേല്പിൽ?" "പൂർണ്ണമായും വിശ്വസിക്കുന്നു." അവന്റെ മറുപടി പോർഫിറിയുടെ ചോദ്യംചെയ്യൽ, കുറ്റബോധം, വീട്ടിലെ ദാരിദ്ര്യം, വാടകക്കുടിശ്ശിക, ലിഷിന്റെയും സ്വിസ്വിഗലോവിന്റെയും സാന്നിദ്ധ്യം, രോഗാവസ്ഥ– എല്ലാം കൂടി അവനെ ജ്വരാവസ്ഥയിലേക്കെത്തിച്ചു. അങ്ങനെയാണ് അവിചാരിതമായി കണ്ടുമുട്ടിയ സോന്യ എന്ന വേശ്യപ്പെണ്ണിൽ അവൻ രക്ഷകയെ കണ്ടെത്തുന്നത്. അവളുടെ ശരീരംമാത്രമേ അധഃപതിച്ചിട്ടുള്ളു. മനസ്സ് വിശുദ്ധികൈവിട്ടില്ല. മുറിയിൽ മെഴുകുതിരിവെളിച്ചത്തിൽ ഇരുന്ന സോന്യയുടെ കാല്ക്കൽവീണ് അവളുടെ പാദങ്ങൾ ചുംബിച്ചു. എന്താണിത് എന്നുചോദിച്ച സോന്യയോട് പശ്ചാത്താപ വിവശനായ അയാൾ മറുപടിയായി പറഞ്ഞു.

"ഞാൻ നിങ്ങളുടെ മുമ്പിൽ നമിക്കുന്നത് ഒരു വ്യക്തി എന്ന നിലയിലും കഷ്ടപ്പെടുന്ന മുഴുവൻ മനുഷ്യവർഗ്ഗത്തിനും വേണ്ടിയാണ്."

പിന്നീട് മേശപ്പുറത്തുകിടന്ന സുവിശേഷത്തിന്റെ പഴയകോപ്പി കണ്ട അവൻ ലാസറസിന്റെ കഥ വായിക്കാൻ ആവശ്യപ്പെടുന്നു.

അവന്റെ വിശ്വാസത്തിൽ സംശയിച്ച അവൾ വായിക്കാനറച്ചു. “വായിക്കൂ” അവൻ നിർബ്ബന്ധിച്ചു അവൾ സാവധാനം പുസ്തകം തുറന്നു. അവളുടെ കൈകൾ വിറച്ചു ശബ്ദം ഇടറി. നന്നേ പ്രയാസപ്പെട്ടു വായിക്കാൻ തുടങ്ങി.

“ബെത്തിക്കാരൻ ലാസറസ് എന്ന് പറയുന്ന ഒരുവന് സുഖക്കേടായി” എന്നാൽ മൂന്നാം പദത്തിലെത്തിയപ്പോൾ അവളുടെ ശബ്ദം നിലച്ചു. പിന്നെ തുടർന്നു 11–ാം അദ്ധ്യായത്തിലെത്തി. അവിടെനിന്നു 19–ാം അദ്ധ്യായത്തിലെ മാർത്താ യേശുവിനോട് പറഞ്ഞഭാഗത്തെത്തി “കർത്താവേ, നീ ഇവിടെ ഉണ്ടായിരുന്നെങ്കിൽ എന്റെ സഹോദരൻ മരിക്കില്ലായിരുന്നു. ഇപ്പോഴും നീ ദൈവത്തോട് എന്തുചോദിച്ചാലും ദൈവം നിനക്കുതരുമെന്ന് ഞാനറിയുന്നു.” “നിന്റെ സഹോദരൻ ഉയിർത്തെഴുന്നേല്ക്കും.” യേശു മറുപടി നല്കി. കൈമുട്ടുകൾ മേശമേൽ ഊന്നി അവൻ അവളെ നോക്കിയിരുന്നു. 32–ാം പദ്യംവരെ അവൾ തുടർന്നു. “കർത്താവേ നീ ഇവിടെ ഉണ്ടായിരുന്നെങ്കിൽ എന്റെ സഹോദരൻ മരിക്കില്ലായിരുന്നു.” യേശു അവൾക്കൊപ്പം കല്ലറയ്ക്കടുത്തെത്തി. യേശു വിങ്ങിക്കരഞ്ഞു. മരിച്ചിട്ട് നാലുദിവസമായതിനാൽ ദുർഗ്ഗന്ധം വമിച്ചു തുടങ്ങി. യേശു അവളോട് പറഞ്ഞു. “നീ വിശ്വസിച്ചാൽ ദൈവത്തിന്റെ മഹത്ത്വം കാണും.” യേശു കല്ലറതുറന്നു.

“ലാസറേ, പുറത്തു വരൂ” എന്നു പറഞ്ഞു. ലാസർ കണ്ണ് തുറന്നു. ഈ ഭാഗമെത്തിയപ്പോൾ സോന്യ വിറച്ചു തുടങ്ങി. “അവനെ കെട്ടഴിച്ചു വിടൂ... യേശു കൂടിനിന്നവരോട് പറഞ്ഞു. ഇതാണ് ലാസറിന്റെ ഉയിർത്തെഴുന്നേല്പ്” എല്ലാം കേട്ട അവൻ ദൈവത്തോടടുക്കുകയായിരുന്നു. ഒരു കൊലയാളിയും വ്യഭിചാരിണിയും ഒരുമിച്ച് സുവിശേഷം വായിക്കുകയായിരുന്നു. അവരുടെ മാർഗ്ഗവും ലക്ഷ്യവും ഒന്നുതന്നെയായിരുന്നു.

ദിവസം കഴിയുന്തോറും റസ്കൽ നിക്കോഫിന്റെ ജ്വരാവസ്ഥ മൂർച്ഛിച്ചുകൊണ്ടിരുന്നു. അവൻ ഉന്മാദത്തിലേക്ക് വഴുതിവീഴുന്നു. പോർഫിറിയുടെ ചോദ്യംചെയ്യൽ അവനെ കുഴക്കുന്നു. അവൻ യുക്തിവിചാരങ്ങൾ ശക്തമാക്കുന്നു. നിക്കോളയുടെ ഏറ്റുപറച്ചിലിൽ അവൻ സന്തോഷം കണ്ടെത്തുന്നു. തെളിവുകൾ ഇല്ല. അതിൽ അവൻ ആശ്വാസം കൊള്ളുന്നു. എങ്കിലും അവന്റെ ഹൃദയം ക്ലേശാനുഭവങ്ങൾക്കായി കൊതിക്കുന്നു. “എനിക്ക് യാതനവേണം. യാതന എന്നെ ശുദ്ധീകരിക്കും.” എന്ന് ദിമിത്രി കരമസോവിനെപ്പോലെ അവനും വിശ്വസിക്കുന്നു. സോന്യയുമായുള്ള രണ്ടാമത്തെ കൂടിക്കാഴ്ചയിൽ അവൻ എല്ലാം തുറന്നുപറയുന്നു. എലിസബത്തിനെയും സഹോദരിയെയും കൊന്നത് താനാണെന്ന് കുറ്റസമ്മതം നടത്തുന്നു. ഇതുകേട്ട അവൾ വിറയ്ക്കാൻ തുടങ്ങി. അവൾ അവന്റെ കഴുത്തിൽ തുരുതുരെ ചുംബിച്ചു. “ഈ ലോകത്തിലിപ്പോൾ

നിങ്ങളേക്കാൾ ദീനനായിട്ടൊരാൾ ഉണ്ടാകാൻ സാദ്ധ്യമല്ല.'' അവൾ ഏങ്ങിക്കരഞ്ഞു. എങ്കിലും അവൾ അവനെ ഒരിക്കലും ഉപേക്ഷിക്കില്ല തണ്ടുവലി ശിക്ഷസ്ഥലത്തേക്ക് പോകുവാനും തയ്യാർ. അപ്പോഴും അവൻ ഹീനമായ അവന്റെ കർമ്മത്തെ ന്യായീകരിക്കാനാണ് ശ്രമിച്ചത്. ''ഞാൻ മറ്റൊരു നെപ്പോളിയനാകാൻ ആഗ്രഹിച്ചു. അതുകൊണ്ട് കൊലചെയ്തു. ഇപ്പോൾ മനസ്സിലായോ,'' അവൻ അവളോട് ചോദിച്ചു. ''അതി ധീരമായ ഒരു കർമ്മം ചെയ്യുക'' എന്നതായിരുന്നു അവന്റെ ഉദ്ദേശ്യം ഇതുകേട്ട അവൾ ഇങ്ങനെ പ്രതികരിച്ചു. ''നിങ്ങൾ ദൈവത്തിൽ നിന്നും തിരിഞ്ഞുകളഞ്ഞു. ദൈവം നിങ്ങളെ ചെകുത്താനെ ഏല്പിച്ചു.'' അപ്പോൾ അവൻ സ്വന്തം ന്യായീകരണം തുടർന്നു. ''ഞാൻ ഭൂരിപക്ഷം ജനങ്ങളെപ്പോലെ ഒരു കീടംമാത്രമാണോ, അതോ, പൂർണ്ണമായ അർത്ഥത്തിൽ മനുഷ്യൻ തന്നെയാണോ എന്നറിയാൻ ആഗ്രഹിച്ചു ''അമ്മയെ സഹായിക്കാനോ പണത്തിനുവേണ്ടിയോ ആയിരുന്നില്ല കൊല നടത്തിയതെന്നും ചെകുത്താൻതന്നെയാണ് തന്നെ അതിന് പ്രേരിപ്പിച്ചതെന്നും അതൊരു പരീക്ഷമാത്രമായിരുന്നെന്നും അവൻ തുറന്നു സമ്മതിക്കുന്നു. എന്നാൽ പാപമോചനത്തിന് പരസ്യമായ കുറ്റസമ്മതവും പ്രായശ്ചിത്തവും ആവശ്യമാണെന്ന് വിശ്വസിക്കുന്ന അവൾ അവനോട് പറഞ്ഞു: ''എഴുന്നേല്ക്കൂ, ഈ നിമിഷം അടുത്ത നാല്ക്കവഴിയിൽ ചെല്ലൂ. എന്നിട്ട് നിങ്ങൾ പാപപങ്കിലമായ ഭൂമിയെ ചുംബിക്കൂ. നാലുവശത്തേക്കും കടന്നുപോകുന്നവരോടെല്ലാം ആവുന്നത്ര ഉച്ചത്തിൽ വിളിച്ചുപറയുക ''ഞാൻ കൊലപാതകിയാണ്'' എന്നാൽ ഭഗവാൻ അവിടുത്തേക്ക് മന:ശാന്തിയരുളും. പോകുവോ, പോകുവോ'' കുരിശുധരിച്ച് പ്രാർത്ഥിക്കാൻ അവൾ അവനോടാവശ്യപ്പെടുന്നു. പിന്നീടാകാമെന്ന് പറഞ്ഞു അവൻ ഒഴിഞ്ഞുമാറുന്നു. അന്വേഷണ ഉദ്യോഗസ്ഥന്റെ ചോദ്യം ചെയ്യൽ തുടരുമ്പോഴും അവൻ യുക്തിപരമായി എല്ലാം നിഷേധിക്കുന്നു. റസ്കൽ നികോവിന്റെ ലേഖനത്തിന്റെ അടിസ്ഥാനത്തിൽ ഘാതകൻ അവർ തന്നെയെന്ന് വിശ്വസിക്കുന്ന പോർഫിറിയോട് അവൻ പറയുന്നു.

''തെളിവുകളില്ല, നൂറ് ഊഹാപോഹങ്ങൾ ഒരു തെളിവുപോലുമാകില്ല'' അവൻ എതിർവാദങ്ങളുന്നയിച്ചു. എന്നാൽ ദൈവം അയച്ചുതന്ന തെളിവുകളുണ്ടെന്നും പീഡാനുഭവത്തിന് വിധേയനാകാനും പോർഫിറി അവനോടാവശ്യപ്പെട്ടു. ''പീഡാനുഭവം പാപിയെ ശുദ്ധീകരിക്കും. പോകൂ വിശ്രമിക്കൂ, സൂര്യനെപ്പോലെ ആയിത്തീരൂ. ജനം നിങ്ങളെ നോക്കിക്കാണുമെന്നും പരമാർത്ഥത്തിൽ ക്ലേശാനുഭവമെന്നതു വിശിഷ്ടാനുഭവമാണ്. പീഡാനുഭവത്തിൽ ഒരു മാലികതത്വം അന്തർല്ലീനമായിട്ടുണ്ട്.'' പോർഫിറിന്റെ വാക്കുകൾ കേട്ട അവനാകെ ഇളകിമറിഞ്ഞു. അമ്മയുടെയും സഹോദരിയുടെയും അടുത്തെത്തുന്ന അവൻ കുറ്റസമ്മതം നടത്തുന്നു. അമ്മയോടു മുട്ടുകുത്തി പ്രാർത്ഥിക്കാൻ അവൻ ആവശ്യപ്പെടുന്നു. പാതകത്തെ ഇപ്പോഴും അവൻ ന്യായീകരിക്കുന്നു. ''വെള്ളം

പോലെ രക്തം ഈ ലോകത്ത് പ്രവഹിച്ചിട്ടുണ്ട്. എന്നാൽ അവരെയൊക്കെ സാമ്രാജ്യസ്ഥാപകരെന്നു വിളിച്ച് ജനം ആദരിക്കുകയാണുണ്ടായത്. ഞാൻ മനുഷ്യവർഗ്ഗത്തിന് ഗുണം ചെയ്യാൻ തീരുമാനിച്ചു. എന്റെ പ്രവൃത്തി അത്ര ഹീനമായിരുന്നില്ല. എനിക്ക് തോല്വി പറ്റി. ഞാൻ നികൃഷ്ടനായി." പാതകത്തെ ന്യായീകരിച്ചുകൊണ്ട് അവൻ കുറ്റസമ്മതം നടത്തുന്നു. ഇനി അവന് പിടിവള്ളി സോന്യമാത്രം. കുരിശിന്റെ വഴിമാത്രമാണ് രക്ഷാമാർഗ്ഗമെന്ന് തിരിച്ചറിഞ്ഞ അവൻ വീണ്ടും അവളെ സമീപിക്കുന്നു. "സോണിയാ ഞാൻ കുരിശ് ധരിക്കാൻ വന്നതാണ്. നീയാണ് പരസ്യമായി കുറ്റം ഏറ്റുപറയാൻ എന്നെ പ്രേരിപ്പിച്ചത്." അവൾ ആകെ പരിഭ്രമിച്ചു. സൈപ്രസ് കുരിശ് അവന്റെ കഴുത്തിലണിഞ്ഞു. അതവന്റെ യാതനാനുഭവത്തിന്റെ ആദ്യപടിയായിരുന്നു. ഒരു ചെറിയ പ്രാർത്ഥനചെല്ലാൻ അവൾ ആവശ്യപ്പെട്ടു. തെരുവിലൂടെ നടന്നപ്പോൾ അവൻ സോന്യയുടെ വാക്കുകൾ ഓർമ്മിച്ചു. വല്ല പൊതുസ്ഥലത്തുംചെന്ന് പുരുഷാരത്തെ വന്ദിച്ച് നിങ്ങൾ കല്മഷംകൊണ്ട് മലിനമാക്കിയ ഭൂമിയെ ചുംബിച്ച് ഉറക്കെപ്പറയൂ ഞാൻ കൊലപാതകിയാണെന്ന് പിന്നെ വഴിമദ്ധ്യേ മായക്കാഴ്ചകളുമായി പൊലീസ് സ്റ്റേഷനിലേക്ക് "ഞാനായിരുന്നു ആ വൃദ്ധയായ ഉണ്ടികക്കാരിയെയും അവളുടെ സഹോദരി എലിസബത്തിനെയും മഴുകുകൊണ്ട് വെട്ടിക്കൊന്നത്. കവർച്ച ആയിരുന്നു എന്റെ ഉദ്ദേശ്യം."

എട്ടുവർഷം തടവുശിക്ഷയ്ക്കു വിധിക്കപ്പെട്ട റസ്കൽ നിക്കോവ് സൈബീരിയൻ ജയിലിൽ അടയ്ക്കപ്പെടുന്നു. അവനെ അനുഗമിച്ച സോന്യ ഒരു തയ്യൽക്കാരിയായി ജയിലിനടുത്ത് താമസിച്ച് അവന്റെ ക്ലേശാനുഭവം പങ്കിടുന്നു. റസ്കൽ നിക്കോവ് മറ്റുള്ളവരുടെ നിന്ദയ്ക്കും, പരിഹാസത്തിനും പാത്രമാവുമ്പോൾ സോന്യ സ്നേഹത്തിന്റെയും ആർദ്രതയുടെയും അമ്മയായി വാഴ്ത്തപ്പെടുന്നു. ഒരുവർഷം കഴിഞ്ഞപ്പോൾ രോഗാതുരനായ അവനെ സോന്യസന്ദർശിക്കുന്നു. ഒന്നും പറയാതെ അവളുടെ മുമ്പിൽ കുമ്പിട്ടു. അവർ കണ്ണീരൊഴുക്കി പരസ്പരം നോക്കി. അവർ പുതിയ മനുഷ്യരായി മാറി. പുതിയൊരു ജീവിതവും. ഒരാൾ മറ്റേയാളിന്റെ ഭാഗമായി മാറിക്കഴിഞ്ഞു. അനന്തവും തീവ്രവുമായ പ്രണയത്തിൽ അവർ പരസ്പരം ഇഴുകിച്ചേർന്നു. അയാൾ അടുത്തു കിടന്ന സോന്യയിൽനിന്നും വാങ്ങിയ സുവിശേഷ പുസ്തകത്തെപ്പറ്റി ഓർമ്മിക്കുന്നു. അയാള് അതുതുറന്നില്ലെങ്കിലും ഒരു ചിന്ത അയാളിൽക്കൂടി കടന്നുപോയി. "അവളുടെ വിശ്വാസം, വികാരം, എന്റേതും അതുപോലെ ആയിക്കൂടെ." ക്ലേശാനുഭവവും കഠിനപ്രയത്നവും അവരുടെ പുനരുജ്ജീവനം ഉറപ്പാക്കി.

പ്രാർത്ഥനാപൂർവ്വം രചിച്ച ഈ പുസ്തകം സുവിശേഷംപോലെ പാരായണസുഖം നല്കുന്നു. സ്വന്തം പാപമോചനത്തിനുമാത്രമല്ല മറ്റുള്ളവരുടെ പാപമോചനത്തിനായും പ്രാർത്ഥിക്കണമെന്ന് ഈ കൃതി നമ്മെ പഠിപ്പിക്കുന്നു. കൊലചെയ്യാത്ത നിക്കോളാ മറ്റുള്ള പാപികൾ

ക്കുവേണ്ടികുറ്റം ഏറ്റുപറയുകയാണ്. എന്തെന്നാൽ ക്ലേശാനുഭവം മഹത്തരമാണെന്ന് അയാൾ വിശ്വസിക്കുന്നു. മരണത്തോടടുക്കുന്ന മർമ്മലദോവ് തന്റെ പാപത്തിനും, മകൾ സോന്യയുടെ പാപത്തിനും ദൈവത്തോട് മാപ്പിരന്നു പ്രാർത്ഥിക്കുന്നു. തന്റെ മകനുവേണ്ടി പൾച്ചേറിയയും, സഹോദരനുവേണ്ടി ഡോണിയയും പ്രാർത്ഥിക്കുന്നു. തെരുവിൽ തെണ്ടി അലയുന്ന കാതറീൻ മരണത്തിനുമുമ്പ് "നല്ലവനായ പിതാവെ" എന്ന് പ്രാർത്ഥിക്കുന്നു. കുറ്റം ഏറ്റുപറയുന്ന റസ്കൽ നിക്കോവിന് കുരിശ് ചാർത്തിക്കൊണ്ട് പാപമോചനത്തിനായി സോന്യയും പ്രാർത്ഥിക്കുന്നു.

അങ്ങനെ കുറ്റവാളിയുടെ പീഡാനുഭവവും സഹനവും പ്രാർത്ഥനയും പാപമോചനത്തിന് വഴിതെളിക്കുന്നു. സ്നേഹത്തിന്റെയും സഹനത്തിന്റെയും പ്രാർത്ഥനയുടേയും അന്തരീക്ഷത്തിലാണ് നോവൽ അവസാനിക്കുന്നത്. സുവിശേഷംപോലെ പാരായണം ചെയ്യാവുന്ന ഈ പുസ്തകം ദിവ്യമായ ആനന്ദാതിരേകമാണ് പ്രദാനം ചെയ്യുന്നത്.

കുറ്റവും ശിക്ഷയും: കുറ്റവും കുറ്റസമ്മതവും

നിരവധി സമ്മർദ്ദങ്ങൾക്കും സംഘർഷങ്ങൾക്കുമിടയിൽ രചിക്കപ്പെട്ടതാണ് *കുറ്റവും ശിക്ഷയും*. എഴുത്ത് ആത്മാവിഷ്കാരം മാത്രമല്ല ആത്മീയ ആവശ്യംകൂടി ആയിരുന്ന ദസ്തയേവ്സ്കിക്ക്. *പാവപ്പെട്ടവർ (Poor Folk)* വലിയ ജനസമ്മതിയാണ് ഈ രചയിതാവിന് നേടിക്കൊടുത്തതെങ്കിലും പിന്നീടുള്ള *ഇര (The Double), അധോതലക്കുറിപ്പുകൾ (The Notes From the under ground), ചൂതാട്ടം (The Gambler)* മുതലായവയ്ക്ക് വലിയ സ്വീകാര്യത ലഭിച്ചില്ല. ദാരിദ്ര്യവും, രോഗവും കടബാദ്ധ്യതയും ദസ്തയേവ്സ്കിയുടെ ജീവിതം ദുരിതപൂർണ്ണമാക്കി. പ്രതിസന്ധികളിൽ തളരാതെ മുന്നേറിയ ഈ എഴുത്തുകാരന്റെ നീണ്ടകാലത്തെ തയ്യാറെടുപ്പിന്റെ ഫലമണ് *കുറ്റവും ശിക്ഷയും*.. പ്രമേയത്തിന്റെ നൂതനത്വംകൊണ്ടും ആവിഷ്കാരത്തിലെ സവിശേഷതകൾകൊണ്ടും ദസ്തയേവ്സ്കിയുടെ രചനാ ജീവിതത്തിലും ഫിക്ഷനിലും വലിയൊരു കുതിച്ചുചാട്ടമായിരുന്നു ഈ കൃതി. ദീർഘകാലം മനസ്സിൽ താലോലിച്ചിരുന്ന ആശയങ്ങളും ദർശനങ്ങളുമാണിവിടെ ആവിഷ്കരിക്കപ്പെടുന്നത്. വിപ്ലവകരമായപ്രർത്തനങ്ങൾക്ക് വധശിക്ഷാ വിധിയും പിന്നീടുള്ള ശിക്ഷ ഇളവും സൈബീരിയൻ ജയിൽ ജീവിതവും ബൈബിൾ വായനയും ദസ്തയേവ്സ്കിയുടെ ജീവിതത്തെ ആകെ മാറ്റിമറിച്ചു. ഓംസ്കിലേക്കുള്ള യാത്രാമദ്ധ്യേ ഒരു സ്ത്രീ സമ്മാനിച്ച ബൈബിളായിരുന്നു ജയിലിൽവെച്ച് പലതവണ വായിച്ച ഒരേയൊരു പുസ്തകം. നിരന്തരമായ ബൈബിൾ വായന അതിന്റെ സത്തമാത്രമല്ല മർമ്മവും കണ്ടെത്താൻ സഹായിച്ചു. ദൈവം സ്നേഹം മാത്രമല്ല സത്യംകൂടിയാണെന്നറിഞ്ഞു. ജയിൽ ജീവിതത്തിനിടെ കൊടിയകുറ്റവാളികളുമായി ഇടപഴകേണ്ടിവന്ന ഈ എഴുത്തുകാരന് മനുഷ്യപ്രകൃതിയെക്കുറിച്ചും മനുഷ്യന്റെ നിന്ദ്യവും ഹീനവുമായ

വശങ്ങളെപ്പറ്റിയും കൂടുതലറിയാൻ കഴിഞ്ഞു. മനുഷ്യൻ ഒരു സർഗ്ഗാത്മക ജീവിയാണ്. എങ്കിലും ഹിംസാത്മകതയും പാതക ത്വരയും അവനിൽ ശക്തമാണെന്നും തിരിച്ചറിഞ്ഞു. ക്രൈസ്തവദർശനത്തിൽ ആകൃഷ്ടനായെങ്കിലും യുക്തിബോധത്തെയും ശാസ്ത്രചിന്തയെയും തള്ളിപ്പറഞ്ഞില്ല.

പുറമെ ലളിതമെങ്കിലും സങ്കീർണ്ണമാണ് നോവലിന്റെ ആന്തരിക ലോകം. നിരവധി അടരുകൾ കലാപരമായി അടക്കംചെയ്തിരിക്കുന്ന ശില്പപരമായി വൻവിജയമാണീ കൃതി. ഉദ്വേഗവും നാടകീയതയും ആദ്യാവസാനം ഇവിടെ നിറഞ്ഞുനില്ക്കുന്നു. ദുരിതപൂർണ്ണവും ഒരു ക്രൈംനോവൽ എന്നു വിളിക്കാവുന്ന ഈ കൃതിയുടെ രാഷ്ട്രീയവും, തത്ത്വചിന്താപരവും മനഃശാസ്ത്രപരവുമായ വെളിപ്പെടുത്തലുകൾ വായനക്കാരെ പിടിച്ചെടുക്കുന്നു. ഇരുണ്ടതും, സങ്കീർണ്ണവുമായ കഥാന്തരീക്ഷത്തിൽ പീറ്റേഴ്സ്ബർഗിലെ വിവിധ വിഭാഗങ്ങളിൽപെട്ട ആളുകൾ കടന്നുവരുന്നു. കഥാപാത്രങ്ങൾ ഏറിയകൂറും ദരിദ്രരും രോഗികളും മാത്രമല്ല നിരാശരും ദു:ഖിതരും പീഡിതരുമാണ്. താൻപോരിമയ്ക്കുവേണ്ടി സമുദായനിർമ്മിത നിയമങ്ങൾ ലംഘിക്കുന്ന യുക്തിവാദിയും പ്രയോജന വാദിയുമായ റസ്കൽ നിക്കോഫ് എന്ന യുവാവിനെയും വീട്ടിലെ പട്ടിണിമാറ്റാൻ വേശ്യാവൃത്തി തെരഞ്ഞെടുക്കുന്ന സോന്യ എന്ന ചെറുപ്പക്കാരിയെയും കേന്ദ്രീകരിച്ചാണ് കഥ വികസിക്കുന്നത്. പീറ്റേർസ് ബർഗിലെ ഇരുളടഞ്ഞമുറിയിൽ ദാരിദ്ര്യത്തോട് പടവെട്ടി ജീവിക്കുന്ന ഇരുപത്തിനാലുകാരന്റെ ഞരമ്പുകൾ കെട്ടഴിഞ്ഞ നിലയിലാണ്. *പീരിയോഡിക്കൽ റിവ്യൂ*വിൽ പ്രത്യക്ഷപ്പെട്ട തന്റെ ലേഖനത്തിൽ മനുഷ്യവർഗ്ഗത്തെ അവൻ രണ്ടായി വിഭജിക്കുന്നു. ആദ്യത്തേത് അനുസരണയോടെ അടിമകളെപ്പോലെ ജീവിക്കുന്നവർ. രണ്ടാമത്തേത്, സമൂഹത്തിന്റെ നിയമങ്ങളെ ലംഘിക്കുന്ന ധീരന്മാർ, വീരനായകന്മാരായ നെപ്പോളിയൻ, സോളമൻ, മുഹമ്മദ് എന്നിവർ ഇക്കൂട്ടത്തിൽപെടും. കോടാനുകോടി ജനങ്ങളെപ്പോലെ വെറുമൊരു കീടമായി ജീവിക്കാനല്ല നെപ്പോളിയനെപ്പോലെ ഒരു ധീരകൃത്യം ചെയ്തു വീരനായകനാകാൻ അവൻ കൊതിക്കുന്നു. പണത്തിനുവേണ്ടിയല്ല, താൻപോരിക്കും പ്രതാപത്തിനുംവേണ്ടിയാണ് റസ്കൽ നിക്കോവ് വൃദ്ധയായ ഉണ്ടികക്കാരിയെ കൊലചെയ്യുന്നത്. അവളുടെ സഹോദരിയുടെ വധം തികച്ചും യാദൃച്ഛികവും കൊലക്കുശേഷം തത്ത്വവിചാരങ്ങൾകൊണ്ടും ന്യായവാദങ്ങൾകൊണ്ടും തന്റെ പൈശാചികതയെ അവൻ ന്യായീകരിക്കുന്നു. ഉപയോഗശൂന്യമായ വെറും കീടമായ ആ കിഴവിയെ കൊന്നത് അപരാധമല്ലെന്ന് അവൻ വാദിക്കുന്നു. എലിസബത്തിനെ കൊന്നതുതാനല്ല, ചെകുത്താനാണെന്നും അവൻ പറയുന്നു. അയാൾ ദൈവത്തെ കൈവിടുന്നെങ്കിലും ദൈവം അവനെ കൈവിടുന്നില്ല.

അപരാധിയായ റസ്കൽ നിക്കോവിന്റെ കുറ്റബോധവും മനഃസാക്ഷിക്കുത്തും കൗശലക്കാരനായ അന്വേഷണ ഉദ്യോഗസ്ഥന്റെ, ചോദ്യം

ചെയ്യലിൽ റസ്കൽ നിക്കോഫിന്റെ നെഞ്ചിടുപ്പും നീറ്റലും പാപമോചനാസക്തിയും ഉള്ളിൽ തറയ്ക്കുന്നരീതിയിലാണ് നോവലിസ്റ്റ് ചിത്രീകരിക്കുന്നത്. റഷ്യയിലാകെ കോളിളക്കം സൃഷ്ടിച്ച കൊലപാതകത്തിന്റെ കുറ്റാന്വേഷകനായി ബുദ്ധിമാനും, കുശാഗ്രബുദ്ധിയുമായ പോർഫിറിയെയാണ് നിയമിക്കുന്നത്. കൊല്ലപ്പെട്ട സ്ത്രീയുടെ വീട്ടിൽ പണയംവെച്ച പലരെയും ചോദ്യംചെയ്യുന്നു. ഒരു ചായപ്പണിക്കാരനെ ആദ്യം സംശയിക്കുന്നു. പ്രത്യക്ഷത്തിൽ തെളിവുകൾ ലഭിക്കാതെ കുഴങ്ങുന്നു. റസ്കൽ നിക്കോഫിന്റേതായി പ്രസിദ്ധീകരിക്കപ്പെട്ട ലേഖനവും, അയാളുടെ ഉടുപ്പിലെ ചോരക്കറയുമാണ് ഘാതകൻ അയാളെന്നു സംശയിക്കാനിടയാക്കുന്നത്. പോർഫിറിയുമായുള്ള ആദ്യത്തെ കൂടിക്കാഴ്ചയിൽ അവൻ വിറച്ചു. ശബ്ദം ഇടറി. കുറ്റാന്വേഷകന്റെ സംശയം ബലപ്പെടുന്നു. ഞാനിപ്പോൾ ജീവിക്കുകയാണോ, മരിക്കുകയാണോ. ആ കിഴവിയുടേതുപോലെ എന്റെ ജീവനുംപോയി. എങ്കിലും പോർഫിറിയുടെ ചോദ്യങ്ങളിൽ നിന്നും അവൻ ഒഴിഞ്ഞുമാറുന്നു. കുറ്റകൃത്യം നിഷേധിക്കുന്നു. കുറ്റബോധത്താലും, പാപഭാരത്താലും ഉഴലുന്ന അവൻ മായക്കാഴ്ചകൾക്കടിമപ്പെടുന്നു. സോന്യയുടെ അടുത്തെത്തി ലാസറസിന്റെ ഉയിർത്തെഴുന്നേല്പിന്റെ കഥ വായിക്കുന്ന അവൻ പരസ്യമായ കുറ്റസമ്മതത്തിന് മുമ്പുള്ള രഹസ്യകുറ്റസമ്മതമാണ് നടത്തുന്നത്. കുശാഗ്രബുദ്ധിയായ പോർഫിറി വീണ്ടും അവനെ ചോദ്യം ചെയ്യുന്നു. ചോദ്യങ്ങൾക്കുമുമ്പിൽ റസ്കൽ നിക്കോഫ് കുഴങ്ങുന്നു. അവന്റെ ജ്വരാവസ്ഥ തുടരുന്നു. സഹികെട്ട അവൻ കോപംകൊണ്ടു വിറയ്ക്കുന്നു. “ഞാൻ സമ്മതിക്കില്ല നിങ്ങൾ എന്തിനാണെന്നെ പീഡിപ്പിക്കുന്നത്.” നിക്കോളായുടെ കുറ്റസമ്മതം അവനെ സന്തോഷിപ്പിക്കുന്നു. ഖണ്ഡിതമായ തെളിവുകളുടെ അഭാവം അവന് ആശ്വാസം നല്കുന്നു. അപ്പോഴും അന്തരംഗം പീഡാനുഭവത്തിനായി ആഗ്രഹിച്ചു. അതുകൊണ്ടാണ് വീണ്ടും സോന്യയുടെ അടുത്തെത്തി എലിസബത്തിനെയും അലീനയെയും കൊന്നതുതാനാണെന്ന് തുറന്നുപറയുന്നത്. “വാസ്തവത്തിൽ ആ കിഴവിയെ കൊന്നതു ഞാനല്ല. ഞാൻ എന്നെത്തന്നെ കൊന്നു. ആ വൃദ്ധയുടെ കാര്യമാണെങ്കിൽ അവളെ കൊന്നത് ചെകുത്താനാണ് ഞാനല്ല.” അതിധീരമായ ഒരു കർമ്മംചെയ്യാൻ അവൻ ആഗ്രഹിച്ചതായും മറ്റൊരു നെപ്പോളിയനാകാനും അവൻ ആഗ്രഹിച്ചതായും അവൻ അവളെ അറിയിച്ചു. ഞെട്ടിവിറച്ച സോന്യ കുറ്റം ഏറ്റുപറഞ്ഞ് കുരിശു ധരിച്ച് പ്രായശ്ചിത്തം ചെയ്യാൻ അവനോടാവശ്യപ്പെടുന്നു.

കുറ്റാരോപണത്തിന്റെ അടുത്ത സന്ദർഭത്തിൽ പോർഫിറി കൂടുതൽ സൗഹാർദ്ദപരമായി കാണപ്പെട്ടു. എന്നാൽ റസ്കൽ നിക്കോഫ് തന്റെ കുറ്റം നിഷേധിക്കൽ തുടർന്നു. വൃദ്ധയുടെ ഉരുപ്പടികൾ ആരും എടുത്തില്ല. തെളിവുകൾ ഇല്ല. ഒരുനൂറ് ഊഹങ്ങൾ ഒരു തെളിവാകില്ല. അവൻ ഒരു വക്കീലിനെപ്പോലെ വാദിച്ചു. പോർഫിറിയാകട്ടെ

നിക്കോളയുടെ കുറ്റസമ്മതത്തിനും, റസ്കൽ നിക്കോവിന്റെ കുറ്റനിഷേധത്തിനുമിടയിൽ പെട്ടുഴറി. മനുഷ്യവർഗ്ഗത്തെ രണ്ടായി തരംതിരിച്ച് ലേഖനമെഴുതിയ ആൾ ഇങ്ങനെ ചെയ്യുമെന്നും അയാൾ ഉറപ്പിച്ചു.

"റോഡിയോ, നിങ്ങളാണ് യഥാർത്ഥ കുറ്റവാളി."

"ഞാനല്ല അവൻ മറുപടിയായി പറഞ്ഞു."

"അപരാധം ഏല്ക്കും, കുറ്റസമ്മത ചെയ്യൂ."

"എനിക്കു ദോഷകരമായ തെളിവുകൾ ഇല്ല." ഇതുകേട്ട പോർഫിറി ഇങ്ങനെപറഞ്ഞു

"ദൈവം തന്ന തെളിവുകളുണ്ട്. നിങ്ങൾ ഇതിനേക്കാൾ വലിയ ദ്രോഹം ചെയ്തേനെ, പോകൂ... വിശ്രമിക്കൂ, സൂര്യനെപ്പോലെ ആയിത്തീരൂ. ജനം നിങ്ങളെ നോക്കിക്കാണും". പീഡാനുഭവം വിശിഷ്ടമാണെന്നു കൂടി അവനെ ഓർമ്മിപ്പിക്കുന്നു. നിശബ്ദനായി അവൻ അവിടെ നിന്നും അമ്മയുടെയും സഹോദരിയുടെയം അടുത്തേക്കാണ് പോകുന്നത്. കുറ്റം ഏറ്റുപറഞ്ഞ അവൻ അമ്മയോടിങ്ങനെ പറഞ്ഞു "അമ്മേ എനിക്കുവേണ്ടി മുട്ടുകുത്തി പ്രാർത്ഥിക്കണം." സഹോദരിയോട് കുറ്റസമ്മതം നടത്തുമ്പോഴും "അസത്തും, വെറുക്കപ്പെട്ടതും, എല്ലാവർക്കും ദ്രോഹം ചെയ്യുന്ന ഒരു കീടത്തെക്കൊന്നത് അപരാധമല്ലെന്ന്" അവൻ വാദിക്കുന്നു". പിന്നീട് സോന്യയുടെ അടുത്തെത്തി അവൻ കുരിശുധരിക്കാൻ തയ്യാറാവുന്നു. "ഞാൻ സ്വയം കുറ്റം ഏറ്റെടുക്കുന്നു" അവൻ അറിയിക്കുന്നു. പിന്നീട് ഒട്ടും താമസിച്ചില്ല അവൻ നേരേ പൊലീസ് സ്റ്റേഷനിലേക്കു പോകുന്നു. വേച്ചുവേച്ച് വന്ന അവനെ അവർ ഒരു കസേരയിലിരുത്തി "ഞാനായിരുന്നു...." അവനു വാക്കുകൾ മുഴുവൻ പറയാൻ കഴിയുന്നില്ല. സ്റ്റേഷനിൽനിന്നും കിട്ടിയ വെള്ളം കുടിച്ചുകൊണ്ട് അവൻ തുടർന്നു, "ഞാനായിരുന്നു ആവൃദ്ധയായ ഉണ്ടികക്കാരിയെയും, അവളുടെ സഹോദരി എലിസബത്തിനെയും വെട്ടിക്കൊന്നത്. കവർച്ചയായിരുന്നു എന്റെ ഉദ്ദേശ്യം." അവൻ കുറ്റസമ്മതം നടത്തുന്നു. അവനെല്ലാം ഏറ്റുപറഞ്ഞു. പിന്നെ പീഡാനുഭവത്തിനും പാപമോചനത്തിനും തയ്യാറാകുന്നു.

ഇഡിയറ്റ്: ഒരു ബൈബിൾ അനുഭവം

രണ്ടുപുസ്തകങ്ങളിലായി മൂന്ന് കുടുംബങ്ങളുടെയും കുറെ വ്യക്തികളുടെയും കഥപറയുന്ന ബൃഹത്തായ ഒരു കൃതിയാണ് *ഇഡിയറ്റ്, കുറ്റവും ശിക്ഷയി*ലെന്നപോലെ സദാചാരനിയമങ്ങളും ധാർമ്മികതയുമാണിവിടെ ചർച്ചചെയ്യപ്പെടുന്നത്. എങ്കിലും ആദ്യനോവലിനേക്കാൾ കൂടുതൽ മതപരവും തത്ത്വചിന്താപരവുമാണീ കൃതി. അന്നയുമായുള്ള വിവാഹബന്ധം ദസ്തയേവ്സ്കിയുടെ വ്യക്തിജീവിതത്തിലും സർഗ്ഗജീവിതത്തിലും വലിയൊരു വഴിത്തിരിവായിരുന്നു. ബന്ധുക്കളുടെ അന്യായമായ ആവശ്യങ്ങളിൽനിന്നും കടബാദ്ധ്യതകളിൽനിന്നും രക്ഷപ്പെടാൻ കടംവാങ്ങിയ പണംകൊണ്ട് അവർ ജനീവയിൽ എത്തിച്ചേർന്നു. രോഗത്തിന്റെയും ദാരിദ്ര്യത്തിന്റെയും പിടിയിലമർന്ന് ആന്തരികസംഘർഷങ്ങൾക്കിടയിൽ രചിക്കപ്പെട്ടതാണീ പുസ്തകം. *കുറ്റവും ശിക്ഷ*യിൽ കഥാനായകന്റെ പൈശാചികമായ കൊലപാതകമാണ് കഥയെ നിയന്ത്രിക്കുന്നതെങ്കിൽ *ഇഡിയറ്റിൽ* കൊലനടക്കുന്നത് കഥാന്ത്യത്തിലാണ്. സൈബീരിയൻ ജയിലിൽ ധ്യാനനിരതനായി താൻ ആവർത്തിച്ചുവായിച്ച ബൈബിൾ ദസ്തയേവ്സ്കിയെ പുതിയൊരു മനുഷ്യനാക്കി മാറ്റി. ക്രിസ്തുവിന്റെ പീഡാനുഭവങ്ങളും ഉയിർത്തെഴുന്നേല്പും തന്റേതാക്കിമാറ്റി. ക്രിസ്തുവുമായി താദാത്മ്യം പ്രാപിച്ചു. “ഇനി ഞാനല്ല, ക്രിസ്തുവാണെന്നിൽ ജീവിക്കുന്നത്” എന്ന പൗലോസ് ശ്ലീഹയുടെ വാക്കുകളാണവിടെ ഓർമ്മയിൽ വരുന്നത്. അതുകൊണ്ടു തന്നെ ക്രിസ്തുസദൃശമായ ഒരു കഥാനായകനെ സൃഷ്ടിക്കുക എന്നത് ഈ രചയിതാവിന്റെ ഒരാത്മീയാവശ്യമായി മാറി. നോവലിന്റെ ആദ്യഭാഗം പൂർത്തീകരിച്ചതിനുശേഷം തന്റെ സഹോദരപുത്രി സോന്യക്കെഴുതിയ കത്തിൽ നിന്നും ഇതു വ്യക്തമാണ്.

ദസ്തയേവ്സ്കിയുടെ കൃതികൾ വെറും നോവലുകളല്ല, നോവൽ നാടകങ്ങളാണ്. ഈ എഴുത്തുകാരന്റെ രചനകളിൽ ഏറ്റവും നാടകീയമായി തുടങ്ങുന്നതും *ഇഡിയറ്റ്* തന്നെ. വാൽസാ- പീറ്റേർസ്ബർഗ്ഗ് തീവണ്ടി രാവിലെ ഒമ്പത് മണിക്ക് പീറ്റേർസ്ബർഗ്ഗിൽവന്നു നില്ക്കുന്നതോടെ കഥയുടെ ഇതളുകൾ വിരിയുകയാണ്. മഞ്ഞും തണുപ്പും നിറഞ്ഞുനിന്ന പ്രഭാതത്തിൽ യാത്രക്കാരെല്ലാം ഉറക്കച്ചടവിലാണ്. സ്വിറ്റ്സർലണ്ടിലെ ചുഴലിരോഗചികിത്സയ്ക്കുശേഷം, ഉന്നതകുലജാതനായ പ്രിൻസ് മിഷ്കിൻ പീറ്റേർസ്ബർഗ്ഗ് സ്റ്റേഷനിലിറങ്ങുന്നു. ട്രെയിനിൽവെച്ചു പരിചയപ്പെട്ട റൊഗോഷിൻ കൂടെ താമസിക്കാൻ അവനെ ക്ഷണിക്കുന്നു. എങ്കിലും മിഷ്കിൻ രാജകുമാരൻ ആ ക്ഷണം നിരസിക്കുന്നു. ബന്ധുവീടായ യപാച്ചിൻ കുടുംബത്തിലേക്ക് പോകാനാണ് അവന് താല്പര്യം. നന്നേ വിളറിമെലിഞ്ഞ്, കവിളൊട്ടിയ ഇരുപത്തിയാറ് വയസ്സുള്ള ഈ ചെറുപ്പക്കാരന്റെ ദു:ഖംനിറഞ്ഞ മുഖം ക്രിസ്തുവിനെ ഓർമ്മിപ്പിച്ചു. കൈയിലൊരു ഭാണ്ഡക്കെട്ടുമായി ഒരു തീർത്ഥാടകനെപ്പോലെ നടന്നുനീങ്ങിയ അവൻ PILGRIM'S PROGRESS ലെ ക്രിസ്ത്യനെ ഓർമ്മിപ്പിച്ചു. രാവിലെ പതിനൊന്നുമണിയോടെ അവൻ ജനറൽയെപാൻചിന്റെ വീട്ടിലെത്തുന്നു. എന്നാൽ അവന് എളുപ്പത്തിൽ ജനറലിനെ കാണാൻ കഴിയുന്നില്ല. അമിതമായ വിനയവും വിചിത്രമായ വസ്ത്രധാരണവും അവന്റെ പ്രത്യേകതകളാണ് ജനറലിന്റെ അനുവാദത്തിനായി കാത്തുനിന്ന അവൻ അവിടുത്തെ ഭൃത്യനുമായി സംഭാഷണത്തിലേർപ്പെടുന്നു. അവന്റെ തമാശമട്ടിലുള്ള ഗൗരവമാർന്ന വാക്കുകൾ ഭൃത്യന് നന്നേ പിടിച്ചു. ഇടവേളയിൽ ഭൃത്യനുമായി തന്റെ സ്വിറ്റ്സർലണ്ട് ഓർമ്മകൾ പങ്കിടുന്നു. വധശിക്ഷയെപ്പറ്റിയും വിശേഷിച്ച് ഗില്ലറ്റിൻകൊണ്ടുള്ള വധത്തെപ്പറ്റിയും. കഴുതയോടും കുഞ്ഞുങ്ങളോടുമുള്ള അവന്റെ സ്നേഹത്തെപ്പറ്റിയും പറയുന്നു. ജനറലിന്റെ വീട്ടിലേക്കു പ്രവേശനം ലഭിക്കുമ്പോൾ അവനു വലിയ സന്തോഷമായി. സമ്പന്നനായ ജനറലിന് നിരവധി വീടുകളും, മറ്റുസ്വത്തുക്കളുമുണ്ടായിരുന്നു. ലഫ്റ്റനന്റ് ആയിരുന്നപ്പോൾ വിവാഹം. മദാം യപാൻചിൻ വലിയസമ്പന്നയല്ലായിരുന്നെങ്കിലും കുലമഹിമയ്ക്ക് ഒട്ടും കുറവില്ലായിരുന്നു. അവർക്ക് വിവാഹപ്രായമെത്തിയ മൂന്നു പെൺമക്കൾ: മൂത്തമകൾ അലക്സാണ്ടറാ, രണ്ടാമത്തവൾ അദിലൈദ. ഏറ്റവും ഇളയവൾ അഗ്ലേയ. മൂന്നു സഹോദരിമാർ വളരെ യോജിപ്പോടെയാണ് കഴിഞ്ഞത്. പുരോഗമനചിന്താശീലവുമുള്ള അംഗ്ലേയ അദ്ധ്യാപികയാകാൻ കൊതിച്ചു. അവരുടെ വിവാഹക്കാര്യത്തിൽ ജനറലിന് വലിയ താല്പര്യമില്ലായിരുന്നു. എന്നാൽ മിസ്സിസ് യെപാചിനു മക്കളുടെ വിവാഹം താമസിക്കുന്നതിൽ വലിയ ഉൽക്കണ്ഠയായിരുന്നു. മിഷ്കിന്റെ ഹൃദയനൈർമ്മല്യവും നിഷ്കളങ്കതയും തുറന്നുപറച്ചിലുകളും വിചിത്രമായ വേഷവും പെൺകുട്ടികളെ രസിപ്പിച്ചു. അവന്റെ കഴുതയോടുമുള്ള സ്നേഹവും, കുഞ്ഞുങ്ങളോടും ദരിദ്രരോടുമുള്ള

സ്നേഹവും അലിവും അവരെ അവനിലേക്കടുപ്പിച്ചു. അവർ അവനെ *ഇഡിയറ്റ്* (ശുദ്ധപാവം) എന്നു വിളിച്ചു കളിയാക്കി. എന്നാൽ അവന്റെ ഗൗരവപൂർവ്വമായ വാക്കുകളും, ആശയങ്ങളും കേട്ടപ്പോൾ അവർ അവനെ തത്ത്വചിന്തകൻ എന്നു വിളിച്ചു. സുന്ദരിയും ലിബറൽ ചിന്താഗതിക്കാരിയുമായ അംഗ്ലേയക്ക അവനോട് വലിയ ഇഷ്ടം തോന്നി. സൗന്ദര്യം അജ്ഞേയമാണെന്ന് വിശ്വസിക്കുന്ന മിഷ്കിന് അവളോടും സ്നേഹം തോന്നി. മിഷ്കിന്റെ ദയനീയസ്ഥിതിയിൽ ദയ തോന്നിയ യെപാൻചിൻ അവന് കുറച്ചു പണം നല്കുകയും തന്റെ പ്രൈവറ്റ് സെക്രട്ടറിയായ ഗന്യയുടെ വീട്ടിൽ താമസമാക്കാനുള്ള ഏർപ്പാടുകൾ ചെയ്തുകൊടുക്കുകയും ചെയ്തു. ജനറൽ ഇപ്പോൽജിനും ഭാര്യ നൈനായും മക്കളായ ഗന്യ, കോളിയാ, വാർവാറാ എന്നിവരടങ്ങുന്ന കുടുംബം. ജനറലിന്റെ മേശപ്പുറത്ത് സുന്ദരിയായ നസ്താസ്യുടെ ഛായാചിത്രം കാണാനിടയായ മിഷ്കിൻ അവളിൽ ആകൃഷ്ടനാകുന്നു. അതീവസുന്ദരിയും തന്റേടിയുമായ നസ്താസ്യ റോഗോഷിന്റെ കാമുകിയാണെന്ന് അവൻ അറിയുന്നു. രോഗോഷിൻ അവളെ വിവാഹം കഴിക്കാൻ തീരുമാനിച്ചിരിക്കുന്ന വിവരം മിഷ്കിൻ അവനിൽ നിന്ന് തന്നെ നേരത്തേ അറിഞ്ഞിരുന്നു. ടോട്സ്കി എന്ന പണക്കാരന്റെ വെപ്പാട്ടി യായിക്കഴിഞ്ഞിരുന്ന അവളെ ഇപ്പോൾ അയാൾ ഉപേക്ഷിച്ചെന്നും, അയാൾ മറ്റൊരു വിവാഹത്തിനു മുതിരുന്നെന്നും മിഷ്കിൻ അവരിൽ നിന്നും അറിയുന്നു. റോഗോഷിൻ അത്രനല്ല ആളല്ലെന്നും അവനുമായുള്ള അടുപ്പം നല്ലതല്ലെന്നും അവർ അവനെ ഉപദേശിക്കുന്നു. മിഷ്കിനു നസ്താസ്യയോട് തോന്നിയ ഇഷ്ടം മനസ്സിലാക്കിയ ഗന്യ അവനോടു ചോദിച്ചു.

"നിനക്കവളെ വിവാഹം കഴിക്കാൻ താല്പര്യമുണ്ടോ?" അതിന് മറുപടി ഇങ്ങനെ ആയിരുന്നു:

"എനിക്ക് ആരെയും വിവാഹം കഴിക്കാൻ പറ്റില്ല. ഞാനൊരു രോഗിയാണ്." റോഗോഷിൻ അവളെ വിവാഹം കഴിക്കുമോ എന്ന ചോദ്യത്തിന് ഇങ്ങനെയാണ് അവൻ പ്രതികരിച്ചത്: "അവൻ കഴിക്കും. തീർച്ച. ഒരാഴ്ച കഴിയുമ്പോൾ മിക്കവാറും കഴുത്തുവെട്ടും." ഗന്യക്കു അവളെ വിവാഹം കഴിക്കാൻ ആഗ്രഹം ഉണ്ടായിരുന്നു. എന്നാൽ വീട്ടുകാർ അതിനെ എതിർത്തു.

നസ്താസ്യായുടെ ജന്മദിനാഘോഷവേളയിൽ മിഷ്കിനും, അവളുമായുള്ള കൂടിക്കാഴ്ച കഥാഗതിയെ മാറ്റിമറിക്കുന്നു. ക്ഷണിക്കപ്പെടാത്ത അതിഥിയാണ് മിഷ്കിൻ. മിഷ്കിനെ പരിചയപ്പെടുന്ന നിമിഷം അവൾ ഇങ്ങനെ പറഞ്ഞു. "ഞാൻ വിചാരിച്ച് ഏതോ ജോലിക്കാരനാണെന്ന്." അവിചാരിതമായവിടെത്തിയ മദ്യപാനിയായ രാഗോഷിനും, പുസ്തകപ്രേമിയായ ലിബിഡോവും മിഷ്കിനെക്കണ്ടു അത്ഭുതപ്പെട്ടു. രണ്ടുപേരും നിഹിലിസ്റ്റ് പ്രവർത്തനത്തിൽ ഏർപ്പെട്ടിരുന്നു. നസ്താസ്യ സൗന്ദര്യത്തിന്റെ പൂർണ്ണരൂപമാണെന്ന് പ്രിൻസ് തുറന്നടിച്ചു. വിരുന്നു

സൽക്കാരത്തിൽ പങ്കെടുത്ത എല്ലാവരും മദ്യലഹരിയിലായി. മദ്യലഹരിയിൽ ഒരു ലക്ഷം റൂബിളിന്റെ ഒരു നോട്ടുകെട്ട് രോഗോഷിൻ അവൾക്കു വിലയായി എറിഞ്ഞുകൊടുത്തത് നസ്തസ്യക്കു പിടിച്ചില്ല. അവൾ നോട്ടുകെട്ട് ദൂരെ തീയിലേക്കെറിഞ്ഞു. അതെടുത്തുകൊണ്ടുപോകാൻ ഗന്യയോടലറിപ്പറയുകയും ചെയ്തു. ആ സമയം നസ്താസ്യ തന്റേതാണെന്നും അവളെ ആർക്കും നല്കില്ലെന്നും പറഞ്ഞ പ്രിൻസിനോട് അയാൾ പറഞ്ഞു.

"നിനക്കൊരു നേഴ്സിനെയാണ്, ഭാര്യയെ അല്ല ആവശ്യം."

അവൾ ടോട്സ്കി എന്ന പണക്കാരന്റെ വെപ്പാട്ടിയായിക്കഴിഞ്ഞവളാണെന്നും അവനോടവർ പറഞ്ഞു. എന്നാൽ ഇതൊന്നും അവനെ തന്റെ ഉറച്ച തീരുമാനത്തിൽ നിന്നും പിന്തിരിപ്പിച്ചില്ല.

"ഞാൻ നിന്നെ സ്നേഹിക്കുന്നു. ഞാൻ നിനക്കുവേണ്ടി മരിക്കാനും തയ്യാറാണ്. നിനക്കെതിരെ ഒരു വാക്കുപറയാൻ ഞാനാരെയും അനുവദിക്കില്ല. രോഗോഷിൻ പണംകൊണ്ട് നസ്താസ്യയെ വിലയ്ക്കു വാങ്ങാൻ ആഗ്രഹിക്കുന്നു. ഗന്യക്കു അവളോട് സ്നേഹമില്ല. പൊങ്ങച്ചക്കാരനായ അയാൾക്ക് പണമാണാവശ്യം അതുകൊണ്ട് അവളെ വിവാഹം കഴിക്കാൻ ആഗ്രഹിക്കുന്നു. വെറുക്കപ്പെട്ടവളും നിരാലംബയുമായ അവളോടുള്ള സഹതാപമാണ് മിഷ്കിന്. അതുകൊണ്ട് അവളെ സ്നേഹിക്കുന്നു. വിവാഹം കഴിക്കാൻ ആഗ്രഹിക്കുന്നു. ഇതിനെല്ലാം സാക്ഷിയായ ടോട്സ്കി ഇങ്ങനെ പറഞ്ഞു:

"അവനൊരു ഇഡിയറ്റ് ആയിരിക്കാം."

എന്നാൽ ജനറൽ മറ്റൊരുവിധത്തിൽ അഭിപ്രായപ്പെട്ടു.

"സംസ്കാരമുള്ളവൻ, തികച്ചും നിസ്സഹായൻ."

ഋഷിതുല്യനായ മിഷ്കിന് നസ്താസ്യയെ അവളുടെ തെറ്റിൽ നിന്നും അപമാനത്തിൽനിന്നും എങ്ങനെയെങ്കിലും രക്ഷിക്കണമെന്നാഗ്രഹം.

സംഘർഷഭരിതമായ രംഗങ്ങൾകൊണ്ട് സങ്കീർണ്ണമാണ് നോവലിന്റെ രണ്ടാംഭാഗം. മിഷ്കിന് നസ്താസ്യയോടുള്ള സ്നേഹം കലവറയില്ലാത്തതാണ്. അതേസമയം അവന് സുന്ദരിയും പരിഷ്കാരിയുമായ അംഗ്ലേയയെ കൈവിടാനും വയ്യാ. രണ്ടുപേരെയും അവൻ സ്നേഹിക്കുന്നു. അംഗ്ലേയക്കെഴുതിയ കത്തുകളിൽ അവനതു സൂചിപ്പിക്കുകയും ചെയ്യുന്നു.

"ഞാൻനിന്നെ ഒരു സഹോദരിയെപ്പോലെ സ്നേഹിക്കുന്നു." അവൻ എഴുതി. നസ്താസ്യയാണെങ്കിൽ റോഗോഷിനെ സ്നേഹിക്കുന്നില്ല എന്നുമാത്രമല്ല അവനെ വെറുക്കുകപോലും ചെയ്യുന്നു. നസ്താസ്യയുടെ ആരോഗ്യക്ഷയത്തിൽ മിഷ്കിൻ വ്യസനിക്കുന്നു. രോഗോഷിനാകട്ടെ അവളോട് സഹതാപവുമില്ല സ്നേഹവുമില്ല. എന്നാൽ ഉള്ളാലെ മിഷ്കിനോടു അസൂയയാണ്. എങ്കിലും അവർ അടുക്കുകയും അകലുകയും ചെയ്യുന്നു. ഒരു ദിവസം മിഷ്കിൻ റോഗോഷിനെ അവന്റെ

ഇരുളടഞ്ഞ വീട്ടിൽ ചെന്നു കാണുന്നു. റോഗോഷിന്റെ മേശപ്പുറത്തിരുന്ന കത്തികണ്ട് അവൻ ഞെട്ടുന്നു. അവിടുത്തെ ക്രിസ്തുവിന്റെ കുരിശിൽ നിന്നിറക്കിവെച്ച ചിത്രം മിഷ്കിന്റെ ശ്രദ്ധയെ ആകർഷിക്കുന്നു. പിന്നീട് റോഗോഷിൻ ആവശ്യപ്പെട്ടതനുസരിച്ച് അവർ ധരിച്ചിരുന്ന കുരിശുകൾ പരസ്പരം കൈമാറുന്നു. സഹോദരങ്ങളായി പിരിയുന്നുവെങ്കിലും മിഷ്കിനെ ആശ്ലേഷിക്കാൻ അവൻ തയ്യാറാകുന്നില്ല. നസ്താസ്യ മാന സികമായ തകർച്ചയിലാണെന്ന് മനസ്സിലാക്കിയ മിഷ്കിൻ അവളെ കാണാനായി പോകുന്നെങ്കിലും കാണാൻ സാധിക്കുന്നില്ല. ഉടനെ അവൻ റോഗോഷിനെ കാണാൻ പോകുന്നു. അടുത്തുള്ള ഹോട്ടലിലേക്ക് പോയ അവൻ സ്റ്റെയർ കേസിൽ വെച്ച് ഒരു ഇരുണ്ട നിഴൽ കാണുന്നു. സൂക്ഷിച്ചു നോക്കിയപ്പോൾ അതു റോഗോഷിൻ തന്നെ എന്നു മനസ്സിലായി. അവന്റെ കണ്ണുകളിൽ നോക്കിയ മിഷ്കിൻ ഭന്നു വിറച്ചു. "അസാധാരണമായ ഏതോ ഒരു പ്രകാശം അവന്റെ ആത്മാവിനെ പ്രകാശപൂരിതമാക്കി." അര സെക്കന്റ് മാത്രം. പിന്നെ ഏതോ ഒരു ശബ്ദം നെഞ്ചിനകത്തു നിന്നു പുറപ്പെട്ടു. പെട്ടെന്ന് ബോധക്ഷയം. എല്ലാം ഇരുട്ടിലായി. ചുഴലി രോഗത്തിന്റെ വരവ് മുഖവും കണ്ണുകളും ഭയാനകമാക്കി. ഒരു കോച്ചിപ്പിടുത്തം അവയവങ്ങൾ വിറച്ചു. അസ്സഹനീയമായൊരു മിസ്റ്റിക്കൽ അനുഭവം സ്റ്റെയർകേസിന്റെ സ്റ്റെപ്പിൽ തലയിടിച്ച് വീണ മിഷ്കിനെ തുണികൊണ്ട് മൂടിക്കെട്ടിയിട്ട് ഭൂതാവിഷ്ടനെപ്പോലെ രോഗാഷിൻ അവിടെനിന്നും ഓടിപ്പോയി. പിന്നീട് വൈദ്യപരിശോധനയ്ക്കുശേഷം അവനെ ലെബിയുടെ വീട്ടിലേക്കു മാറ്റി.

ഏതാനും ദിവസങ്ങൾക്കകം അവന്റെ അസുഖം മാറിയെങ്കിലും അവന്റെ അന്തരംഗം പ്രക്ഷുബ്ധമായിരുന്നു. നസ്താസ്യയെ വിവാഹം കഴിക്കാൻ അവൻ ആഗ്രഹിച്ചെങ്കിലും അംഗ്ലേയയോടുള്ള സ്നേഹത്തി നൊട്ടും കുറവില്ലായിരുന്നു. ഒരുദിവസം യെപാൻചിൻ കുടുംബത്തിൽ എത്തിയ അവൻ ഇക്കാര്യം തുറന്നുപറയുകയും ചെയ്തു. കുടുംബ വിരുന്നിൽ മിഷ്കിനെയും അവർ ക്ഷണിക്കുന്നു. സാധാരണ വലിയ സദസ്സുകളിൽ പ്രത്യക്ഷപ്പെടാത്ത അവനോട് മോശമായ ഒരു മാറ്റവും ഉണ്ടാകരുതെന്ന് അവർ മുൻകൂട്ടി അവനെ അറിയിക്കുന്നു. കാപ്പി നിറച്ച ചീനപ്പാത്രങ്ങൾ ശ്രദ്ധയോടെ പിടിക്കണമെന്നും വാക്കുകൾ സൂക്ഷിച്ചു പയോഗിക്കണമെന്നും നല്ല രീതിയിലുള്ള പെരുമാറ്റം ഉണ്ടാകണമെന്നും അംഗ്ലയ അവനോട് പറയുന്നു. എന്നാൽ മതത്തെപ്പറ്റിയും കാത്തോലിക്ക മതത്തെപ്പറ്റിയും റഷ്യയെപ്പറ്റിയും സോഷ്യലിസത്തെപ്പറ്റിയും ദീർഘ നേരം സംസാരിച്ച അവൻ അതിഥികളുടെ നീരസവും വെറുപ്പുമാണ് സമ്പാദിക്കുന്നത്. യെപാചിൻ കുടുംബത്തിന് നാണക്കേടും. അവസാനം അവൻ ബോധരഹിതനായി വീഴുന്നു. അതോടെ അംഗ്ലയയുമായുള്ള അവന്റെ വിവാഹത്തിനുള്ള സാദ്ധ്യതയ്ക്കു മങ്ങലേല്ക്കുന്നു. പിന്നീട് റൊഗോഷിന്റെയും മിഷ്കിന്റെയും സാന്നിദ്ധ്യത്തിൽ നടക്കുന്ന ചർച്ചകൾ നാലു പേരുടെയും ഭാവി ജീവിതത്തിൽ നിർണ്ണായകമാവുകയാണ്. കത്തു

കളിലൂടെ സ്നേഹവിദ്വേഷങ്ങൾ പ്രകടിപ്പിച്ച രണ്ടു പ്രണയിനികളും പരസ്പരം കുറ്റപ്പെടുത്തുകയും ഏറ്റുമുട്ടുകയും ചെയ്യുന്നു. ഒരു ഘട്ടത്തിൽ അംഗ്ലേയ നസ്താസ്യയെ അവളുടെ മോശമായ കഴിഞ്ഞ കാലത്തെ പരാമർശിച്ച് അധിക്ഷേപിക്കുകയും ചെയ്യുന്നു. അതോടെ ബോധരഹിതയായി വീഴുന്ന നസ്താസ്യയെ മിഷ്കിൻ എടുത്തു കിടക്കയിൽ കിടത്തുന്നു. റൊഗോഷിൻ അവളുടെ മേൽ കുറച്ച് വെള്ളം കുടഞ്ഞു. "ഞാൻ അദ്ദേഹത്തെ അവൾക്കു വിട്ടു കൊടുക്കുകയായിരുന്നു. എന്തിന്? എനിക്ക് ഭ്രാന്തായിരുന്നു. റൊഗോഷിൻ പൊയ്ക്കൊള്ളൂ." റൊഗോഷിൻ ഉടൻ തന്നെ അവിടെ നിന്നുപോയി. അവൾ ചിരിച്ചും കരഞ്ഞും അവിടെ കിടന്നു. അവനാകട്ടെ, അവളുടെ ശിരസ്സിലും കവിളിലും തലോടി. പിന്നെ രണ്ടാഴ്ച അവളോടൊപ്പം കഴിഞ്ഞുകൂടുന്നു. എങ്കിലും അംഗ്ലേയയെ അവൻ ഇപ്പോഴും ആത്മാർത്ഥമായി സ്നേഹിക്കുന്നു. അവളെ സമാശ്വസിപ്പിക്കാൻ ആഗ്രഹിക്കുന്നു. ഇക്കാര്യം അവൻ റാംഡോസ്കിയോടു തുറന്നു പറയുന്നു.

അവൻ ഇപ്പോഴും രണ്ടുപേരേയും സ്നേഹിക്കുന്നെന്ന് പറയുന്നു. ഇതുകേട്ട റാംഡോസ്ക്കി മിഷ്കിന്റെ തലച്ചോറിന് കുഴപ്പമാണെന്ന് കരുതി അവിടെനിന്നും പോകുന്നു. നസ്താസ്യയെ വിവാഹം കഴിക്കാനുള്ള മിഷ്കിന്റെ തീരുമാനം ഞെട്ടലോടെയാണ് ആളുകൾ കേട്ടത്. എല്ലാവരും അവൻ 'ഇഡിയറ്റ്' തന്നെ എന്ന് വിചാരിച്ചു. കോളിയോയും കൂട്ടരും വേണ്ട ഒരുക്കങ്ങൾ ചെയ്തു. വൈകുന്നേരം എട്ടുമണിക്കാണ് മുഹൂർത്തം മുഹൂർത്തത്തിന് മുമ്പുതന്നെ പള്ളിയിലെത്തിയ നസ്താസ്യ ഒരു ഭ്രാന്തിയെപ്പോലെ കാണപ്പെട്ടു. ആൾക്കൂട്ടത്തിനിടയിൽക്കൂടി മുമ്പോട്ടുനീങ്ങിയ അവൾ റോഗോഷിന്റെ കൈക്കു പിടിച്ച് അവളെ രക്ഷിക്കാൻ ആവശ്യപ്പെട്ടു. തുടർന്ന് റോഗോഷിൻ അവളുമായി അവിടെ നിന്നും അപ്രത്യക്ഷമായി. ഇതെല്ലാം അറിഞ്ഞ മിഷ്കിൻ ഒന്നും സംഭവിക്കാത്തതുപോലെ, നിരാശയോ ദു:ഖമോ ഇല്ലാതെ, അവിടെ നിന്നു. ആത്മീയമൂല്യങ്ങളിൽ അടിയുറച്ചു വിശ്വസിക്കുന്ന നല്ലവനായ മിഷ്കിനെ നശിപ്പിക്കാൻ അവൾ ആഗ്രഹിച്ചില്ല. അവൾ കണ്ടിട്ടുള്ളതിൽ ഏറ്റവും ഹൃദയനൈർമ്മല്യമുള്ളവൻ. എങ്കിലും നസ്താസ്യയുടെ സംരക്ഷയിൽ സംശയിച്ച അവൻ രാത്രി പത്തുമണിയോടെ റോഗേഷിന്റെ വസതിയിലെത്തിച്ചേരുന്നു. വെളിയിൽവെച്ച് അവർ കണ്ടുമുട്ടുന്നു. നസ്താസ്യയെപ്പറ്റി അന്വേഷിച്ച ഉടനെ അവൻ മിഷ്കിനെ തന്റെ മുറിയിലേക്ക് കൊണ്ടു പോകുന്നു. മുറിക്കകത്ത് കട്ടിലിൽക്കിടന്ന *മദാം ബോവറി*യുടെ ഒരു കോപ്പി അവൻ കാണുന്നു. കട്ടിലിൽ മരിച്ചുകിടന്ന നസ്താസ്യയെ കണ്ട അവൻ ഞെട്ടലോടെ ഇങ്ങനെ ചോദിച്ചു.

"ഇതു നിങ്ങൾ തന്നെയാണോ?"

"ഞാൻ തന്നെ"

എങ്ങനെ?

"കത്തികൊണ്ട്." കൊന്നവിധം അവൻ വിവരിച്ചു. ഒരു കലാസൃഷ്

ടിയുടെ അഴകുള്ള കൊലപാതകം. അഴുകി നാറ്റംവെയ്ക്കുന്ന ശവശരീരത്തിനരികെ അവർ ഇരുന്നു. സുഹൃത്തുക്കളെപ്പോലെ പിറ്റേന്ന് രാവിലെ അറസ്റ്റ് ചെയ്യപ്പെട്ട റൊഗോഷിൻ സൈബീരിയയിലേക്കു യാത്രയാകുന്നു. ശാരീരികവും മാനസികവുമായി തളർന്ന മിഷ്കിൻ ചികിത്സാർത്ഥം വീണ്ടും സ്വിറ്റ്സർലണ്ടിലേക്കു പോകുന്നു. പോളണ്ടുകാരിയെ വിവാഹം കഴിച്ച അംഗ്ലേയയുടെ വിവാഹജീവിതവും ഒരു പരാജയമാകുന്നു. മദാം യെ പാൻചിൻ എല്ലാം മറക്കാനും പൊറുക്കാനും തയ്യാറാകുന്നു.

ആവിഷ്കാര രീതിയിലെ മൗലികതകൊണ്ടും പാത്രനിർമ്മാണത്തിലെ മികവുകൊണ്ടും ദസ്തയേവ്സ്കി രചനകളിൽ വ്യത്യസ്തത പുലർത്തുന്നതാണീകൃതി. നാലുവർഷത്തെ ചുഴലിരോഗത്തിന്റെ ചികിത്സയ്ക്കുശേഷം പീറ്റേഴ്സ്ബർഗ്ഗിൽ തിരിച്ചെത്തിയ പ്രിൻസ് മിഷ്കിൻ എല്ലാ വിഭാഗം ജനങ്ങളുമായി ഇടപഴകുന്നു. രൂപത്തിലും ഭാവത്തിലും, വാക്കിലും പ്രവൃത്തിയിലും ക്രിസ്തുവിനെ ഓർമ്മിപ്പിക്കുന്ന കഥാപാത്രം ക്രിസ്തുവിന്റെ അതിരുകളില്ലാത്ത സ്നേഹവും, സഹനവും ത്യാഗവും മിഷ്കിന്റെ ജീവിതത്തിലെ സമാനമായ ജീവിത സന്ദർഭങ്ങളുമായി രചയിതാവ് വിളക്കിച്ചേർത്തിരിക്കുന്നു. ബിംബങ്ങളിലൂടെയും സൂചനകളിലൂടെയും മിത്തുകളിലൂടെയുമാണിതു സാദ്ധ്യമാക്കിയിരിക്കുന്നത്. നോവലിലുടനീളം നിലനില്ക്കുന്ന ക്രൈസ്തവാന്തരീക്ഷം അവാച്യമായ അനുഭൂതികളാണ് നല്കുന്നത്. ബാസിലിൽ വെച്ച് മിഷ്കിൻ കേട്ട കഴുതയുടെ കരച്ചിലും കുട്ടികളുമായുള്ള സൗഹൃദവും മേരി എന്ന അനാഥയോടുള്ള സ്നേഹവും 'കൊല്ലരുത്' എന്ന ക്രിസ്തുവിന്റെ ആഹ്വാനത്തിനെതിരെയുള്ള ഗില്ലറ്റിൻ വധത്തെപ്പറ്റിയുള്ള പരാമർശവും യെപാൻചിൻ കുടുംബത്തോട് വിവരിക്കുമ്പോൾ മിഷ്കിൻ മറ്റൊരു ക്രിസ്തുവായിമാറുകയാണ്. വധശിക്ഷയ്ക്കു വിധിക്കപ്പെട്ടവന് ചുംബിക്കാനായി കുരിശുമായി നില്ക്കുന്ന പുരോഹിതനെയാണ് അദിലെദക്ക് പെയിന്റിങ്ങിനുള്ള വിഷയമായി അവൻ നല്കുന്നത്. നിരാലംബരോടും, നിസ്സഹായരോടുമുള്ള ഡോൺക്വിക്സോട്ടിന്റെ അഗാധമായ സ്നേഹവും കരുണയും ദസ്തയേവ്സ്കി മിഷ്കിനും പകർന്നുകൊടുക്കുന്നു. സാഹിത്യത്തിലെ തന്നെ ഏറ്റവും ശ്രേഷ്ഠവും സങ്കടകരവുമായ കൃതി *ഡോൺക്വിക്സോട്ട്,* ആണെന്ന് രചയിതാവ് തന്റെ 'എഴുത്തുകാരന്റെ ഡയറിയിൽ' കുറിച്ചിട്ടത് ഓർമ്മയിൽ വരുന്നു. മിഷ്കിന്റെ വിചിത്രമായ വേഷവും വിഷാദഭാവവും ഡോൺക്വിക്സോട്ടിനെ ഓർമ്മിപ്പിക്കുന്നു. അതുകൊണ്ടാണ് പുഷ്കിന്റെ 'ദു:ഖിതനായ യോദ്ധാവ്'എന്ന കവിത അംഗ്ലേയ വായിക്കുന്നത്. ക്രിസ്തുവിനെപ്പോലെ, ക്വിക്സോട്ടിനെപ്പോലെ തിന്മക്കെതിരെയുള്ള നിശ്ശബ്ദമായ പോരാട്ടമാണ് മിഷ്കിന്റേതും. ചെകുത്താന്റെ അവതാരമായ റൊഗോഷിൻ ക്രിസ്തുതുല്യനായ മിഷ്കിനെ കൊല്ലാനൊരുമ്പെടുമ്പോൾ മിഷ്കിനിൽനിന്നും വരുന്ന ദിവ്യപ്രകാശം റൊഗോഷിനെ അവിടെനിന്നും ആട്ടിപ്പായിക്കുകയാണ്. ദിവ്യജ്ഞാനം കൊണ്ട് റൊഗോഷിനിലെ കൊലയാളിയെ മുൻകൂട്ടിക്കാണുന്ന മിഷ്കിൻ

അവനെ രക്ഷിക്കാനായി കുരിശുകൾ കൈമാറുന്നു. നസ്താസ്യയെ കൊലപ്പെടുത്തിയശേഷം അവളുടെ ശരീരത്തിനരികെ ഇരുന്ന് തന്റെ കുറ്റം ഏറ്റുപറയുന്ന റൊഗോഷിനെ സ്വന്തം കണ്ണീരുകൊണ്ട് അവന്റെ പാപംകഴുകി ശുദ്ധീകരിച്ച് മാപ്പാക്കുകയാണ് മിഷ്കിൻ. അംഗ്ലേയയെ സ്നേഹിച്ചിട്ടും വിവാഹം കഴിക്കാതെ അവൻ സ്വിറ്റ്സർലണ്ടിലേക്ക് മടങ്ങുന്നു. മിഷ്കിനോട് ക്ഷമിക്കാനും പൊറുക്കാനും ലിസാവെറ്റ തയ്യാറാകുന്നു. ചുരുക്കിപ്പറഞ്ഞാൽ സ്നേഹത്തിന്റെയും ത്യാഗത്തിന്റെയും, മറക്കലിന്റെയും പൊറുക്കലിന്റേതുമായ അന്തരീക്ഷത്തിലാണ് നോവൽ അവസാനിക്കുന്നത്. ഒരു പ്രണയകഥയാണെങ്കിൽപോലും ബൈബിളിന്റെ വായനാനുഭവമാണ് *ഇഡിയറ്റ്* നമുക്ക് പകർന്നുതരുന്നത്. *ഇഡിയറ്റ്* മറ്റൊരു ബൈബിളാണ്.

മിഷ്കിൻ – മറ്റൊരു ക്രിസ്തു

നീണ്ട ധ്യാനത്തിനും തയ്യാറെടുപ്പിനുംശേഷം പ്രാർത്ഥനാപൂർവ്വം ദസ്തയേവ്സ്കി സൃഷ്ടിച്ച അനശ്വരനായകനാണ് *ഇഡിയറ്റി*ലെ മിഷ്കിൻ. നിരന്തരമായ സുവിശേഷവായനയിലൂടെ സമാനതകളില്ലാത്ത ക്രിസ്തുവിന്റെ സ്നേഹത്തിലും ത്യാഗത്തിലും ഈ രചയിതാവ് സ്വയം ലയിച്ചു. ക്രിസ്തുവിനെപ്പോലെയുള്ള ഒരു കഥാപാത്രസൃഷ്ടി ദസ്തയേവ്സ്കിയുടെ ആത്മീയാവശ്യമായി മാറി. അതുകൊണ്ടുതന്നെ ക്രിസ്തുവിന്റെ പുനർസൃഷ്ടിയാണ് മിഷ്കിൻ എന്നു പറയാം. രൂപത്തിലും, ഭാവത്തിലും മാത്രമല്ല വാക്കിലും, പ്രവൃത്തിയിലും ക്രിസ്തുവിനെ ഓർമ്മിപ്പിക്കുന്ന അത്ഭുതസൃഷ്ടി. തന്റെ സഹോദര പുത്രി സോഫിയായ്ക്കു അയച്ച കത്തിൽ ദസ്തയേവ്സ്കി വ്യക്തമാക്കുന്നു. "ഈ നോവലിന്റെ പിന്നിലുള്ള ആശയം എനിക്ക് പണ്ടേ ഏറെ ഇഷ്ടപ്പെട്ട വിഷയംതന്നെ." വാക്കുകളിലതാവിഷ്കരിക്കുക എന്നുള്ളത് എന്നെ സംബന്ധിച്ച് ഏറെ ബുദ്ധിമുട്ടുള്ള കാര്യംതന്നെ. അക്കാരണത്താൽ വളരെക്കാലം ഞാനതിന് തുനിഞ്ഞില്ല. ഇപ്പോഴത്തെ എന്റെ നിരാശാപൂർണ്ണമായ ജീവിതം ഒരിക്കൽക്കൂടി ശ്രമിക്കാൻ എന്നെ പ്രേരിപ്പിച്ചു. ശരിയായ അർത്ഥത്തിൽ നന്മനിറഞ്ഞ ഒരു വ്യക്തിയെ ചിത്രീകരിക്കുക എന്നതാണ് ഇതിന്റെ പിന്നിലുള്ള പ്രധാന തത്ത്വം. നമ്മുടെ കാലഘട്ടത്തിൽ ഇതിനേക്കാൾ പ്രയാസമേറിയ മറ്റൊന്നില്ലതന്നെ എഴുത്തുകാരുടെ കൂട്ടത്തിൽ നമ്മുടേതും യൂറോപ്യൻമാരുടേയും ആദർശകഥാപാത്രത്തെ ആവിഷ്കരിക്കാൻ ശ്രമിച്ചിട്ടുള്ള എല്ലാവരും ലക്ഷ്യത്തിലെത്താതെ പരാജയപ്പെടുകയാണുണ്ടായത്. എന്തെന്നാൽ അതൊരു കഠിനമായ പ്രയത്നമാണ്. നന്മ ഒരാദർശം മാത്രമാണ്. നന്മയെപ്പറ്റിയുള്ള നമ്മുടെ സങ്കല്പങ്ങളും യൂറോപ്പിന്റെ സങ്കല്പങ്ങളും ഇപ്പോഴും പ്രാവർത്തികമാകാതെനിലനില്ക്കുന്നു. ലോകത്തിലാകമാനം

ശരിയായ രീതിയിൽ നന്മനിറഞ്ഞ ഒരാൾമാത്രമേയുള്ളു. ക്രിസ്തു ക്രൈസ്തവ സാഹിത്യത്തിൽ ആവിഷ്കരിക്കപ്പെട്ടിട്ടുള്ള നന്മയുടെ മാതൃകകളിൽ ഏറ്റവും പൂർണ്ണത കൈവരിച്ചിട്ടുള്ളത് സെർവാന്റീസിന്റെ ഡോൺകിക്സോട്ട് എന്ന കഥാപാത്രമാണ്." ദീർഘമായ തന്റെ കത്തിൽ യൂഗോയുടെ ജീൻവാൽ ജീനും ഡിക്കൻസിന്റെ പിക്ക്വിക്കും ആദർശ കഥാപാത്രങ്ങളായി ചിത്രീകരിക്കപ്പെട്ടു. *ഇഡിയറ്റി*നെക്കുറിച്ചുള്ള ഏതൊരു പഠനത്തിനും സഹായകമാണീ കത്ത്. *കുറ്റവും ശിക്ഷയെ*പ്പോലെ ജനസമ്മതിനേടിയില്ല ഈ കൃതി. ഇതിന്റെ അയഞ്ഞ ഘടനയും വലുപ്പവും സങ്കീർണ്ണതകളും സാധാരണവായനക്കാരെ അതിൽനിന്ന കറ്റിനിർത്തി. എന്നാൽ ദസ്തയേവ്സ്കി കൗശലപൂർവ്വം ഇതിലടക്കം ചെയ്തിരിക്കുന്ന മതപരവും തത്വചിന്താപരവും വൈദ്യശാസ്ത്രപരവുമായ അർത്ഥതലങ്ങൾ ഗൗരവ്വപൂർവമായ വായനക്കാര ആനന്ദിപ്പിക്കുകയും. അത്ഭുതപ്പെടുത്തുകയും ചെയ്തു. സൂക്ഷ്മവായനയിൽ രചനാരംഗത്ത് ദസ്തയേവ്സ്കിയുടെ കലാപരമായ മുന്നേറ്റംകൂടി ആയിരുന്നു ഈ കൃതി. ക്രൈസ്തവ മിത്തുകളും, പ്രതീകങ്ങളും മാത്രമല്ല നോവലിന്റെ ആദ്യാവസാനം നിലനില്ക്കുന്ന സുവിശേഷാന്തരീക്ഷവും ശ്രദ്ധേയമാണ്. ഡോൺകിക്സോട്ട്, ജീൽ വാൻജീൻ, പിക്വിക്, ഹാംലറ്റ് തുടങ്ങിയ കഥാപാത്രങ്ങളെ മിത്തുകളാക്കി പരിവർത്തിപ്പിച്ച് പരിചരിക്കുകയാണിവിടെ. ഗോഗോളിന്റെ കഥാപാത്രങ്ങളും പുഷ്കിന്റെ കവിതകളും ഇവിടെ പരാമർശിക്കപ്പെടുന്നു. രാഷ്ട്രീയവും സാഹിത്യവും തത്ത്വചിന്തയും ഇടയ്ക്കിടെ ചർച്ചചെയ്യപ്പെടുന്നു. റഷ്യയോടും ബൈബിളിനോടും ഓർത്തോഡോക്സ് സഭയോടുമുള്ള കൂറ് കൂടെക്കൂടെ വെളിപ്പെടുത്തുന്നു. കത്തോലിക്ക് സഭയുടെ സ്വേച്ഛാധികാരപ്രവണതകളെയും നിഹിലിസ്റ്റ് പ്രവർത്തനങ്ങളെയും രൂക്ഷമായ ഭാഷയിൽ വിമർശിക്കുന്നു.

ക്രിസ്തുസഹജമായ സ്നേഹം ഭൂമിയിൽ അസാദ്ധ്യമാണെങ്കിൽപ്പോലും ക്രിസ്തുവിന്റെ സ്വഭാവസവിഷേതകൾ മിഷ്കിനിൽ കുടിയിരുത്തുകയാണ് ദസ്തയേവ്സ്കി. നോവലിന്റെ തുടക്കം മുതൽ ഒടുക്കംവരെ ക്രിസ്തുവിന്റെ പ്രതിരൂപമായി നിലനില്ക്കുകയാണീ നായകൻ. ക്രിസ്തുവിന്റെ വാക്കിലും പ്രവൃത്തിയിലും ആർദ്രത നിറഞ്ഞുനിന്നു. 'കരുണയുള്ളവർ ഭാഗ്യവാന്മാർ, അവരുടെമേൽ കരുണയുണ്ടാകും.' ഇതെല്ലാം മിഷ്കിൻ ഓർമ്മിക്കുന്നു. ചുഴലി രോഗത്തിന് സ്വിറ്റ്സർലണ്ടിലെ നാലുവർഷത്തെ ചികിത്സക്കുശേഷം പീറ്റേർസ്ബർഗ്ഗിലേക്ക് തിരിച്ചെത്തുന്ന ഇരുപത്തിയാറുകാരനായ മിഷ്കിൻ രാജകുമാരൻ നേരിടുന്ന പ്രതിബന്ധങ്ങളും തിരിച്ചടികളുമാണ് നോവലിൽ വിവരിക്കുന്നത്. ആദ്യവസാനം തന്റെ കഥാനായകനായ മിഷ്കിന്റെ ഹൃദയ നൈർമ്മല്യത്തിലും, പരോപകാരതല്പരതയിലുമാണ് നോവലിസ്റ്റ് ശ്രദ്ധകേന്ദ്രീകരിക്കുന്നത്. മഞ്ഞുനിറഞ്ഞ ഒരു തണുത്ത പ്രഭാതത്തിൽ ട്രെയിനിൽനിന്നിറങ്ങി യെപാൻചിന്റെ വീട്ടിലേക്കു നടന്നു

പോകുന്ന മിഷ്കിനെ രചയിതാവ് അവതരിപ്പിക്കുന്നത് നോക്കുക "സാധാരണയിൽ കുറഞ്ഞ പൊക്കം, വിളറി ഒട്ടിയ കവിളും ദു:ഖഭാവം രൂപത്തിലും ഭാവത്തിലും ക്രിസ്തുവിനെപ്പോലെ ആയിരുന്നു. ഒരു ഭാണ്ഡവും പേറി നടന്ന അവൻ ഒരു തീർത്ഥാടകനെപ്പോലെ തോന്നി. ട്രെയിനിൽവെച്ച് പരിചയപ്പെട്ട റോഗോഷിന്മായുള്ള സംഭാഷണം അവന്റെ ഭാവത്തെയും ബ്രഹ്മചര്യത്തെയും വെളിപ്പെടുത്തുന്നു.

"സ്ത്രീകളുമായി നിന്റെ ബന്ധം?"

റോഗോഷിൻ ചോദിച്ചു.

"ഇല്ല ഞാൻ സ്ത്രീകളെ അറിഞ്ഞിട്ടില്ല." മിഷ്കിൻ മറുപടിയായി പറഞ്ഞു.

"അപ്പോൾ നീയൊരു വിഡ്ഢിതന്നെ. അങ്ങനെയുള്ളവരെ ദൈവത്തിന് വലിയ ഇഷ്ടമാണ്." റൊഗോഷിൻ വീണ്ടും പറഞ്ഞു.

യെപാൻചിന്റെ വീട്ടിലെത്തിയ മിഷ്കിനും അവിടുത്തെ ഭൃത്യനുമായുള്ള സംഭാഷണത്തിൽ വായനക്കാർ കഥാനായകന്റെ ദീനാനുകമ്പയെപ്പറ്റി അറിയാനിടയാകുന്നു. ഫ്രാൻസിലെ വധശിക്ഷാ സമ്പ്രദായത്തെപ്പറ്റിയും ഗില്ലറ്റിൻ യന്ത്രത്തെപ്പറ്റിയും കഠിനമായി അധിക്ഷേപിക്കുന്നു വധശിക്ഷയ്ക്കു വിധിക്കപ്പെട്ടകുറ്റവാളിയുടെ ശിക്ഷ നടപ്പാക്കുന്നതിന് മുമ്പുള്ള മാനസിക സംഘർഷങ്ങളിലേക്കും മിഷ്കിൻ കടന്നുപോകുന്നു പിന്നീട് ബേസിൽ മാർക്കറ്റിൽ അവൻ കണ്ട കഴുതയെപ്പറ്റിയും അതിന്റെ കരച്ചിലിനെപ്പറ്റിയുമുള്ള അവന്റെ അനുഭവം ഭൃത്യനുമായി അവൻ പങ്കിടുന്നു അവന്റെ വിചിത്രമായ വേഷസംവിധാനവും പ്രത്യേക രീതിയിലുള്ള സംഭാഷണവും ഭൃത്യനെ രസിപ്പിച്ചു. ഭൃത്യനിൽനിന്നും മിഷ്കിനെപ്പറ്റി കേട്ടറിഞ്ഞ യെപാൻചിൻ കുടുംബത്തിനും അവനിൽ വലിയ താല്പര്യം ജനിച്ചു അവന്റെ അസാധാരണമായ വേഷവും സംസാരവും അമ്മയേയും പെൺമക്കളേയും നന്നേ രസിപ്പിച്ചു. കഴുതയെപ്പറ്റിയും വധശിക്ഷയ്ക്കും സാക്ഷ്യംവഹിച്ചതിനെപ്പറ്റിയും കൂടുതൽ അറിയാൻ അവർ ആഗ്രഹിച്ചു. കഴുതയെപ്പറ്റിയും വധശിക്ഷയെപ്പറ്റിയും അവൻ കൂടുതൽ പറഞ്ഞപ്പോൾ അവൻ ഒരു ഇഡിയറ്റ് തന്നെയെന്ന് അവർ വിധിയെഴുതുന്നു. എങ്കിലും അവന്റെ വാക്കുകൾ വെറും തമാശയല്ല, ഗൗരവമുള്ള കാര്യങ്ങളും അതിൽ ഉണ്ടെന്ന് അവർക്കുബോദ്ധ്യമാകുന്നു. അതുകൊണ്ട് നിങ്ങളൊരു 'തത്ത്വചിന്തകൻ' ആണെന്ന് അംഗ്ലേയ അവനോട് പറയുന്നു. നേരിൽക്കണ്ട ഒരു ഗില്ലറ്റിൻ വധത്തെപ്പറ്റി സൂക്ഷ്മതയോടും കൃത്യതയോടും അവൻ വർണ്ണിക്കുന്നു. വധത്തിന് മൂന്നു മണിക്കൂർമുമ്പ് കുറ്റവാളിയെ ഉണർത്തുന്നു. സമയമായപ്പോൾ കുരിശുമായെത്തിയ പുരോഹിതൻ അവനെ പ്ലാറ്റ്ഫോമിലേക്കു നയിക്കുന്നു. കോവണിപ്പടിയിലെത്തിയപ്പോൾ ധീരനും ദുഷ്ടനുമായ അവൻ പൊട്ടിക്കരഞ്ഞതായും ദൃക്സാക്ഷിയായ മിഷ്കിൻ അവരോട് പറയുന്നു. പിന്നെ വിറയ്ക്കുന്ന ശരീരവുമായി മുന്നോട്ടുനീങ്ങിയ അവന്റെ ചുണ്ടുകളിലേക്ക് പുരോഹിതൻ കുരിശുനീട്ടി. എന്നാൽ അതിൽ ചുംബിക്കാതെ അവൻ

മുമ്പോട്ടു നീങ്ങി. ശിക്ഷാസമയം അടുക്കുമ്പോൾ സാധാരണയായി ക്രിമിനലുകൾ ബോധരഹിതരാകാറില്ല. ഈ കുറ്റവാളിയുടെ മനസ്സും സാധാരണനിലയിലായിരിക്കണം. പെട്ടെന്ന് മെഷീന്റെ ശബ്ദം. സെക്കന്റുകൾക്കുള്ളിൽ അവന്റെ തല ദൂരെത്തെറിച്ചു. കുരിശും തലയും പശ്ചാത്തലമായി. പുരോഹിതനും ആരാച്ചാരും അവന്റെ സഹായികളും പിന്നെ താഴെ കുറെ ആളുകളും. ഇതാണ് അവൻ അദിലൈദാക്കു വരയ്ക്കാനുള്ള ചിത്രത്തിന് വിഷയമായി നല്കിയത്. പിന്നീടവൻ അമ്മയുടെയും പെൺമക്കളുടെയും മുഖലക്ഷണങ്ങൾ വായിച്ച് അവരുടെ സ്വഭാവം വെളിപ്പെടുത്തുന്നു. ഈ സമയം അദിലൈദ അവനോട് ചോദിക്കുന്നു.

“നീ എന്നെങ്കിലും പ്രണയത്തിലായിട്ടുണ്ടോ?”

“ഇല്ല ഞാൻ പ്രണയിച്ചിട്ടില്ല. എന്നാൽ, ഞാൻ വ്യത്യസ്തമായ രീതിയിൽ സന്തോഷവാനായിരിക്കുന്നു”. അവൻ മറുപടിയായി പറഞ്ഞു. പിന്നീട് കുഞ്ഞുങ്ങളോടുള്ള അവന്റെ സ്നേഹത്തെപ്പറ്റിയും അവരോടൊത്തു കഴിഞ്ഞ സന്ദർഭങ്ങളെപ്പറ്റിയും അവൻ പറഞ്ഞു. “കുട്ടികളിൽ നിന്നും ഒന്നും ഒളിക്കരുത്.” കുട്ടികളെ വഞ്ചിക്കരുത്. ഞാൻ അവരെ പക്ഷികൾ എന്നാണ് വിളിക്കുന്നത്. എന്തെന്നാൽ ലോകത്ത് പക്ഷിയേക്കാൾ മനോഹരമായൊന്നുമില്ല. കുട്ടികളുമായുള്ള അവന്റെ ചങ്ങാത്തം മുതിർന്നവരും അവരുടെ അദ്ധ്യാപകനും ഇഷ്ടപ്പെട്ടില്ല. “ഞാനവനോട് പറഞ്ഞു നമുക്ക് അവരെ പഠിപ്പിക്കാനൊന്നുമില്ല. നേരേമറിച്ച് അവരിൽ നിന്നും നമുക്ക് പഠിക്കാൻ ധാരാളം.” പിന്നീട് പാപപ്പെട്ടവളും രോഗിണിയുമായ മേരി എന്ന പെൺകുട്ടിയെ അവൻ സഹായിച്ചതും ആദ്യം കുട്ടികൾ അതിനെ എതിർത്തതും അവൻ വിവരിച്ചുകൊടുത്തു. ലൈംഗികമായ ചൂഷണത്തിന് വിധേയയായ മേരിയെ സമൂഹം വെറുക്കുകയും കല്ലെറിയുകയും ചെയ്തപ്പോൾ അവളെ രക്ഷിക്കാനും, സ്നേഹിക്കാനും അവൻ മുന്നോട്ടുവന്നു. മേരി അകാല ചരമത്തിനിടയാകുമ്പോൾ പുഷ്പങ്ങളുമായി കുട്ടികളുമൊന്നിച്ച് അവൻ പള്ളിയിലേക്കു കൊണ്ടുപോകുന്നു. ഇതെല്ലാം കാണിക്കുന്നത് ക്രിസ്തുവിനെപ്പോലെ വാക്കിലും പ്രവൃത്തിയിലും അവനിൽ ആർദ്രത നിറഞ്ഞി നില്ക്കുന്നു എന്നതാണ്. സകലചരാചരങ്ങളിലും അവൻ സ്നേഹം ചൊരിയുന്നു. “കരുണയുള്ളവർ ഭാഗ്യവാന്മാർ അവരുടെമേൽ കരുണയുണ്ടാകും.” ശുശ്രൂഷിക്കാനും അനേകർക്കുവേണ്ടി തന്റെ ജീവൻ മറുവിലയായി കൊടുത്ത ക്രിസ്തുവിനെയാണ് മിഷ്കിൻ നമ്മെ ഓർമ്മിപ്പിക്കുന്നത്.

കളിമട്ടിൽ തുടങ്ങുന്ന നോവൽ പകുതിയോടടുക്കുമ്പോൾ സംഘർഷഭരിതവും സങ്കീർണ്ണവുമാവുകയാണ്. “സൗന്ദര്യം അജ്ഞേയമാണ്. സൗന്ദര്യം ലോകത്തെ രക്ഷിക്കും” എന്ന് ഉറച്ചു വിശ്വസിക്കുന്ന മിഷ്കിൻ രാജകുമാരൻ അംഗ്ലേയയെ ആത്മാർത്ഥമായി സ്നേഹിക്കുമ്പോൾ തന്നെ റൊഗോഷിൻ വിവാഹം കഴിക്കാൻ ഉദ്ദേശിക്കുന്ന നസ്താസ്യ എന്ന സുന്ദരിയെയും സ്നേഹിക്കുന്നു. അവൾ വർഷങ്ങളോളം

ടോട്സ്കിയുടെ വെപ്പാട്ടിയായിക്കഴിഞ്ഞിരുന്നെന്ന് ആളുകൾ അറിയിച്ചിട്ടും "ഞാൻ അവളെ സ്നേഹിക്കുന്നു. വിവാഹം കഴിക്കാനും തയ്യാറാണ്." മിഷ്കിനെ സംബന്ധിച്ചിടത്തോളം അവളൊരു Fallen Angel ആണ്. ദുഷ്ടനും പിശാചുമായ റൊഗോഷിനിൽ നിന്നും പണക്കൊതിയനായ ഗന്യയിൽ നിന്നും അവളെ രക്ഷിക്കുകയും വേണം. പ്രേമസ്പർദ്ധമൂലം വെന്തുനീറുന്ന റൊഗോഷിൻ ഒരിക്കൽ കത്തിയുമായി മിഷ്കിനെ കൊല്ലാൻ ശ്രമിക്കുന്നു. എന്നാൽ മിഷ്കിനിൽനിന്നും പ്രസരിക്കുന്ന ആത്മീയശക്തിയുടെ പ്രകാശം അവനെ അവിടെ നിന്നും ആട്ടിപ്പായിക്കുന്നു. കുരിശുകൾ പരസ്പരം വെച്ചുമാറി സഹോദരന്മാരായി ജീവിക്കാൻ തീരുമാനിച്ചെങ്കിലും ചെകുത്താന്റെ പിടിയിലായ റൊഗോഷിന് അതിനു സാധിക്കുന്നില്ല. നസ്താസ്യയെ വിവാഹം കഴിക്കാൻ തയ്യാറായി പള്ളിയിലെത്തുന്ന മിഷ്കിൻ അവൾ റൊഗോഷിന്റെ കൂടെ ഓടിപ്പോയി എന്നാണറിയുന്നത്. നിരാശയോ വിദ്വേഷമോ തോന്നാത്ത മിഷ്കിൻ റൊഗോഷിന്റെ വീട്ടിലെത്തുമ്പോൾ നസ്താസ്യ റൊഗോഷിനാൽ കൊല്ലപ്പെട്ടനിലയിൽ കാണുന്നു. തന്റെ കണ്ണുനീർ റൊഗോഷിന്റെ കവിളിൽ വീഴ്ത്തിക്കൊണ്ട് രാത്രിമുഴുവൻ ഒരു കട്ടിലിൽ കിടന്ന മിഷ്കിൻ കുറ്റം ഏറ്റുപറഞ്ഞ റൊഗോഷിന്റെ പാപമുക്തിക്കായി മൗനമായി പ്രാർത്ഥിക്കുകയാണ്.

ക്രിസ്തുവിനെപ്പോലെ പ്രതികൂല സാഹചര്യങ്ങളെ സഹനത്തോട് നേരിടുന്ന സ്നേഹസമ്പന്നനും ആദർശധീരനുമായ ഒരു നായകനെയാണ് ദസ്തയേവ്സ്കി *ഇഡിയറ്റിൽ* അവതരിപ്പിക്കുന്നത്. സുവിശേഷത്തിലെ ക്രിസ്തു ദൈവത്തെയും അയൽക്കാരെയും സ്നേഹിക്കാൻ ആവശ്യപ്പെടുന്നു. മിഷ്കിനാകട്ടെ തന്റെ ആത്മീയ ശക്തികൊണ്ട് എല്ലാ കഥാപാത്രങ്ങളെയും കീഴ്പ്പെടുത്തുന്നു. എല്ലാവരേയും അവൻ തന്റെ ഹൃദയനൈർമ്മല്യംകൊണ്ടു വശീകരിക്കുന്നു. ചുഴലിരോഗം പോലും അവനിലെ ദൈവസാന്നിദ്ധ്യം വിളിച്ചോതുന്നു. യെപാൻചിന്റെ വിരുന്നുസൽക്കാരവേളയിൽ അവൻ പറയുന്നു. "ഞാനൊരു കുട്ടിയെപ്പോലെയാണ് കുഞ്ഞിനെ നോക്കൂ, ദൈവത്തിന്റെ പ്രഭാതത്തെ നോക്കൂ. പുൽക്കൊടിയെ നോക്കൂ. അതു എങ്ങനെ വളരുന്നു എന്ന് നോക്കൂ നിങ്ങളെ നോക്കുന്നവരുടെയും സ്നേഹിക്കുന്നവരുടെയും കണ്ണുകളിലേക്കു നോക്കൂ." രാക്ഷസീയ ഭാവമുള്ള റൊഗോഷിനും വഞ്ചകനായ ലെബിദേവും പണക്കൊതിയനായ ഗന്യയും തന്റേടിയും സുന്ദരിയുമായ നസ്താസ്യയും യെപാൻചിൻ കുടുംബം മുഴുവനും അവന്റെ ദിവ്യ തേജസ്സിൽ അകപ്പെടുന്നു. മിഷ്കിന്റെ ദിവ്യത്വം നശിപ്പിക്കാൻ ആഗ്രഹിക്കാത്തതിനാലാണ് നസ്താസ്യ അവന്റെ വിവാഹാഭ്യർത്ഥന നിരസിക്കുന്നത്. റൊഗോഷിൻ എന്ന പിശാചിനാൽ കൊലചെയ്യപ്പെട്ട നസ്താസ്യ ഒരു മാലാഖയായി ഉയർത്തപ്പെടുകയാണ്. അവളുടേതൊരു ആത്മബലിയാണ്. സ്വയം ശുദ്ധീകരണത്തിനുള്ള ഉപകരണം. സൂക്ഷ്മവിചാരത്തിൽ *ഇഡിയറ്റ്* ദസ്തയേവ്സ്കിയുടെ ആത്മീയപരമായ

ആത്മകഥയാണ്. സംഘർഷഭരിതവും ദുരിതപൂർണ്ണവുമായ തന്റെ ജീവിതത്തിന് ആത്മധൈര്യവും വെളിച്ചവും നല്കിയത് ക്രിസ്തുവിന്റെ സമാനതകളിലൂന്നുന്ന സഹനവും കാരുണ്യവും, ആത്മസംയനവുമാണ്. സുവിശേഷങ്ങളെ തന്റെ ജീവിതത്തിന്റെ വെളിച്ചവും മാർഗ്ഗവുമാക്കി മാറ്റി. അതുകൊണ്ടുതന്നെ മിഷ്കിൻരാജകുമാരൻ ഗ്രന്ഥകർത്താവിന്റെ ആത്മഛായയായി മാറി (Self image) ജനറൽ ഇൻപാചിന്റെ വസതിയിൽ വെച്ച് വധശിക്ഷയ്ക്കു വിധിക്കപ്പെട്ടവന്റെ ആത്മസംഘർഷങ്ങൾ വിവരിക്കുമ്പോൾ ദസ്തയേവ്സ്കി വധശിക്ഷയ്ക്കു വിധിക്കപ്പെട്ട തന്റെ മാനസിക സംഘർഷങ്ങളാണ് നമ്മെ ഓർമ്മപ്പെടുത്തുന്നത്. അതുപോലെ തന്നെ മിഷ്കിന്റെ ചുഴലിരോഗത്തെപ്പറ്റിയുള്ള വർണ്ണനയിൽ ദസ്തയേവ്സ്കി സ്വന്തം അനുഭവങ്ങളിൽക്കൂടി കടന്നുപോവുകയാണ്. മതപരവും തത്ത്വചിന്താപരവും മാത്രമല്ല വൈദ്യശാസ്ത്രപരമായ തലങ്ങളിലേക്കും ഈ കൃതി വായക്കാരെ കൂട്ടികൊണ്ടുപോകുന്നു. തന്റെ അപസ്മാര രോഗത്തെ രചയിതാവ് തന്റെ ഇഷ്ടകഥാപാത്രത്തിന് പകർന്നു കൊടുക്കുകയായിരുന്നു. ചെറുപ്പകാലത്ത് ഞരമ്പിന്റെ ക്രമം തെറ്റൽ അനുഭവിച്ച ദസ്തയേവ്സ്കി പിന്നീട് ചുഴലിരോഗത്തിലേക്ക് വീഴുകയായിരുന്നു. അപസ്മാരം പലവിധത്തിലാണ്. രോഗാക്രമണം നല്കുന്ന സ്വർഗ്ഗീയാനുഭൂതിയെപ്പറ്റി ദസ്തയേവ്സ്ക്കിതന്നെ പറഞ്ഞിട്ടുണ്ട്. "സ്വർഗ്ഗം ഭൂമിയിലേക്കിറങ്ങിവരുന്നതും, ദൈവവുമായി കൂടിക്കാഴ്ച നടത്തുന്നതുമായ ആ അവസ്ഥയ്ക്കുവേണ്ടി" തന്റെ ജീവിതം മുഴുവനും മറുവിലയായി നല്കാൻ തയ്യാറാണെന്നു ദസ്ത യേവ്സ്കി എഴുതിയിട്ടുണ്ട്. അതുകൊണ്ട് അപസ്മാരം ദസ്തയേ വ്സ്കിയുടെ ഇഷ്ട വിഷയമായി. *നിന്ദിതരും പീഢിതരിലെ* നെല്ലിയും, *കരമസോവ് സഹോദരന്മാരിലെ* സ്മെർഡിയാക്കോവും ചുഴലിരോ ഗത്തിനിരയാകുന്നു. ചുഴലിയുടെ അവിചാരിതമായ വരവും കോച്ചിപ്പിടു ത്തവും, പിന്നീടുള്ള ശാന്തതയും കൃത്യതയോടും, സൂക്ഷ്മതയോ ടുമാണ് ദസ്തയേവ്സ്കി വർണ്ണിക്കുന്നത്. ഒരു ന്യൂറോസർജനെപ്പോലും അതിശയിപ്പിക്കുന്ന വിധം. അതുകൊണ്ടുതന്നെ മസ്തിഷ്കരോഗവിദ ഗ്ദ്ധർക്കുപോലും പുതിയ അറിവുകളാണ് ഈ കൃതി നല്കിയത്. എങ്ങനെ നോക്കിയാലും വായനക്കാരിലൊരിടം നേടുകയാണ് മിഷ്കിൻ.

നിന്ദിതരും പീഡിതരും
നിന്ദിതർക്കുവേണ്ടി ഒരുതുള്ളി കണ്ണുനീർ....

"അതൊരു ഭയങ്കര കഥയാണ് അത് നിരാകൃതയും, തന്റെ ഭാഗ്യവിപര്യയത്തിനുശേഷം രോഗിണിയും ക്ഷീണിതയുമായ ഒരുവളുടെ കഥയാണ്. അത് സർവ്വരാലും തന്റെ ആശ്രയസ്ഥാനീയനായ അവസാനത്തെ ആളിനാൽ — താൻ അപരാധം പ്രവർത്തിക്കുകകൊണ്ട് അസ്സഹനീയ വേദനയാലും, അപമാനഭരത്താലും ഉന്മത്തനായി ഭവിച്ച സ്വന്തം പിതാവിനാൽപോലും പ്രത്യാദിഷ്ടയായിത്തീർന്ന ഒരു സ്ത്രീയുടെ കഥയാണ്. അത് ഭഗ്നാശയായി അഴുക്കും തണുപ്പും നിറഞ്ഞ പീറ്റേഴ്സ്ബർഗ് തെരുവിലൂടെ ഒരു പെൺപൈതലൊന്നിച്ച് പിച്ചതെണ്ടി അലഞ്ഞുനടന്ന ഒരു മാതാവിന്റെ കഥയാണ്. അത് ആഗസ്വിനിയായ ഒരു മകൾക്ക് അവളുടെ അന്ത്യശ്വാസംവരെയും മാപ്പുകൊടുക്കാൻ വിസമ്മതിച്ച ഒരച്ഛൻ അവസാനനിമിഷം മനസ്സലിഞ്ഞ് കാണാൻ ഓടിയെത്തിയപ്പോൾ, അയാൾ എല്ലാറ്റിനുമുപരിയായി സ്നേഹിച്ചിരുന്ന ആ മകളുടെ സ്ഥാനത്ത് ഒരു ഈർപ്പംപിടിച്ച അറയ്ക്കുള്ളിൽ അനേകമാസങ്ങളായി ഇഞ്ചിഞ്ചായി മരിച്ചുകൊണ്ട് കിടന്ന ഒരു സ്ത്രീയുടെ തണുത്തുറഞ്ഞ ജഡംമാത്രം കാണാൻ സംഗതമായ ഒരു കഥയാണ്. ഇത് ചിത്തഭ്രമം പിടിപെട്ട ഒരു വൃദ്ധനും അയാളുടെ കൊച്ചുമകളുമായുള്ള ദുർജ്ഞേയ ബന്ധത്തിന്റെ വിചിത്രകഥയാണ്. അതൊരുവിഷാദാത്മക കഥയാണ്. പീറ്റേഴ്സ്ബർഗ്ഗിന്റെ അവസന്നമായ ആകാശത്തിനു കീഴിൽ വിശാലമായ നഗരത്തിന്റെ ഇരുളടഞ്ഞ രഹസ്യമൂലകളിൽ ജീവിതത്തിന്റെ അന്തഃക്ഷോഭങ്ങൾക്ക് നടുവിൽ സ്വാർത്ഥതയുടെയും താല്പര്യസംഘട്ടനങ്ങളുടെയും ഗൃഢാപരാധങ്ങളുടെയും പാപങ്ങളുടെയും ഇടക്ക് ജഡവും ക്രമവിരുദ്ധവുമായ ജീവിതത്തിന്റെ നീചാത്മമായ നരകത്തിൽ ആരുമാരും കാണാതെ നിഗൂഢമായി അഭിനീതമാകുന്ന ക്ലേശാവഹങ്ങളും, വിഷാദ

മയങ്ങളുമായ നാടകങ്ങളിൽ ഒന്നാണ്. "തന്റെ കഥയെപ്പറ്റി ദസ്തയേവ്സ്കി പറയുന്നു. എന്നാൽ നോവലിൽ അടക്കം ചെയ്തിരിക്കുന്ന ആത്മകഥാപരവും തത്ത്വചിന്താപരവുമായ അടരുകൾ ഏറെയാണ്. 1957 ൽ എൻ കെ ദാമോദരൻ ഇംഗ്ലീഷിൽനിന്നും മലയാളത്തിലേക്ക് വിവർത്തനംചെയ്ത ഈ കൃതി പെട്ടെന്ന് വായനക്കാരെ പിടിച്ചെടുത്തു. "ദരിദ്രരായിരിക്കുന്നത് കുറ്റകരമല്ല. ധനവാന്മാരായിരിക്കുന്നതും അന്യരെ പീഡിപ്പിക്കുന്നതും പാപകരമാണ്" എന്ന വാക്കുകൾ ഒരു ബൈബിൾ വാചകം പോലെയാണ് അന്ന് വായനക്കാർ സ്വീകരിച്ചത്. ദസ്തയേവ്സ്കിയുടെ ആദ്യകൃതിയായ *പാവപ്പെട്ടവർ* ഏറെ ജനസമ്മതി നേടിയെങ്കിലും കലാപരമായി വിജയിച്ചില്ല. എന്നാൽ സൈബീരിയൻ ജയിൽ ജീവിതത്തിനുശേഷം രചിക്കപ്പെട്ട ഈ കൃതി കലാപരമായ ഒരു കുതിച്ചുചാട്ടമായിരുന്നു. നിസ്വരുടെയും പീഡിതരുടെയും കഷ്ടപ്പാടുകളും, ദുരിതങ്ങളും ഈ എഴുത്തുകാരനെയെന്നും വേദനിപ്പിച്ചു. ദുഷ്ടന്മാരും, നീചന്മാരും വഞ്ചകരും മാത്രമല്ല ദയാലുക്കളും സ്നേഹശീലന്മാരും ഉൾപ്പെടുന്നതാണ് മനുഷ്യസമൂഹമെന്ന് ദസ്തയേവ്സ്കി ഇവിടെ വെളിപ്പെടുത്തുന്നു. നിരവധി കഥാതന്തുക്കൾ ഇഴയടുപ്പത്തോടെ നാലുഭാഗങ്ങളിലാണിവിടെ അടക്കം ചെയ്തിരിക്കുന്നത്. സമൂഹത്തിന്റെ അടിത്തട്ടിൽ പ്രാരാബ്ധങ്ങളും കഷ്ടപ്പാടുകളുമായി കഴിയുന്നവരാണ് ഭൂരിപക്ഷം കഥാപാത്രങ്ങളും. നിരവധി കവിതകളും കഥകളും എഴുതിയെങ്കിലും നിത്യദാരിദ്ര്യത്തിൽ കഴിയാൻ വിധിക്കപ്പെട്ടവാരിയാ ആണ് കഥപറയുന്നത്. ഇപ്പോഴും അയാൾ നോവൽ രചനയിൽ മുഴുകിക്കഴിയുന്നു. വാസിലേവ്സ്കി ദ്വീപിൽ വൃദ്ധദമ്പതികളായ നിക്കോളസെർ ജീവിച്ചും. ആന്ദ്രേയയും അനാഥനായ അവനെ വളർത്തി. ഇതിനിടെ അവരുടെ ഏകമകളും തന്നേക്കാൾ രണ്ടുവയസ്സുപ്രായം കുറഞ്ഞ സുന്ദരിയായ നടാഷയുമായി അവൻ പ്രേമത്തിലായി. എന്നാൽ നടാഷക്കാകട്ടെ പ്രിൻസ് വാൽക്കോസ്കി എന്ന ജന്മിയുടെ മകൻ അലോഷ്യയോടാണിഷ്ടം. ഒരുദിവസം വാടക വീടന്വേഷിച്ച് നടന്നപ്പോൾ മുള്ളറുടെ കടമുറ്റത്ത് എമ്പതുവയസ്സിൽ കൂടുതൽ തോന്നിക്കുന്ന സ്മിത്തെന്ന വൃദ്ധനും അയാളുടെ സന്തതസഹചാരിയായ അസോർക്ക എന്ന പട്ടിയും ചത്തുകിടക്കുന്നതവൻ കണ്ടു. ശവസംസ്കാര ചടങ്ങുകൾ നടത്തിയശേഷം സ്മിത്തിന്റെ തന്നെ മുറി അയാൾ വാടകയ്ക്കെടുത്തു. ഒരുദിവസം സ്മിത്തിന്റെ പൗത്രി അലീന എന്ന അനാഥപ്പെൺകുട്ടി അവന്റടുത്തെത്തി. തെരുവിൽ ഭിക്ഷയാചിച്ച് നടന്ന അവളുടെ ദുരിത പൂർണ്ണമായ ജീവിതം അയാളുടെ കരളലിയിപ്പിച്ചു. അപ്പൂപ്പൻ ഒരു കാലത്ത് വലിയ പണക്കാരനായിരുന്നെന്നും എന്നാൽ പിന്നീട് ദരിദ്രനായി മാറിയെന്നും അവൾ പറഞ്ഞു. ഇപ്പോൾ താമസിച്ചിരുന്ന വീട്ടിൽനിന്നും അവളെ എങ്ങനെയെങ്കിലും രക്ഷിക്കണമെന്നും അവൻ വിചാരിച്ചു. വാനിയക്ക് നടാഷയോടുള്ള ഇഷ്ടം ഭ്രാന്തമായ പ്രണയമായി മാറുന്നു. അലോഷ്യക്കും അവളോടു പ്രണ

യമാണെന്ന് അറിഞ്ഞ പ്രിൻസ് സെൻക്കോവ്സ്കി നിക്കോളാ സെർജീവിച്ചിനെ ഭർത്സിച്ചു. പിതാവുമായി പിണങ്ങിയ നടാഷ മറ്റൊരിടത്തേക്കു താമസം മാറ്റി. അലോഷ്യയെ അവൾ ഇഷ്ടപ്പെടുന്നത് അറിഞ്ഞുകൊണ്ടുതന്നെ വാനിയ അവളെ കൂടെക്കൂടെ സന്ദർശിച്ചു.

ഒരിക്കൽ അവൾ അവനോടു പറഞ്ഞു "സകലതും സംശുദ്ധമാകുന്നത് കഷ്ടപ്പാടുകൾ കൊണ്ടാണ്. അയ്യോ, വാനിയാ ഈ ലോകത്ത് ഇത്രമാത്രം വേദനയോ."

പഴയ സതീർത്ഥ്യൻ മസ്ലോബേബയുടെ സഹായത്തോടെ എലീനയെ മാഡംബബ്നോവിന്റെ അടുക്കൽ നിന്നും തന്റെ വാടകവീട്ടിലേക്ക് വാനിയ കൂട്ടികൊണ്ടു വന്നു. ആകെ പരിഭ്രമിച്ച അവൾ രാത്രിയിൽ ജ്വരാവസ്ഥയിലായി. വൈദ്യസഹായവും വേണ്ടിവന്നു. ക്രമേണവാനിയായുമായി അവൾ അടുത്തു. അവൾ ഒരുപാട് ദുരിതങ്ങൾ അനുഭവിച്ചതുകൊണ്ട് ഇനി വീട്ടുജോലിക്കും തയ്യാറാണെന്ന് പറഞ്ഞു. സ്നേഹബന്ധം സുദൃഢമായതോടെ അവൾ തന്റെ മനസ്സുതുറന്നു. മേലിൽ അവളെ നെല്ലിയെന്ന് വിളിക്കണമെന്ന് അവൾ വാനിയയോടാവശ്യപ്പെട്ടു. അമ്മയെപ്പറ്റിയും അപ്പൂപ്പനെപ്പറ്റിയും എല്ലാം അവൾ തുറന്നുപറഞ്ഞു. അമ്മ അപ്പൂപ്പന്റെ പ്രമാണങ്ങളുമായി കാമുകന്റെ കൂടെ സ്വിറ്റ്സർലന്റിലേക്ക് ഒളിച്ചുപോയതും, അമ്മയെ അയാൾ വഞ്ചിച്ചതും പിന്നെ വേറൊരാൾ അവളെ സംരക്ഷിക്കുന്നതും അയാൾ മരിക്കുന്നതും പാരീസിൽ പന്ത്രണ്ടുവർഷംമുമ്പ് അവൾ ജനിക്കുന്നതും. പിന്നെ പിറ്റേഴ്സ്ബർഗ്ഗിൽ തിരിച്ചെത്തി അപ്പൂപ്പനെ കാണുന്നതും, അപ്പൂപ്പൻ അമ്മയെ ആട്ടിപ്പുറത്താക്കുന്നതും, അമ്മേയും മകളും തെരുവിൽ തെണ്ടുന്നതും എല്ലാം അവൾ പറഞ്ഞു. അലോഷ്യ കാത്യാ എന്ന പണക്കാരിയുമായി പ്രേമത്തിലായതോടെ നടാഷയുടെ സ്ഥിതി കൂടുതൽ കഷ്ടത്തിലായി. സൂത്രശാലിയും പണക്കൊതിയനും, സ്ത്രീലമ്പടനുമായ പ്രിൻസ് വാൽക്കോസ്ക്കി ഒരുവശത്ത് നടാഷയെ പ്രോത്സാഹിപ്പിക്കുകയും മറുവശത്ത് കാത്യയെ വിവാഹം കഴിക്കാൻ മകന് ഒത്താശ ചെയ്തുകൊടുക്കുകയും ചെയ്യുന്നു. വാനിയയാകട്ടെ കൂടെക്കൂടെ നടാഷയെയും അലോഷ്യയെയും സന്ദർശിക്കുന്നു. ആരോടും വിദ്വേഷവും വെറുപ്പും അയാൾക്കില്ല. പ്രിൻസ് വെൽക്കോസ്കിയുടെ സ്വാർത്ഥതയും കാപട്യവും മനസ്സിലാക്കിയ നടാഷ അയാളെ പരസ്യമായി കുറ്റപ്പെടുത്തുന്നു.

"പണം, പണം, സർവ്വോപരി പണം. മൂന്നുലക്ഷം റൂബിൾ സ്ത്രീധനം നിങ്ങൾ നിശ്ചയിച്ച പെണ്ണിനെ അയാളെക്കൊണ്ട് വിവാഹം കഴിപ്പിച്ചോ." അവൾ തുറന്നടിച്ചു. അലോഷ്യക്കു സ്വന്തം അഭിപ്രായമില്ലെന്നും, അച്ഛനെ ധിക്കരിക്കാനുള്ള ത്രാണിയില്ലെന്നും അവൾ മനസ്സിലാക്കി. നടാഷയെയാണോ, കാത്യയെയാണോ താൻ കൂടുതൽ സ്നേഹിക്കുന്നതെന്ന് അവനിറിഞ്ഞുകൂടാ. നടാഷയാക്കാകട്ടെ കാത്യയോടു വിരോധമോ വിദ്വേഷമോ ഇല്ല. എന്നാൽ കാത്യയാകട്ടെ നടാഷയും അലോഷ്യയും തമ്മിലുള്ള വിവാഹം ഒരു പരാജയമായി

രിക്കുമെന്ന് വിശ്വസിക്കുന്നു. പ്രിൻസിന്റെ യഥാർത്ഥ പ്രകൃതിയും വിശ്വാസങ്ങളും അയാൾതന്നെ തുറന്നപറയുന്നു. താനൊരു സദാചാര നിന്ദകനാണെന്ന് അയാൾ സ്വയം പ്രഖ്യാപിക്കുന്നു. "സന്മാർഗ്ഗ ജീവിതം സുഖത്തിനുവേണ്ടി മനുഷ്യൻ കണ്ടുപിടിച്ചതാണ്. എല്ലാമനുഷ്യർക്കും രഹസ്യങ്ങളും വൃത്തികേടുകളുംമുണ്ട്. എല്ലാം തുറന്നുപറഞ്ഞാൽ ഈ ലോകം വൃത്തികേടുകൾകൊണ്ട് നിറഞ്ഞ് ശ്വാസംമുട്ടി മരിച്ചു പോകും." *കരമസോവ് സഹോദരന്മാരി*ലെ പാവ്ലോവിന്റെ സൃഷ്ടിക്കുള്ള ബീജം പ്രിൻസിൽ ദർശിക്കാം. എല്ലാത്തരം തത്ത്വചിന്തയെയും അയാൾ തള്ളിപ്പറയുന്നു. "ശ്രദ്ധിച്ചു കേൾക്കൂ, തത്ത്വചിന്തയുടെ പിറകെ പോയ ഹാംലറ്റ് വിഷം കഴിച്ചു മരിച്ചു. വിഡ്ഢി" അയാൾ പിന്നെയും പറഞ്ഞു. "മനുഷ്യന്റെ എല്ലാ സദ് വൃത്തിയുടെയും അടിത്തട്ടിൽ സ്വാർത്ഥതയാണ്. കൂടുതൽ സദ്പ്രവൃത്തി എവിടെ കാണുന്നുവോ, അവിടെ കൂടുതൽ സ്വാർത്ഥതയുണ്ട്. സ്വയം സ്നേഹിക്കുക അതാണെന്റെ ചട്ടം. ജീവിതം ഒരുകച്ചവടമാണ്". പ്രേമവും ഷില്ലറിസവും ഒന്നുമില്ലാതിരിക്കുന്നതാണ് നല്ലതെന്ന് നടാഷയെ അറിയിക്കണമെന്ന് അയാൾ വാനിയയോടു പറഞ്ഞു. അയാൾ പ്രതികാരേച്ഛവും, ദ്രോഹബുദ്ധിയുമാണെന്നുകൂടി അറിയിച്ചു.

നാളുകൾ കഴിയുന്തോറും നെല്ലിക്ക് വാനിയയോടുള്ള സ്നേഹവും ആരാധനയും വർദ്ധിച്ചു. അവളുടെ രോഗവും കൂടുതൽ വഷളായി. അവൾക്കു ഹൃദ്രോഗവും ജ്വരബാധയുമുണ്ടെന്ന് ഡോക്ടർ കണ്ടെത്തി. അന്നാ ആന്ദ്രേയാ അവളെ ദത്തെടുക്കാൻ തയ്യാറായെങ്കിലും അവൾ വഴങ്ങിയില്ല. സ്വന്തം മകളെ ആട്ടിപ്പുറത്താക്കിയ ആ വൃദ്ധനെ അവൾ വെറുത്തു. ഭീരുവും ചഞ്ചലചിത്തനുമായ അലോഷ്യ ആരെയാണ് താൻ കൂടുതൽ സ്നേഹിക്കുന്നതെന്നറിയാതെ വിഷമിക്കുകയാണ്. നടാഷയും കാത്യയുമായുള്ള കൂടിക്കാഴ്ചയിൽ ഇതും ചർച്ചചെയ്യപ്പെട്ടു. അലോഷ്യ അവളോട് സ്നേഹം ആവർത്തിച്ചപ്പോൾ നടാഷ ഇങ്ങനെ പറഞ്ഞു.

"ഒരമ്മയെപ്പോലെ ഞാൻ നിങ്ങളെ സ്നേഹിക്കും. രണ്ടുപേർ തുല്യനിലയിൽ പരസ്പരം സ്നേഹിക്കുന്ന സ്നേഹം ഈ ലോകത്തിലില്ല തന്നെ." സങ്കടവും നിരാശയുമടക്കി അവൾ കാത്യക്ക് അനുഗ്രഹങ്ങൾ നേരുന്നു. "കാത്യക്ക് അവനെ സന്തുഷ്ടനാക്കാൻ കഴിയും." ആ സമയം അവിടെത്തിയ വഞ്ചകനും, ദുഷ്ടനുമായ പ്രിൻസ് കുറച്ചു പണം നല്കിയിട്ട് കൗണ്ട്നെയിൽസ്കിയെ വിവാഹം കഴിക്കാൻ അവളോടാവശ്യപ്പെട്ടു. പണം വലിച്ചെറിഞ്ഞുകൊണ്ട് അവൾ അലറി "പോകൂ പുറത്ത്." പിന്നീട് നെല്ലിയെ മകളായി സ്വീകരിക്കാൻ തയ്യാറായ വൃദ്ധ ദമ്പതികളായ നിക്കോളസെർ ജീവിച്ചിന്റെയും ആന്ദ്രേയയുടെയും സാന്നിദ്ധ്യത്തിൽ അവളുടെയും അമ്മയുടെയും കദനകഥയുടെ ചുരുളുകളഴിയുന്നു. "അപ്പൂപ്പൻ എനിക്ക് മാപ്പ് തരില്ല" നിന്നെ അദ്ദേഹം സ്നേഹിച്ചേക്കുമെന്ന് പീറ്റേർസ്ബർഗ്ഗിൽ തിരിച്ചെത്തിയപ്പോൾ അമ്മ അവളോടു പറഞ്ഞതും, അതുകൊണ്ട് അപ്പൂപ്പനെ പോയിക്കാണാൻ ആവ

ശ്യപ്പെട്ടതും, ഒരിക്കൽ വഴിയിൽവെച്ച് അവർ പട്ടിയുമായി നടന്നു പോകുന്ന അപ്പൂപ്പനെ കാണുന്നതും, അമ്മ കുമ്പിടുന്നതും, അപ്പൂപ്പൻ അമ്മയെ തള്ളിമാറ്റിയിട്ടു കടന്നുപോയതുമെല്ലാം അവൾ വിവരിച്ചു. അമ്മയെ അയൽക്കാർ തല്ലിയതും, അവർ റോഡിലൂടെ ഭിക്ഷയാചിച്ച് നടന്നതും അവൾ കണ്ണീരോടെ പറഞ്ഞു. "ദരിദ്രയായിരിക്കുക കുട്ടീ, എന്റെ മരണശേഷവും നീ ഒറ്റയ്ക്കു ജോലിചെയ്തു കഴിയുക. നിനക്കു വേലചെയ്യാൻ കഴിയില്ലെങ്കിൽ പിച്ച തെണ്ടുക." അമ്മയുടെ വാക്കുകൾ അവളുടെ കാതിൽ മുഴങ്ങി. അപ്പൂപ്പൻ അവളെ പുതിയ നിയമം വായിച്ചുകേൾപ്പിച്ചതും ഭൂമിശാസ്ത്രം പഠിപ്പിച്ചതും അവൾ പറഞ്ഞു. "എല്ലാവരോടും, ക്ഷമിക്കണമെന്നും പൊറുക്കണമെന്നും പുതിയ നിയമം പഠിപ്പിക്കുന്നല്ലോ" എന്ന അവളുടെ ചോദ്യം അപ്പൂപ്പനെ ചൊടിപ്പിച്ചു. മരണാസന്നയായ അമ്മ അപ്പൂപ്പനെ കാണണമെന്നാഗ്രഹിച്ചു. അപ്പൂപ്പൻ വന്നപ്പോഴേക്കും അമ്മ മരിച്ചു കഴിഞ്ഞു പിന്നെ പിച്ചതെണ്ടി അവൾ അപ്പൂപ്പനെ സഹായിച്ചു. ഇതെല്ലാം കേട്ട ആന്ദ്രേയ ജ്വരാവസ്ഥയിലേക്കു വീണുപോയി. നടാഷയെ സ്വീകരിക്കാൻ അവർ തയ്യാറായി. നെല്ലിയാകട്ടെ അവരുടെ കൂടെപ്പോകാൻ സമ്മതിച്ചില്ല. നടാഷയെ വിവാഹം കഴിക്കാൻ അവൾ വാനിയയോടുപറഞ്ഞു. അവളുടെ രോഗം മൂർച്ഛിച്ചു. പിന്നെ മരണത്തിലേക്കും മരണത്തിനുമുമ്പ് അവൾ ഒരു കുരിശും അമ്മ എഴുതിയ കത്തും വാനിയയെ ഏല്പിച്ചു. കത്തു വായിച്ചതിനുശേഷം പ്രിൻസിന്റെ അടുത്തുചെന്ന അവൾ അയാൾക്ക് മാപ്പ് കൊടുക്കില്ലെന്ന് പറയണമെന്നും അവൾ ആവശ്യപ്പെട്ടു. എന്തെന്നാൽ അമ്മ മരിക്കുന്നതിനുമുമ്പ് അവസാനം പറഞ്ഞ വാചകം ഇതാണ് "ഞാൻ അയാളെ ശപിക്കുന്നു" അതുകൊണ്ട് അയാളുടെ അടുത്തുപോകാനും അവൾ തയ്യാറല്ല എന്നു പറയുന്നു. അമ്മ പ്രിൻസ് വാൽക്കോസ്കിക്കെഴുതിയ കത്തിൽ ഇങ്ങനെ പറയുന്നു. "അവൾ നിങ്ങളുടേതാണ്. അവൾ നിങ്ങളുടെ മകളാണ്. നിങ്ങൾക്കതറിയാം എന്റെ മരണശേഷം നിങ്ങൾക്കീ കത്തുതരാൻ ഞാനവളോട് പറഞ്ഞിട്ടുണ്ട്. നിങ്ങൾ അവളെ തിരസ്കരിച്ചില്ലെങ്കിൽ ഞാൻ ഒരു വേള നിങ്ങൾക്ക് മാപ്പുതരും. ന്യായവിധിനാളിൽ ഞാൻ ദൈവസിംഹാസനത്തിന്റെ മുമ്പിൽനിന്ന് നിങ്ങളുടെ പാപങ്ങൾ മാപ്പാക്കപ്പെടുവാൻ പ്രാർത്ഥിക്കും. ഞാൻ അവളോട് എല്ലാം പറഞ്ഞു. അവൾക്ക് എല്ലാമറിയാം എല്ലാം..." എന്നിട്ടും നെല്ലി അയാളുടെ അടുത്തുപോയില്ല. മാപ്പു കൊടുത്തതുമില്ല. നെല്ലിയുടെ സംസ്കാര ചടങ്ങുകൾക്ക് ശേഷം നടാഷ വാനിയയോടു പറഞ്ഞു "വാനിയാ അതൊരു സ്വപ്നമായിരുന്നു ഈ നടന്നതെല്ലാം."

സംഘർഷഭരിതവും സങ്കടകരവുമാണ് കഥാന്തരീക്ഷം. പാവപ്പെട്ട എഴുത്തുകാരനായ വാനിയ ആണ് കഥപറയുന്നത്. റിയലിസ്റ്റിക് കഥനരീതിയും ബോധധാര പ്രയോഗവും, സ്വപ്നദർശനവും ഇവിടെ സമന്വയിക്കുന്നു. പാത്ര നിർമ്മാണത്തിലും ശ്രദ്ധേയമായ മുന്നേറ്റമാണീ കൃതി

കാഴ്ചവെക്കുന്നത്. ദ്വന്ദ ഭാവമുള്ള കഥാപാത്രങ്ങളാണ് പ്രിൻസും നടാഷയും, അലോഷ്യയും മറ്റും പ്രിൻസ് വാൽക്കോസ്കിയും നടാഷയും നെല്ലിയും വായനക്കാരന്റെ മനസ്സിൽ ഇടംപിടിക്കുന്നപാത്രങ്ങളാണ്. നോവലിന്റെ ആരംഭത്തിൽ പ്രത്യക്ഷപ്പെട്ടു മരണമടയുന്ന ഒരിക്കൽ ഫാക്ടറി ഉടമയും പിന്നീട് ദരിദ്രനായി മാറുന്ന നെല്ലിയുടെ അപ്പൂപ്പൻ സ്മിത്ത് നോവലിൽ നിറഞ്ഞുനില്ക്കുന്നു. ഇതൊക്കെയാണെങ്കിലും ഇത് നെല്ലിയുടെ കഥയാണ്. നെല്ലിയെന്ന പതിമൂന്നുകാരിയുടെ സഹനത്തിന്റെയും സ്നേഹത്തിന്റെയും ത്യാഗത്തിന്റെയും ആത്മാഭിമാനത്തിന്റെയും കഥ. പിതാവിനാലും കാമുകനാലും ഉപേക്ഷിക്കപ്പെട്ട ദരിദ്രയും രോഗിണിയുമായ ഒരമ്മയുടെയും അവളുടെ അനാഥയായ പന്ത്രണ്ടു വയസ്സുകാരിയുടെ നിസ്സഹായതയുടെയും യാതനകളുടെയും കഥ. ഡിക്കൻസ്, യൂഗോ എന്നിവരെപ്പോലെ കുഞ്ഞുങ്ങൾ നേരിടുന്ന പീഡനങ്ങളും, യാതനകളും ദസ്തയേവ്സ്കിയെ ഏറെ ദു:ഖിപ്പിച്ചു. *നിന്ദിതരിലും പീഢിതരിലും*, നെല്ലിയെന്ന പതിമൂന്നുകാരിയുടെ ആത്മാഭിമാനവും ധീരതയുമാണ് നോവലിസ്റ്റ് ഉയർത്തിപ്പിടിക്കുന്നത്. രോഗാതുരയായ അമ്മയ്ക്ക് മരുന്നുവാങ്ങാൻ പണത്തിനായി അപ്പൂപ്പനെ സമീപിക്കുന്ന അവസരത്തിൽ ഏതാനും കോപ്പക്കുകൾ വലിച്ചെറിഞ്ഞു കൊടുക്കുന്ന അപ്പൂപ്പന്റെ അടുത്തേക്ക് പിച്ചതെണ്ടികിട്ടുന്ന പണം തിരികെ കൊടുക്കുന്ന നെല്ലി, വാൽക്കോവ്സ്കി തന്റെ അച്ഛനാണെന്നറിഞ്ഞിട്ടും തന്നെ ഉപേക്ഷിച്ച അയാൾ നല്കുന്ന പണം വലിച്ചെറിയുന്ന നെല്ലി, പിച്ചതെണ്ടിയ പണംകൊണ്ടു താൻ ഇച്ച് മീനുകളുടെ കപ്പുകൾക്ക് പകരം പുതിയ കപ്പുകൾ വാങ്ങി നല്കുന്നു അമ്മപൊറുത്തിട്ടും, ദുഷ്ടനായ തന്റെ അച്ഛനോട് ക്ഷമിക്കാനും പൊറുക്കാനും തയ്യാറാകാത്ത ആരുടെയും ഔദാര്യം ആവശ്യമില്ലെന്നും ഞാൻ വേലചെയ്തു ജീവിക്കുമെന്ന് പ്രഖ്യാപിക്കുന്ന നെല്ലി – വായനക്കാരെ നൊമ്പരപ്പെടുത്തിക്കൊണ്ട് സ്വന്തം ആത്മാഭിമാനത്തിന് പോറലേല്ക്കാതെ നില്ക്കുകയാണ് നെല്ലി. ഉള്ളുലയ്ക്കുന്നതാണ് നോവലിന്റെ അവസാന താളുകൾ. ഉല്ക്കടമായ വികാരവേഗത്തിൽ നെല്ലിയുടെ ഭീദിതമായ ഭൂതകാലം ഇവിടെ ചുരുളഴിയുന്നു. വാൽക്കോവ്സ്കിയുടെ ദുഷ്ടതയും വഞ്ചനയും അപ്പൂപ്പന്റെ പിടിവാശിയും ക്രൂരതയും അമ്മയുടെ രോഗവും യാതനയും അസോർക്ക എന്ന നായയുടെ സ്നേഹവും വിധേയത്വവും അമ്മ സൂക്ഷിച്ചിരുന്ന *പുതിയ നിയമവും*, കുരിശും, അവസാനം വഞ്ചകനായ കാമുകനോട് ക്ഷമിക്കാൻ തയ്യാറാകാത്തതും എല്ലാം നാം വായിക്കുന്നു. ആദ്യവായനയിൽത്തന്നെ വായനക്കാരുടെ മനസ്സിൽ ഇടം തേടുന്ന നെല്ലി രചയിതാവിന്റെ പാത്രസൃഷ്ടിയിലുള്ള പ്രാഗത്ഭ്യം വെളിപ്പെടുത്തുന്നു. നോവലിൽ അടക്കിവെച്ചിരിക്കുന്ന സാമൂഹിക വിമർശനവും മറന്നുകൂടാ. പ്രിൻസ് വാൽക്കോവ്സ്കി ഒരു കാലഘട്ടത്തിന്റെ ക്രൂരമായ ജന്മി വ്യവസ്ഥയുടെ പ്രതിനിധി കൂടിയാണ്. 1863 ൽ രചിക്കപ്പെട്ട ഈ നോവൽ റഷ്യൻ

വിപ്ലവത്തിന്റെ പ്രചോദന ബിന്ദുമായി കണക്കാക്കപ്പെടുന്നു. ഏറെ നൊമ്പരങ്ങളേറ്റുവാങ്ങിയേ ഈ കൃതി വായിച്ചുതീർക്കാനാവൂ. *നിന്ദിതരും പീഡിതരും* മുതലുള്ള പ്രധാന കൃതികളിലെല്ലാം ബൈബിളിന്റെ ശക്തമായ സ്വാധീനം കാണാം. താൻ അന്ത്യനിമിഷംവരെ ധരിച്ചിരുന്ന കുരിശാണ് നെല്ലിയുടെ അമ്മയെ കൊടിയ ദാരിദ്ര്യവും രോഗവും അപമാനവും സഹനത്തോടും ധീരതയോടും അഭിമുഖീകരിക്കാൻ ശക്തിനല്കിയത്. കുരിശിന്റെ വഴി. സൈബീരിയൻ ജീവിതത്തിൽ ദസ്തയേവ്സ്കിയുടെ ഏക ആശ്രയവും, സാന്ത്വനവും 'പുതിയ നിയമ'മായിരുന്നു എന്നോർക്കണം. നിരന്തരമായ വായനയിൽ അതിന്റെ കാമ്പും കാതലും കണ്ടെത്തി. എങ്കിലും യുക്തി ചിന്തയെ ഇപ്പോഴും തള്ളിപ്പറഞ്ഞില്ല. നിരവധി ഭാഷകളിലേക്ക് വിവർത്തനം ചെയ്യപ്പെട്ട ഈ കൃതി ലോകമെമ്പാടുമുള്ള വായനക്കാരുടെ ഇഷ്ടപുസ്തകമായി ഇന്നും നിലകൊള്ളുന്നു, നിസ്വർക്കും നിരാലംബർക്കും വേണ്ടിയുള്ള ഒരു തുള്ളി കണ്ണുനീരാണ് *നിന്ദിതരും പീഡിതരും.*

ചെകുത്താന്മാർ – (ഭൂതാവിഷ്ടർ) എന്ന ദുരന്തകഥയും കഥാപാത്രങ്ങളും

ഭയവിഹ്വലതകളോടുമാത്രമെ ദസ്തയേവ്സ്കിയുടെ *ചെകുത്താന്മാർ DEVILS* എന്ന നോവൽ വായിക്കാനാവൂ. അത്രമേൽ ഭീകരവും ഭീദിതവുമായ അന്തരീക്ഷമാണ് നോവലിൽ നിലനില്ക്കുന്നത്. ഒട്ടേറെ ദുരിതങ്ങൾക്കും പ്രതിബന്ധങ്ങൾക്കുമിടയിൽ തീവ്രമായ തപസ്സിലൂടെ രചിക്കപ്പെട്ടതാണീ കൃതി. കൊച്ചുമകളുടെ അസുഖം, കടക്കാരുടെ ഭീഷണി, ചുഴലിരോഗത്തിന്റെ ആക്രമണം, രോഗാവസ്ഥ എന്നിവയെ പ്പറ്റിയെല്ലാം തന്റെ നോട്ടുബുക്കിൽ അദ്ദേഹം കുറിച്ചിട്ടിട്ടുണ്ട്. ആദ്യത്തെ ഇരുന്നൂറ്റി അമ്പതില്പരം പേജുകൾ മാറ്റി എഴുതിയതായും പറയുന്നു. സങ്കീർണ്ണതകളും, നിഗൂഢതകളും നിറഞ്ഞ ഉദ്വേഗഭരിതമായ ഈ കൃതി യിൽ നിരവധി അടരുകളാണ് കലാപരമായി അടക്കം ചെയ്തിരിക്കുന്നത്.

1867 ൽ അന്നയുമായുള്ള വിവാഹത്തിനുശേഷം ദസ്തയേവ്സ്കി അവരുമായി രണ്ടാമത്തെ യൂറോപ്യൻ യാത്രക്കു തിരിച്ചു. കടക്കാരിൽ നിന്നും രക്ഷപ്പെടാനും ചൂതുകളിയോടുള്ള ഭ്രാന്തമായ ആവേശവുമാ യിരുന്നു അതിലേക്ക് വഴിതെളിച്ചത്. ജർമ്മനി സ്വിറ്റ്സർലന്റ്, ഇറ്റലി എന്നിവിടങ്ങളിലെ താമസം യൂറോപ്പിന്റെ ആത്മീയ അധഃപതനം നേരിട്ടറിയാൻ സഹായിച്ചു. അതോടെ യൂറോപ്പിനെ വെറുക്കുകയും റഷ്യയെ കൂടുതൽ സ്നേഹിക്കുവാനും തുടങ്ങി. ഒരവസരത്തിൽ തന്റെ സഹോദരപുത്രി സോഫിയായ്ക്ക് ഇങ്ങനെയെഴുതി. "ഞാനിപ്പോഴും റഷ്യയെ ഓർമ്മിക്കുന്നു. ലഹരി പിടിക്കുന്ന ഓർമ്മ. കഴിയുന്നത്ര വേഗത്തിൽ ഞാൻ റഷ്യയിലേക്ക് മടങ്ങിവരാൻ ആഗ്രഹിക്കുന്നു." എന്തു വിലകൊടുത്തും 'ഉന്നതനായ പാപി' എന്ന പേരോടു കൂടിയ ഒരു പുസ്തകം എഴുതാനുള്ള തയ്യാറെടുപ്പിലായിരുന്നു ഈ എഴുത്തുകാരൻ. മദ്യപാനത്തിലും വിഷയാസക്തിയിലും ദൈവനിഷേധത്തിലും ആഴ്

ന്നിറങ്ങി പാപിയായിത്തീർന്ന ഒരു മനുഷ്യൻ പശ്ചാത്താപത്തിൽക്കൂടി പാപമോചനം തേടുന്നതായിരുന്നു തന്റെ ആലോചനാവിഷയം. എന്നാൽ റഷ്യയിലെ സമകാലീന സാമൂഹിക-രാഷ്ട്രീയ സാഹചര്യങ്ങളാണ് *ചെകുത്താന്മാരി*ലേക്കു വഴിതെളിച്ചത്. *കുറ്റവും, ശിക്ഷയും* ഒരുവൻ വിജയമായിരുന്നു *ഇഡിയറ്റ്* ആകട്ടെ വേണ്ടപോലെ ആളുകൾ സ്വീകരിച്ചതുമില്ല. 1869 ൽ പ്രസിദ്ധീകൃതമായ *യുദ്ധവും സമാധാനവും* ടോൾസ്റ്റോയിക്ക് വലിയ പ്രസിദ്ധിയാണ് നേടിക്കൊടുത്തത്. എങ്കിലും ദസ്തയേവ്സ്കി നിരാശനായില്ല. ജീവിതകാലം മുഴുവൻ തന്റെ സ്വാസ്ഥ്യം നഷ്ടപ്പെടുത്തിയ ഒരു വിഷയത്തെ നോവലിലൂടെ ആവിഷ്കരിക്കാൻ തന്നെ തീരുമാനിച്ചു.

“ജീവിതകാലം മുഴുവൻ ബോധാവസ്ഥയിലും അബോധാവസ്ഥയിലും എന്നെ വേദനിപ്പിക്കുന്നതാണ് ഇതിന്റെ പ്രമേയം. 'ദൈവത്തിന്റെ അസ്തിത്വം' ദസ്തയേവ്സ്കി സ്ട്രാക്കോവിനെഴുതി. യൂറോപ്യൻ സ്വാധീനത്തിലകപ്പെട്ട റഷ്യൻ ചെറുപ്പക്കാർ പാശ്ചാത്യവല്ക്കരിക്കപ്പെട്ട് സ്ലാവോ ഫൈൽ ആയി മാറിക്കഴിഞ്ഞതായി ദസ്തയേവ്സ്കി തിരിച്ചറിഞ്ഞു. നോവലിലെ പ്രധാനകഥാപാത്രങ്ങളായ സ്റ്റെപാൻ, പീറ്റർ, നിക്കോളാസ് സ്റ്റാവ്റോജിൻ എന്നിവർ യൂറോപ്യൻ സ്വാധീനത്തിലകപ്പെട്ടുപോയ റഷ്യയുടെ പ്രതിനിധികൾതന്നെ. എഴുത്തുകാരൻ ടെർജിനോവ് ആകട്ടെ യൂറോപ്യൻ ജീവിതരീതികളെ അന്ധമായി അനുകരിച്ചു. വിപ്ലവസംഘത്തിൽപെട്ട് അറസ്റ്റു ചെയ്യപ്പെട്ട് ശിക്ഷ അനുഭവിച്ച 40 കളിലെ ദസ്തയേവ്സ്കി കടുത്ത ഓർത്തോഡോക്സ് വിശ്വാസിയായി മാറി. ക്രൈസ്തവ ദർശനത്തിന് മാത്രമെ റഷ്യയെ രക്ഷിക്കാൻ കഴിയൂ എന്ന് ഉറച്ചുവിശ്വസിച്ചു. BASLE ൽ നേരിട്ടു കണ്ട Christ in the Tomb എന്ന പെയിന്റിങ് ഈ എഴുത്തുകാരനെ വളരെ സ്വാധീനിച്ചു. റഷ്യൻ ദേശീയതയെയും സംസ്കാരത്തെയും ഉയർത്തിപ്പിടിച്ചുകൊണ്ടുള്ള ഒരു നോവൽ തന്റെ ലക്ഷ്യമായി മാറി. “സ്നേഹിതാ ഇതു ശ്രദ്ധിക്കൂ. സ്വന്തം ആളുകളെയും ദേശത്തേയും നഷ്ടപ്പെടുന്നവന് അവന്റെ തനതായ വിശ്വാസവും ദൈവവും നഷ്ടപ്പെടുന്നു. നിനക്കതറിയണമെങ്കിൽ അതെന്റെ നോവലിൽ കാണാം. അതിന്റെ പേരാണ് *ചെകുത്താന്മാർ.* ദസ്തയേവ്സ്കി മായ്ക്കോവിന് എഴുതി. ദാരുണമായി വധിക്കപ്പെടുന്ന ഷാട്ടോവ് ദുഷ്ടനും ക്രൂരനുമായ സ്റ്റാവ് റോജിനോടൊരിക്കൽ ഇങ്ങനെ പറഞ്ഞു.

“ഞാൻ ദൈവത്തിൽ വിശ്വസിക്കുന്നു. ക്രിസ്തുവിൽ വിശ്വസിക്കുന്നു. റഷ്യയുടെ ഉയിർത്തെഴുന്നേല്പ് ക്രിസ്തുവിൽക്കൂടി ആണെന്ന് വിശ്വസിക്കുന്നു.” ദസ്തയേവ്സ്കിയുടെ വിശ്വാസ പ്രമാണങ്ങളാണിത്.

ഇതൊക്കെയാണെങ്കിലും *ചെകുത്താൻമാർ* എന്ന കൃതിയുടെ പെട്ടെന്നുള്ള സമ്മർദ്ദവും പ്രചോദനവും നെയ്ച്ചേവ് സംഭവം തന്നെ. റഷ്യയുടെ പരിവർത്തനത്തിനായി കുറെ ചെറുപ്പക്കാർ അരാജകവാദിയായ ബക്കുനിനെ പിന്തുടർന്നു രഹസ്യമായി വിപ്ലവ പ്രവർത്തനത്തിൽ

ഏർപ്പെട്ടു. ഒറ്റുകാരനെന്ന പേരിൽ സംഘാംഗങ്ങളിൽ ഒരാളായി ഇവാനോവിനെ നെയ്ച്ചേവിന്റെ നേതൃത്വത്തിൽ യൂണിവേഴ്സിറ്റി കാമ്പസിൽ വെച്ച് വെടിവെച്ചുകൊന്നതിനുശേഷം ശവശരീരം ഒരു കുളത്തിൽ കൊണ്ടിട്ടു. നാടിനെ നടുക്കിയ ഈ സംഭവം റഷ്യയിൽ മാത്രമല്ല വിദേശത്തും വലിയ കോളിളക്കം സൃഷ്ടിച്ചു. അന്നയുടെ സഹോദരരിൽ നിന്നും പത്രറിപ്പോർട്ടുകളിൽ നിന്നും സംഭവത്തിന്റെ വിശദാംശങ്ങൾ ദസ്തയേവ്സ്കി മനസ്സിലാക്കി. അദ്ദേഹത്തിന്റെ രോഷാകുലമായ മനസ്സ് നെയ്ച്ചേവിനോടും കൂട്ടരോടുമുള്ള നിന്ദകൊണ്ടും രോഷംകൊണ്ടും നീറി, ശാപവാക്കുകൾ നിറഞ്ഞ ആ മനസ്സിലേക്ക് സെയിന്റ് ലൂക്കിന്റെ സുവിശേഷത്തിലെ പന്നികളെപ്പറ്റി പ്രതിപാദിക്കുന്ന ഭാഗം അപ്പോൾ കടന്നുവന്നു. ഭൂതങ്ങൾ ബാധിച്ച ഒരാൾ രക്ഷയ്ക്കായി യേശുവിനെ സമീപിക്കുന്നു. യേശു ഭൂതങ്ങളെ അയാളിൽ നിന്നും മാറ്റി പന്നികളിൽ പ്രവേശിപ്പിക്കുന്നു. ഭൂതങ്ങൾ ബാധിച്ച പന്നികളാകട്ടെ വെള്ളത്തിൽ മുങ്ങിച്ചാകുന്നു. സമാനമായ ഒരു സാമൂഹികാവസ്ഥയാണ് റഷ്യയിൽ നിലനില്ക്കുന്നതെന്ന് ദസ്തയേവ്സ്കി കരുതുന്നു. നെച്ചേവിന്റെ അനുകൂലികളായ റഷ്യൻ തീവ്രവാദികളും, നിഹിലിസ്റ്റുകളും മുങ്ങിച്ചാവണമെന്നും മുങ്ങിച്ചാകുമെന്നും ദസ്തയേവ്സ്കി വിശ്വസിച്ചു. തന്റെ സ്നേഹിതൻ സ്ട്രാക്കോവിനയച്ച മറ്റൊരു കത്തിൽ അദ്ദേഹം ഇങ്ങനെ കുറിച്ചു. "ഈ നിഹിലിസ്റ്റുകൾക്കും പാശ്ചാത്യരെ അനുകരിക്കുന്നവർക്കും നല്ല അടിയാണാവശ്യം. നിങ്ങൾക്ക് അവരോട് മൃദുലമായ മനോഭാവമാണ്. കൈയിൽ ഒരു ചാട്ടവാറുമായിട്ടാണ് അവരോടൊപ്പം എഴുതേണ്ടത്."

പുസ്തകത്തിന്റെ തുടക്കത്തിൽകൊടുത്തിരിക്കുന്ന പുഷ്കിന്റെ വരികളിൽ "ഒരു പിശാച് നമ്മെ നയിക്കുന്നു" എന്ന വാചകം ശ്രദ്ധിക്കുക. റഷ്യയിലെ വിദ്യാസമ്പന്നരായ ചെറുപ്പക്കാർ യൂറോപ്യൻ സംസ്കാരത്തിന്റെ വർണ്ണപ്രഭയിൽ ആകർഷിക്കപ്പെട്ട് നശിക്കുമെന്ന് സൂചിപ്പിക്കുന്നു. അവരെല്ലാമൂല്യങ്ങളെയും കാറ്റില്പറത്തി നിഹിലിസ്റ്റുകളായി മാറിക്കഴിഞ്ഞു. അതുകൊണ്ട് നിഹിലിസത്തിനെതിരെയുള്ള രൂക്ഷവിമർശനമായി നോവൽ മാറുന്നു. തീവ്രമായ പ്രതിഷേധത്തിന്റെയും പ്രതിരോധത്തിന്റെയും ഉല്പന്നമാണീ പുസ്തകം. മറ്റെല്ലാ ശ്രേഷ്ഠ നോവലുകളെപ്പോലെ കാലത്തിന്റെയും ദേശത്തിന്റെയും നിർമ്മിതിയായി ഈ നോവൽ മാറുകയാണ്. ഒരു രാഷ്ട്രീയാഖ്യായികയായി തുടങ്ങുന്ന നോവൽ 'ഉന്നതനായ ഒരു പാപിയുടെ' പാപത്തിന്റെയും പാപമുക്തിയുടെയും ദുരന്തകഥയായി മാറുകയാണ്. നിർദോഷിയും നിരുപദ്രവകാരിയുമായ സ്റ്റെപാനെയും പ്രൗഢയും പൊങ്ങച്ചക്കാരിയും സമ്പന്നയുമായ വർവാറയെയും അവതരിപ്പിച്ചുകൊണ്ടാണ് മൂന്ന് ഭാഗങ്ങളിലായി അറുന്നൂറില്പരം താളുകളുള്ള നോവൽ ആരംഭിക്കുന്നത്. നാല്പതു കഴിഞ്ഞ സ്റ്റെപാൻ ലിബറൽ ചിന്താഗതിക്കാരനും പുരോഗമനവാദിയുമായിരുന്നു. 1840 കളിലെ പുരോഗമനവാദികളുടെ പ്രതിനിധി നേരത്തേ

യൂണിവേഴ്സിറ്റി ലക്ചറർ പിന്നീട് വർവാരയുടെ ഏക മകൻ സ്റ്റാവ് റോജിനന്റെ ട്യൂഷൻ മാസ്റ്ററായി നിയമിതനായി. സാംസ്കാരിക പ്രവർത്തനങ്ങൾക്ക് നേതൃത്വം നല്കുന്നു. വർവാരയുമായി അടുപ്പത്തിലാകുന്നു. രണ്ടുപേരുംകൂടി ഒരു മാസിക തുടങ്ങാൻ പദ്ധതിയിടുന്നു. ഒന്നാം ഭാഗത്തിലെ ആദ്യപേജുകളിൽത്തന്നെ പ്രധാന കഥാപാത്രങ്ങളായ സ്റ്റെപാൻ വാർവാര, ലിപുട്ടിൻ, ഷാട്ടോവ്, ലിസ, പീറ്റർ, വെർജിൻസ്കി, ലിയാംഷിൻ, ഷിഗലോവ്, മാവ്റ്ക്കി തുടങ്ങിയവർ കടന്നുവരുന്നു. കിറിലോവും കഥാനായകനായ സ്റ്റാവ്റോജിനും പിന്നീടാണ് പ്രവേശിക്കുന്നത്. മദ്ധ്യവയസ്കനായ ലിപുട്ടിൻ പ്രവിശ്യാ ഉദ്യോഗസ്ഥനാണ്. നിരീശ്വരവാദിയായ അയാളെ വർവാരയ്ക്കിഷ്ടമില്ല. പുരോഗമന ചിന്താഗതിക്കാരനും വർവാരയുടെ അടിയാന്റെ പുത്രനുമായ ഷാട്ടോവിനെ യൂണിവേഴ്സിറ്റി പുറത്താക്കുന്നു. അയാളുടെ സഹോദരി ഡാഷയെ സ്റ്റിപാനെക്കൊണ്ട് വിവാഹം കഴിപ്പിക്കാൻ വർവാര ആഗ്രഹിക്കുന്നു, എന്നാൽ സ്റ്റിപാൻ അതിൽ നിന്നൊഴിഞ്ഞുമാറുന്നു. ചെറുപ്പക്കാരിയും പുരോഗമചിന്താഗതിക്കാരിയും ആയ ലിസയെ സ്റ്റാവ് റോജിൻ ഇഷ്ടപ്പെടുന്നു. ഉദ്യോഗസ്ഥനായ വെർജിൻസ്കിയുടെ ഭാര്യ മിസ്സിസ് വെർജിൻസ്കി മിഡ് വൈഫ് ആണ്. അവളുമായി പ്രണയത്തിലായ ക്യാപ്റ്റൻ ലിബിയട്ക്കിൻ അവിടെത്തന്നെ താമസിക്കുന്നു. ഉന്തിയ ചെവികളോടുകൂടിയ ഷിഗലോവ് മൗനിയാണ്. വല്ലപ്പോഴും ക്ലബ്ബിൽ വരുന്നു. അതിഥിയായെത്തുന്ന ലിയാംഷിൻ പിയാനോ വായിച്ച് സംഘാംഗങ്ങൾക്ക് രസംപകരുന്നു. ആശയചർച്ചകളും കവിതാ- കഥാ വായനയുമായി മുന്നോട്ടുപോയ ക്ലബ്ബ് മീറ്റിങ്ങുകൾ റഷ്യയുടെ ഒരു പ്രത്യേക കാലഘട്ടത്തെയാണ് സൂചിപ്പിക്കുന്നത്. സംഘാംഗങ്ങളിൽ വ്യത്യസ്തരായ ഷാട്ടോവ് മൗനംകൊണ്ട് ഉറച്ചവിശ്വാസങ്ങൾ കൊണ്ടും ശ്രദ്ധേയനായി. വർവാരയുടെ ഏകമകൻ സ്റ്റാവ് റോജിനാകട്ടെ പഠിത്തം പൂർത്തിയാക്കിയശേഷം സൈനിക ഉദ്യോഗസ്ഥനാകുന്നു. ജോലി രാജിവെച്ച അവൻ അനിയന്ത്രിതമായ ജീവിതം നയിക്കുന്നു. ആർക്കും പിടികിട്ടാത്ത അയാൾ സുന്ദരനും സ്ത്രീകളുടെ ആകർഷക കേന്ദ്രവുമാണ്. ബുദ്ധിമാനും സൂത്രശാലിയും വായനശീലവുമുള്ള പീറ്റർ അച്ചൻ സ്റ്റീപാനുമായി നല്ല രസത്തിലല്ല. നിഗൂഢവിപ്ലവ പ്രവർത്തനങ്ങളിലാണയാൾക്കു താല്പര്യം. തലമുറകൾതമ്മിലുള്ള സംഘട്ടനത്തിന്റെ കഥപറയുന്നതാണീ നോവൽ. അതുകൊണ്ടുതന്നെ വർവാരയും പുത്രൻ സ്റ്റാവ്റോജിനും തമ്മിലും സ്റ്റീപാനും പുത്രൻ പീറ്ററും തമ്മിലുമുള്ള വിദ്വേഷവും ശത്രുതയുമാണ് നോവലിന്റെ മർമ്മം. സ്റ്റാവ് റോജിനും പീറ്ററും രക്ഷകർത്താക്കളെയും സമൂഹത്തെയും വെറുക്കുന്നു. പീറ്റർ ലിപുട്ടിനെയും, വെർജിൻസ്കിയെയും ഷിഗലോവിനെയും മറ്റും അനുസരണയുള്ളവരാക്കി തന്റെ വിപ്ലവപ്രവർത്തനത്തിൽ മുന്നോട്ടുപോകുന്നു. സ്റ്റാവ്റോജിനു, ദൈവമുണ്ടോ ഇല്ലയോ എന്നറിഞ്ഞുകൂടാ. പീറ്ററാകട്ടെ ഒരു സിദ്ധാന്തത്തിൽ വിശ്വസിക്കുന്നു. നാശത്തിന്റെ

സിദ്ധാന്തം. അമേരിക്കയിൽ വെച്ച് ഷാട്ടോവ് പരിചയപ്പെട്ട അരക്കിറുക്കനായ എഞ്ചിനീയർ കിറിലോവ് ഇപ്പോൾ ഷാട്ടോവിന്റെ ഫ്ളാറ്റിലാണ് താമസം. യൂറോപ്യൻ ചിന്താഗതിക്കാരനായ സ്റ്റാവ്റോജിനുമായി കിറിലോവ് അടുത്തെങ്കിലും എല്ലാവരിൽ നിന്നും അകലം പാലിക്കുന്നു.

അയഞ്ഞമട്ടിൽ തുടങ്ങുന്ന നോവൽ രണ്ടാം ഭാഗമെത്തുമ്പോൾ സങ്കീർണ്ണതകളിലേക്കും പിരിമുറുക്കത്തിലേക്കുമെത്തുന്നു. സ്നേഹബന്ധങ്ങൾ വെറുപ്പിലേക്കും വിദ്വേഷത്തിലേക്കുമെത്തിച്ചേരുന്നു. പീറ്ററിന് അച്ഛനോടുള്ള എതിർപ്പ് രൂക്ഷമാകുന്നു. പിതാവിന്റെ മുഖത്തുനോക്കി കളിയാക്കുകയും ശകാരിക്കുകയും ചെയ്യുന്നു. സ്റ്റിപാനെ ധർമ്മപാഠശാലയിൽ അയയ്ക്കാൻ വർവാരയോടപേക്ഷിക്കുന്നു. വർവാരയ്ക്കാകട്ടെ മകന്റെ സാന്നിദ്ധ്യം ഭയാനകം.

അമേരിക്കയിൽ ഒരുമിച്ചു താമസിച്ചിരുന്നപ്പോൾ സ്റ്റാവ്റോജിനും ഷാട്ടോവും നല്ല അടുപ്പത്തിലായിരുന്നു. എന്നാൽ പലകാരണങ്ങൾ കൊണ്ടും ഇപ്പോൾ ഷാട്ടോവ് അവനെ വെറുക്കുന്നു. ലിബിയാട്ട്കിന്റെ മുടന്തിയായ സഹോദരി മേരിയെ സ്റ്റാവ്റോജിൻ രഹസ്യമായി വിവാഹം കഴിച്ച വിവരം ഷാട്ടോവിനറിയാം. സ്റ്റാവ്റോജിൻ നിഷേധിയും സ്ത്രീലമ്പടനും പാപിയുമാണെന്ന് അറിയുന്ന ഷാട്ടോവ് അവനെ പരസ്യമായി കുറ്റപ്പെടുത്തുന്നു. ഇതിനിടെ പീറ്ററിന്റെ വിപ്ലവപ്രവർത്തനങ്ങളിൽ നിന്നകന്നു നില്ക്കുന്ന ഷാട്ടോവിനെ അവർ വധിക്കാൻ തീരുമാനിച്ചിരിക്കുന്നതായി സ്റ്റാവ്റോജിൻ അറിയിക്കുന്നു. ഇതുകേട്ട ഷാട്ടോവ് ഇങ്ങനെ പറയുന്നു. "അവരുടെ എല്ലാക്കാര്യങ്ങളിലും എനിക്ക് വിയോജിപ്പാണുള്ളത്. അന്തഃകരസ്വാതന്ത്ര്യമാണ് പ്രധാനം. ഇല്ല ഞാൻ വഴങ്ങിക്കൊടുക്കില്ല." ദുഷ്ടനും ക്രൂരനും നിഷേധിയുമായ സ്റ്റാവ്ജിനോടുള്ള ബന്ധം വീഛേദിക്കാൻതന്നെ ഷാട്ടോവ് തീരുമാനിക്കുന്നു. ജർമ്മൻകാരന്റെ ചെവികടിച്ചുമിറിക്കുകയും പാവപ്പെട്ട പെണ്ണിനെ ഗർഭിണിയാക്കുകയും അമ്മയെ ധിക്കരിക്കുകയും ചെയ്യുന്ന അസന്മാർഗ്ഗിയാണ് തന്റെ പഴയ നേതാവെന്നു ഷാട്ടോവ് തുറന്നടിക്കുന്നു. "ഭൂമിയെ ചുംബിക്കൂ, അതിനെ കണ്ണീർകൊണ്ട് നനയ്ക്കൂ മാപ്പു ചോദിക്കൂ" അവൻ സ്റ്റാവ്റോജിനോടാവശ്യപ്പെട്ടു. അങ്ങനെ അവർ തെറ്റിപ്പിരിയുകയാണ്.

പട്ടണത്തിൽ പുതിയ ഗവർണ്ണറായി വോൺലംബ്കായുടെ വരവ് പീറ്ററിന്റെയും കൂട്ടരുടെയും വിധ്വംസക പ്രവർത്തനങ്ങളുടെ ഗതിമാറ്റുകയാണ്. ഗവർണ്ണറുടെ പത്നി യൂലിയായുമായി പീറ്റർ സുഹൃദ്ബന്ധം സ്ഥാപിച്ചെടുക്കുന്നു. അവരുടെ സഹായത്തോടെ ഈനരാധന്മാർ നിരവധി അനർത്ഥങ്ങളാണ് വരുത്തിവെക്കുന്നത്. ഗൃഹാദ്ധ്യാപികമാർക്കു വേണ്ടി ഒരുകലോത്സവം നടത്താൻ തീരുമാനിക്കുന്നു. യൂലിയ അതിന് എല്ലാ സഹായങ്ങളും വാഗ്ദാനം ചെയ്യുന്നു. പ്രവിശ്യയിൽ ഉണ്ടായ തീപിടിത്തത്തെപ്പറ്റിയും കോളറാരോഗത്തെപ്പറ്റിയും അറിഞ്ഞ ഗവർണ്ണർ വിഷണ്ണനായി കാണപ്പെട്ടു. സ്പിഗുലിൻ തൊഴിലാളികളുടെ തെരുവിലൂടെയുള്ള സമരവും പ്രകടനവും ഭരണകൂടത്തെയും നാട്ടുകാരെയും

ഞെട്ടിച്ചു. സമരത്തിനുപിന്നിൽ പ്രവർത്തിച്ചത് ഷാട്ടോവ് ആണെന്ന് വരുത്തിത്തീർക്കാൻ പീറ്റർ ശ്രമിക്കുന്നു. എങ്കിലും ഗവർണറും ബ്ളുമും പീറ്ററെത്തന്നെ സംശയിച്ചു. ഭാവിപരിപാടികളെപ്പറ്റി ആലോചിക്കാൻ ഒരു യോഗം വിളിക്കാൻ പീറ്റർ തീരുമാനിച്ചു. യോഗത്തിൽ പങ്കെടുക്കാൻ സ്റ്റാവ്റോജിനോടും, ഷാട്ടോവിനോടും ആവശ്യപ്പെട്ടു. സംഘടനയിൽ നിന്നും വിട്ടുപോയാലും ഇല്ലെങ്കിലും പ്രിന്റിങ് പ്രസും കടലാസ്സുകളും തിരികെ ഏല്പിക്കണമെന്ന് പീറ്റർ പറഞ്ഞു. “നിങ്ങളെ ബ്ലാക്ക് ലിസ്റ്റിൽ പെടുത്തും. വിപ്ലവം ജയിക്കുമ്പോൾ തൂക്കിലിടും” പീറ്റർ മുന്നറിയിപ്പ് നല്കി.

വെർജിൻസ്കിയുടെ വീട്ടിലെ സമ്മേളനം നിർണ്ണായകമായിരുന്നു. പതിനഞ്ചുപേർ പങ്കെടുത്ത സമ്മേളനത്തിൽ ലിപുട്ടിനും വെർജിൻസ്കിയും ഷിഗലോവും ലിയാംഷിനും തൊൽക്കച്ചെങ്കോവും ഉൾപ്പെട്ടിരുന്നു. പത്തിലൊന്നുപേർ നയിക്കണമെന്നും പത്തിൽ ഒമ്പതുപേർ അടിമകളായി ജീവിക്കണമെന്നും ഷിഗലോവ് അഭിപ്രായപ്പെട്ടു. പീറ്റർ ഉൾപ്പെടെ എല്ലാവരും അതുപിൻതാങ്ങി. എന്നാൽ ഷാട്ടോവ് അതിനോട് യോജിച്ചില്ല. പീറ്ററിനെ ആക്ഷേപിച്ചിട്ട് അവൻ അവിടെനിന്നും ഇറങ്ങിപ്പോയി. സ്റ്റാവ്റോജിനും വിയോജിപ്പ് പ്രകടിപ്പിച്ചു. എന്നാൽ പീറ്റർ ഷിഗലോവിനെ പിന്താങ്ങിക്കൊണ്ട് തന്റെ സിദ്ധാന്തം മുന്നോട്ടുവെച്ചു. സംഘത്തിലെ ഓരോ ആളും മറ്റേയാൾക്ക് അടിമപ്പെട്ടിരിക്കുന്നു. എല്ലാവരും അടിമകളും അടിമത്തത്തിൽ സമന്മാരുമാണ്. അറ്റകൈക്കുപരദൂഷണവും കൊലപാതകവും അനുവദിക്കപ്പെടും സ്വേച്ഛാധിപതികളെ നാടുകടത്തുകയോ, വധിക്കുകയോ ചെയ്യും. സിസറോയുടെ നാവുമുറിക്കാം. കോപ്പർനിക്കോസിന്റെ കണ്ണുകൾ കുത്തിപ്പൊട്ടിക്കാം. ഷേക്സ്പിയറെ കല്ലെറിയാം. ഇതാണ് ഷിഗലോവിസം, പീറ്റർസ്റ്റാവ്റോജിനോടു പറഞ്ഞു. പീറ്റർ രോഷം കൊണ്ടും ആവേശംകൊണ്ടും തിളച്ചുമറിഞ്ഞു.

“നിങ്ങളെയാണ് എനിക്കാവശ്യം. നിങ്ങളാണെന്റെ സൂര്യൻ. ഞാൻ വെറും പുഴു. ഞാനൊരു സോഷ്യലിസ്റ്റ് ആഭാസനുമാണ്.” അടുത്ത നിമിഷം പീറ്റർ പൊട്ടിത്തെറിച്ചു. “നിങ്ങൾ നികൃഷ്ടനും സ്ത്രീലമ്പടനുമായ ഒരു കൊച്ചു കുലീനൻ. നിങ്ങളെ ഞാൻ വിശ്വസിക്കുന്നില്ല. നിങ്ങൾക്ക് ഒരു ചെന്നായയുടെ ആർത്തിയുണ്ട് ഞാൻ നിങ്ങളെ ഉപേക്ഷിക്കില്ല”. പീറ്റർ പറഞ്ഞു നിർത്തി. കലോത്സത്തിനുള്ള ഒരുക്കങ്ങൾ ദ്രുതഗതിയിൽ നടന്നു. പ്രസംഗത്തിന് തയ്യാറായ സ്റ്റീപാന് ആദ്യം ഗവർണ്ണർ അനുവാദം നല്കുന്നില്ലെങ്കിലും യൂലിയായുടെ അനുവാദമുണ്ടെന്ന് പറയുമ്പോൾ അനുവദിക്കുന്നു. കലോത്സവത്തിന്റെ വിവരണവുമായാണ് മൂന്നാം ഭാഗം തുടങ്ങുന്നത്. മിസ്സസ് ലംബ്കാ വലിയ പ്രാധാന്യമാണതിന് നല്കിയത്. പകലും രാത്രിയുമായാണ് പരിപാടികൾ നിശ്ചയിച്ചിരുന്നത്. ബാന്റ്മേളത്തോടും കരഘോഷത്തോടും തുടങ്ങിയ ഉത്സവം എല്ലാവരും ഉത്സാഹഭരിതരാക്കി. ആർക്കും ഇരുപതുമിനിട്ടിൽ കൂടുതൽ അനുവദിച്ചില്ല. ലിപുട്ടിന്റെ പ്രസംഗം കഴിഞ്ഞ് കർമാസോവ് പ്രസംഗിച്ചു.

സ്റ്റിപാന്റെ പ്രസംഗം ഉദാത്തവും അതേസമയം തരംതാഴ്ന്നതുമായിരുന്നു. ഗഹനമായ ആശയങ്ങൾ മോശപ്പെട്ടരീതിയിൽ അവതരിപ്പിച്ചു. സൗന്ദര്യത്തെ മഹത്ത്വവല്ക്കരിച്ചുകൊണ്ട് സ്റ്റീപാൻ ഇങ്ങനെ പറഞ്ഞു. "ഏതാണ് കൂടുതൽ സുന്ദരം ഷേക്സിപിയറോ, ഒരു ജോടി ചെരുപ്പോ, റാഫേലോ പെട്രോളിയമോ."

രാത്രിയിലെ നൃത്തവിനോദങ്ങൾ ഭയാനകമായിരുന്നു. പ്രധാന കുടുംബാംഗങ്ങൾ വന്നില്ല. കർമാസോവ് ആയിരുന്നു കലാപ്രകടനം ആസൂത്രണം ചെയ്തത്. നൃത്തം നടന്നുകൊണ്ടിരിക്കുമ്പോൾ ആരോ വിളിച്ചുപറഞ്ഞു "തീയ്, തീയ് നദീതീരത്ത് വീടുകൾക്ക് തീപിടിച്ചു" യൂലിയ കരഞ്ഞുകൊണ്ട് താഴെവീണു. ധാരാളം ആളുകൾ തീകണ്ട സ്ഥലത്തേക്ക് ഓടിപ്പോയി. കുടിച്ചു ലക്കുകെട്ട കുറച്ചുപേർ അവിടെനിന്നു തീവെച്ചത് സ്പിംഗുലിൻ തൊഴിലാളികളാണെന്ന് പറഞ്ഞു. ലംബ്ക അവിടെയെത്തി. "ഇതു കൊള്ളിവെയ്പാണ് നിഹിലിസം" അദ്ദേഹം ഉറക്കെപ്പറഞ്ഞു. കൂട്ടനിലവിളി തുടർന്നുകൊണ്ടേയിരുന്നു. ക്യാപ്റ്റനും സഹോദരിയും മരിച്ചുകിടന്നു. കൊലയ്ക്കു പിന്നിൽ സ്റ്റാവ് റോജിന്റെ മൗനാനുവാദമുണ്ടെന്നറിഞ്ഞ ലിസ ദുരന്തസ്ഥലത്തേക്കോടി പോവുകയും, സ്റ്റാവ്റോജിന്റെ കാമുകിയായ അവൾ കൊല്ലപ്പെടുകയും ചെയ്തു. നിരാശനും ദു:ഖിതനുമായ സ്റ്റിപാൻ പിറ്റേന്ന് രാവിലെ അവിടെനിന്നും യാത്രയാകുന്നു. സ്റ്റാവ്റോജിനും മോസ്കോയിലേക്ക് പോയി. അപകടം അറിഞ്ഞ തീവ്രവാദികൾ എർക്കലിന്റെ വീട്ടിൽക്കൂടി ഷാട്ടോവിനെ വധിക്കാൻ തീരുമാനിക്കുന്നു. വെർജിൻസ്കി ആദ്യം എതിർത്തെങ്കിലും പിന്നെ മൗനംപാലിച്ചു. ഈ സമയത്ത് ഷാട്ടോവിന്റെ ഭാര്യ സ്റ്റാവ്റോജിന്റെ കുഞ്ഞിനെ ഗർഭംധരിച്ച് പ്രസവത്തിനായി ഷട്ടോവിന്റെ അടുത്തെത്തുന്നു. സന്തോഷപൂർവ്വം പ്രസവത്തിനുള്ള ഏർപ്പാടുകൾ ഏർപ്പെടുത്തുന്ന ഷാട്ടോവ് മേരിയുടേയും സ്റ്റവാറോജിന്റെയും കുഞ്ഞിനെ ആഹ്ലാദപൂർവ്വം സ്വീകരിക്കുന്നു. ഒരു കുഞ്ഞു ജനിക്കുന്നു. രാത്രിയിൽ എർക്കൽഷാട്ടോവിനെയും കൂട്ടി അച്ചടിയന്ത്രത്തിനായി കൊണ്ടുപോയി. പാർക്കിനടുത്തെത്തിയപ്പോൾ തൊൽചെങ്കോ ചാടിവീണു. ലിപുടിൻ ആക്രമിച്ചു. പീറ്റർ ഷാട്ടോവിന്റെ നെറ്റിയിൽ വെടിവെച്ചു. ഷാട്ടോവ മരിച്ചുവീണു. വെർജിൻസ്കിയുടെ ശരീരം വിറച്ചു. 'ഇതുതെറ്റാണ്'. അവൻ വിളിച്ചുപറഞ്ഞു. പിന്നീട് ആത്മഹത്യ ചെയ്യാനൊരുങ്ങുന്ന കിറിലോവിനെക്കൊണ്ട് കുറ്റകൃത്യം ചെയ്തതായി എഴുതിവാങ്ങി. ഒരാശയത്തിനുവേണ്ടിയുള്ള സ്റ്റിപാന്റെ അവസാനയാത്രയിൽ ബൈബിൾ വില്പനക്കാരി സോഫിയയെ കണ്ടുമുട്ടുന്നു. മരണത്തോടടുക്കുമ്പോൾ അവളോടു 'വെളിപാടുപസ്തകം' വായിക്കാൻ അവൻ ആവശ്യപ്പെടുന്നു. ലിയാംഷിൻ എല്ലാം തുറന്നുപറയുന്നു. പീറ്റർ ഓടി മറയുന്നു. കുറ്റവാളികൾ ശിക്ഷിക്കപ്പെടുന്നു. സ്റ്റാവ്റോജിൻ കുറ്റം ഏറ്റുപറയുന്നു. "ഞാൻ ദുർവൃത്തിയുടെ ആഴത്തിൽ ലയിച്ചു എന്റെ ശക്തി അതിനായി ചെലവഴിച്ചു. തിന്മ ഇഷ്ടപ്പെടുന്നില്ല" അവസാനം അയാൾ തൂങ്ങിമരിക്കുന്നു.

കിറിലോവ്: ആത്മഹത്യ ഉയർത്തുന്ന ദാർശനിക പ്രശ്നങ്ങൾ

ആത്മഹത്യയാണ് ഈ നൂറ്റാണ്ടിലെ ഏറ്റവും വലിയ ദാർശനിക പ്രശ്നമെന്ന് കമ്യു എഴുതി. നാല്പതുവയസ്സിനുമുകളിൽ ജീവിച്ചിരിക്കുന്നത് അപമാനകരമാണെന്ന് 1864 ൽ ദസ്തയേവ്സ്കി തന്റെ *അധോതലക്കുറുപ്പുകളിൽ* കുറിച്ചിട്ടു. പിന്നീട് *ചെകുത്താന്മാരിലെ* (*ഭൂതാവിഷ്ടർ*) കിറിലോവിൽക്കൂടി ദസ്തയേവ്സ്കി ഇങ്ങനെ പറഞ്ഞു. "മനുഷ്യൻ ആത്മഹത്യചെയ്യാതെ ജീവിച്ചിരിക്കുന്നതാണെന്നെ അത്ഭുതപ്പെടുത്തുന്നത്." ആത്മഹത്യയുടെ ദാർശനികവും, മനഃശാസ്ത്രപരവുമായ പ്രശ്നങ്ങൾ ഈ എഴുത്തുകാരനെ എക്കാലത്തും അലട്ടിയിരുന്നെന്നാണ് ഇതെല്ലാം വെളിപ്പെടുത്തുന്നത്. അക്കാരണത്താൽ മനുഷ്യ പ്രകൃതിയിലെ 'ദ്വന്ദഭാവം' പോലെ, 'ഹിംസാത്മകതയും' ദസ്തയേവ്സ്കിയുടെ ആവർത്തിച്ചുള്ള പ്രമേയമായിമാറി. പ്രധാനകൃതികളിലെല്ലാം കൊലപാതകവും, ആത്മഹത്യയും കടന്നുവരുന്നു. സാമൂഹികവും വൈയക്തികവും ദാർശനികവുമായ പ്രശ്നങ്ങളാണ് പലരേയും സ്വയംഹത്യയിലേക്കു തള്ളിവിടുന്നത്. സമൂഹത്തിന്റെ സാമ്പ്രദായിക ശരികൾക്കെതിരെയുള്ള കലഹവും പ്രതിഷേധവുമാണ് ചിലരെയെങ്കിലും ആത്മഹത്യയിലേക്ക് നയിക്കുന്നത്. ചിലപ്പോൾ ഉന്മാദത്തിന്റെ പിടിയിലകപ്പെട്ട പ്രതികാരമാണത്. ചിലരുടെ കാര്യത്തിൽ മരണത്തിന് സ്വയമർപ്പിക്കുന്ന ആത്മബലി ഒരിക്കലെങ്കിലും ആത്മഹത്യയെപ്പറ്റി ചിന്തിക്കാത്ത മനുഷ്യരില്ല. അതിന് വലുപ്പച്ചെറുപ്പമില്ല. ഹെമിങ്‌വേ, വാൻഗോഗ്, ഹിറ്റ്ലർ വെർജിനിയാവുൾഫ്, ചാറ്റർട്ടൺ, മയക്കോവ്സ്കി, സിൽവിയാപ്ലാത്ത്, ഇടപ്പള്ളി, രാജലക്ഷ്മി എന്നിവർ ഓർമ്മയിൽ വരുന്നു. "ഈ മണി ദീപാങ്കുരം ഞാൻ തന്നെ കെടുത്തട്ടെ" എന്ന ഇടപ്പള്ളിയുടെ വാക്കുകൾ മലയാളി മറക്കില്ല. ആശയങ്ങളുടെയും ദർശനങ്ങളുടെയും സിദ്ധാന്തത്തിന്റെയും പേരിൽ ആത്മഹത്യ

ചെയ്യുന്നവരാണ് ദസ്തയേവ്സ്കി രചനകളിൽ കൂടുതൽ പേരും. സ്വയം ഹത്യയിലേക്കു കടക്കുന്നില്ലെങ്കിൽപോലും ജീവിതത്തിന്റെ പ്രതി സന്ധിഘട്ടങ്ങളിൽ ആത്മഹത്യയെപ്പറ്റി ചിന്തിക്കാത്തവർ ആരുമില്ലെന്ന് ദസ്തയേവ്സ്കി വിശ്വസിച്ചു. ഭാവനയിലെങ്കിലും ആത്മഹത്യ ചെയ്യാത്തവർ വിരളം. മോഹഭംഗങ്ങളും നിരാശയും മാത്രമല്ല വിശ്വാസ ത്തകർച്ചയും മനുഷ്യന സ്വയം നശിപ്പിക്കാൻ പ്രേരിപ്പിക്കുന്നു. പലിശക്കാരി വൃദ്ധയെ കൊന്നതിലുള്ള കുറ്റബോധത്താലും, പാപഭാര ത്താലും പലപ്പോഴും താൻ ആത്മഹത്യയെപ്പറ്റി ചിന്തിച്ചിരുന്നതായി റസ് കൽ നിക്കോവ് (*കുറ്റവും ശിക്ഷയും*) സോന്യയോട് വെളിപ്പെടുത്തുന്നു.

ദസ്തയേവ്സ്കിയുടെ പ്രധാനകൃതികളായ *കുറ്റവും ശിക്ഷയും, ചെകുത്താന്മാർ, കരമസോവ് സഹോദരന്മാർ* എന്നിവയിൽ വ്യത്യസ്ത കാരണങ്ങളാൽ ആത്മഹുതി ചെയ്യുന്നവരെ കാണാം. *കുറ്റവും ശിക്ഷ*യിലെ സ്വിദിഗലോവിന്റെ കാര്യംതന്നെ എടുക്കാം. ഭാര്യക്ക് വിഷം നല്കി കൊല്ലുന്ന ഈ സ്ത്രീലമ്പടൻ റസ്കൽ നിക്കോഫിന്റെ സഹോദരി ദുനിയയെ വിവാഹം കഴിക്കാൻ എല്ലാകരുനീക്കങ്ങളും നട ത്തുന്നു. അതിനുവേണ്ടി ഈ ഭീകരരൂപം സ്നേഹം നടിച്ചും, ഭീഷണി പ്പെടുത്തിയും ഒരു നിഴൽപോലെ റസ്കൽ നിക്കോവിനെ പിന്തുടരുന്നു. എല്ലാ ശ്രമങ്ങളും പരാജയപ്പെടുമ്പോൾ നിരാശയാലും കുറ്റബോധ ത്താലും അയാൾ ആത്മഹത്യചെയ്യുകയാണ്. അയാളുടെ സ്വയംഹത്യ വെറും വ്യക്തിപരമാണ്. ദാർശനികമോ തത്ത്വചിന്താപരമോ ആയ പ്രശ്നങ്ങൾ അവനെ അലട്ടുന്നില്ല *കരമസോവ് സഹോദരന്മാരി*ലെ പാവ്ലോവിന്റെ ജാരസന്തതിയായ സ്മെർഡിയാക്കോവ് തന്നെ അവഗ ണിച്ച പിതാവിനോട് പകയും വിദ്വേഷവും വെച്ചുപുലർത്തുന്നു. അതവ നിൽ പ്രതികാരേച്ഛ വളർത്തുന്നു. യുക്തിവാദിയും അർദ്ധസഹോദര നുമായ ഐവാൻ കരമസോവിന്റെ 'എല്ലാം ന്യായയുക്തം തന്നെ' എന്ന സിദ്ധാന്തത്തിന്റെ സ്വാധീനവും കൂടിയായപ്പോൾ അവൻ അച്ഛനെ നിർഭയം വധിക്കുന്നു. കൊലയ്ക്കു തെളിവുകളില്ലെങ്കിലും അയാൾ ജിവനൊടുക്കുകയാണ്. എല്ലാത്തെളിവുകളും ദിമിത്രിക്കെതിരെ ആയിരു ന്നതിനാൽ സ്മെർഡിയാക്കോവിന് വേണമെങ്കിൽ രക്ഷപെടാമായിരുന്നു. എന്നാൽ മനഃസാക്ഷിയുടെയും, തത്ത്വത്തിന്റെയും പേരിൽ അയാൾ സ്വയംഹത്യചെയ്തു. *ഇഡിയറ്റി*ലെ അംഗ്ലേയായും, ഇപ്പോലിറ്റയും ആത്മഹത്യ ആഗ്രഹിക്കുന്നു. ഇനി ദസ്തയേവ്സ്കിയുടെ അനശ്വര കഥാപാത്രമായ *ചെകുത്താന്മാരിലെ കിറിലോക് ലേക്കുവരാം.* കിറിലോവ് വെറുമൊരു കഥാപാത്രമല്ല, സിദ്ധാന്തമാണ്. റസ്കൽ നിക്കോ ഫിനെപ്പോലെ ഐവാൻ കരവസോവിനെപ്പോലെ വായനക്കാരിലൊരിടം കരസ്ഥമാക്കുന്ന അദ്ഭുതസൃഷ്ടി. ഒരു എഞ്ചിനീയറും, അരക്കിറുക്ക നുമായ കീറിലോവ് നിഹിലിസ്റ്റുകളും, വിപ്ലവകാരികളുമായി നല്ല ബന്ധത്തിലാണ് എന്നാൽ ഷാട്ടോവ് വധത്തിനുപിന്നിലുള്ള ഗൂഢാലോ ചനയിലും മറ്റ് വിധ്വംസക പ്രവർത്തനത്തിലും അയാൾക്ക് യാതൊരു

പങ്കുമില്ല. അയാളിൽ വേണ്ടുവോളം നന്മയുണ്ട്. സ്റ്റാവ്റോജിന്റെ കുഞ്ഞിന് ജന്മം നല്കാൻ ഭർത്താവ് ഷാട്ടോവിന്റെ സമീപമെത്തുള്ള മേരിക്ക് വേണ്ട സഹായങ്ങൾ അയാൾ ചെയ്തു കൊടുക്കുന്നു. എന്നാൽ ഒരു ബുദ്ധിജീവിയും താർക്കികനുമെന്ന പേരിൽ ദൈവത്തിന്റെ അസ്തിത്വത്തെപ്പറ്റി അയാൾ ഉന്നയിക്കുന്ന തത്ത്വചിന്താപരമായ പ്രശ്നങ്ങൾ പ്രകോപനപരവും ചിന്തോദ്ദീപകവുമാണ്. ദസ്തയേവ്സ്കി ഒരു കലാകാരൻമാത്രമല്ല മന:ശാസ്ത്രജ്ഞനും, തത്ത്വചിന്തകനും കൂടിയാണെന്ന് ഇവിടെകാണാം. സംവാദംകൊണ്ടും നാടകീയതകൊണ്ടും ശ്രദ്ധേയമായ ഈ രചയിതാവിന്റെ പ്രധാന കൃതികളെല്ലാം തന്റെ ആശയങ്ങളുടെയും ചിന്തകളുടെയും ബഹിർസ്ഫുരണങ്ങൾകൂടിയാണ്. അസ്തിത്വ പ്രശ്നങ്ങൾ മാത്രമല്ല, ആദ്ധ്യാത്മികവും, സാന്മാർഗ്ഗികവുമായ പ്രശ്നങ്ങളും ദസ്തയേവ്സ്കിക്ക് പ്രിയങ്കരമായിരുന്നു. 1876 ൽ എഴുത്തുകാരന്റെ ഡയറിയിൽ ആത്മഹത്യക്കുമുമ്പുള്ള യുക്തിവിചാരങ്ങളെപ്പറ്റി അദ്ദേഹം ഇങ്ങനെ കുറിച്ചിട്ടു. "സനാതന ദൈവത്തിൽ വിശ്വാസമില്ലാത്തവരെ സംബന്ധിച്ചിടത്തോളം മനുഷ്യജീവിതം നിരർത്ഥകമാണെന്നുറപ്പായ സ്ഥിതിക്ക് ഹതാശയ മനുഷ്യൻ ഈ നിഗമനത്തിൽ എത്തിച്ചേരുന്നു." ഒറ്റപ്പെട്ടവനും, ഏകാകിയുമായ കിറിലോവ് അമേരിക്കയിൽ ഷാട്ടോവുമായി ഒരുമിച്ചു കഴിഞ്ഞിരുന്നു. ഇപ്പോൾ ഒരേ വീട്ടിലാണ് താമസമെങ്കിലും അന്തർമുഖനായ കിറിലോവും ഷാട്ടോവുമായുള്ള ബന്ധം അത്ര സുഖകരമായിരുന്നില്ല. 'മനുഷ്യൻ ഒരു വിചിത്രജീവിയാണെന്ന്' ദസ്തയേവ്സ്കി ആവർത്തിച്ചു പറയുന്നു.

അതിവിചിത്രമാണ് കിറിലോവിന്റെ യുക്തിവിചാരങ്ങളും വിശ്വാസങ്ങളും. ഒരു ദുർബ്ബലനിമിഷത്തിലെ വിഡ്ഢിത്തപരമായ തീരുമാനമല്ല അയാളുടെ ആത്മഹത്യ. ചിന്തിച്ചുറച്ച വിശ്വാസങ്ങളുടെ ഉല്പന്നമാണത്. ജീവിതത്തിന്റെ നിരർത്ഥകതയ്ക്കെതിരെ ആത്മഹത്യകൊണ്ടുള്ള പ്രതികാരമാണയാളുടേത്. ഒരു തത്ത്വത്തിന്റെ പേരിലും ആശയത്തിന്റെ പേരിലും ആത്മഹത്യചെയ്യാനുള്ള തന്റെ തീരുമാനം പ്രഖ്യാപിക്കുമ്പോൾ തന്റെ സുഹൃത്തുക്കളായ പീറ്ററും, സ്റ്റാവ് റോജിനും അതു കാര്യമായെടുക്കുന്നില്ല. അതു ഉന്മത്തവും ദാർശനികവുമായ ഒരു തീരുമാനമാണെന്ന് പീറ്റർ പറയുന്നു. ഇളകിമറിഞ്ഞ് സംഘർഷഭരിതമാണ് കിറിലോവിന്റെ അന്തരംഗം. ദൈവമുണ്ടെന്ന് അയാൾ വിശ്വസിക്കുന്നു. അതേസമയം ദൈവമില്ലെന്നും ഉണ്ടാകാനിടയില്ലെന്നും അയാൾക്ക് പൂർണ്ണബോദ്ധ്യമുണ്ട്. നിരർത്ഥകതയും നിസ്സംഗതയും അയാളിൽ നിറഞ്ഞുനില്ക്കുന്നു. യഥാർത്ഥത്തിൽ ദൈവത്തിനെതിരെയാണ് അയാൾ കലാപം ഉയർത്തുന്നത്. 'അയാളുടെ വന്യമായ ഭാവനയിൽ ദൈവത്തെ പൊക്കിയെടുത്തു ദൂരെയെറിയാനും ദൈവത്തിന്റെ സ്ഥാനത്ത് തന്റെ ഇരിപ്പിടം ഒരുക്കുന്നതിനെപ്പറ്റിയും അവൻ സ്വപ്നം കാണുന്നു.' ദസ്തയേവ്സ്കിയുടെ ഈ വാക്കുകൾ ഞെട്ടലോടെയാണ് നാം വായിക്കുന്നത്. ഷാട്ടോവ് വധത്തിനുശേഷം പീറ്ററുമായുള്ള കൂടി

ക്കാഴ്ചയിൽ കിറിലോവ് തന്റെ വിശ്വാസങ്ങളും ലക്ഷ്യവും വ്യക്തമാക്കുന്നു. വിപ്ലവപ്രവർത്തനത്തിനായുള്ള ഏതെങ്കിലുമൊരു കൊലപാതകത്തിന്റെ ഉത്തരവാദിത്വം താൻ ഏറ്റെടുത്തുകൊള്ളാമെന്ന് കിറിലോവ് പീറ്റർക്ക് വാക്ക് കൊടുത്തിരുന്നു. എന്നാൽ ഷാട്ടോവിന്റെ മരണം അയാളെ നടുക്കുന്നു. ദു:ഖംകൊണ്ടും, രോഷംകൊണ്ടും അയാൾ ജ്വലിച്ചു. പീറ്ററെ വെടിവെച്ചു കൊല്ലുമെന്നുപോലും നാം ഭയക്കുന്നു. "നിങ്ങൾ ആത്മഹത്യ ചെയ്യുമെന്ന് എന്നോട് വീമ്പിളക്കുകയാണെന്ന് തോന്നുന്നു എന്ന പീറ്ററുടെ പ്രസ്താവനയോടെ ഇങ്ങനെയായിരുന്നു ആ സന്ദേഹി പ്രതികരിക്കുന്നത്. "ഓരോ മനുഷ്യനും ജീവിതം തുടരുന്നതിൽ ഞാൻ എന്നും അത്ഭുതപ്പെട്ടിട്ടുണ്ട്" പിന്നീടവൻ തന്റെ ഭ്രാന്തമായ യുക്തിചിന്തകൾകൊണ്ട് മുന്നേറി. അവന്റെ ഉൽക്കർഷേച്ഛ വെളിപ്പെടുത്തിക്കൊണ്ട് അവൻ തന്റെ വാദമുഖങ്ങൾ തുടർന്നു. "ദൈവമുണ്ടെങ്കിൽ എല്ലാം അവിടുത്തെ ഇച്ഛയാണ്. അവിടുത്തെ ഇച്ഛയിൽ നിന്നെനിക്ക് രക്ഷനേടാനാവില്ല. ഇല്ലെങ്കിൽ എല്ലാം എന്റെ ഇച്ഛയാണ്." ദൈവമില്ലാതെ വരുമ്പോൾ കിറിലോവാണ് ദൈവം. ദൈവമനുഷ്യനല്ല, മനുഷ്യദൈവമാണവനാവശ്യം. ദൈവമനുഷ്യന്റെ നേർ വിപരീതം. ഭ്രാന്തമായ തന്റെ ആശയങ്ങൾ യുക്തിയുക്തമായാണവനവതരിപ്പിക്കുന്നത്. "ഞാനാണ് ദൈവമെന്നു പറഞ്ഞുകൊണ്ട്" അവൻ അവന്റെ പൂർണ്ണസ്വാതന്ത്ര്യം പ്രഖ്യാപിക്കുകയാണ്. നിഷേയെപ്പോലെ ദൈവത്തെ കൊലചെയ്തുകൊണ്ട് സ്വന്തം അസ്ഥിത്വവും പരിപൂർണ്ണമായ സ്വാതന്ത്ര്യവും അവൻ പ്രഖ്യാപിക്കുന്നു. വ്യവസ്ഥാപിത മൂല്യസങ്കല്പങ്ങളെ ധിക്കരിച്ചുകൊണ്ട് അതിജീവനത്തിലൂടെ അതിമാനുഷികനാകാനുള്ള ആന്തരികചോദന എല്ലാമനുഷ്യരിലും കുടികൊള്ളുന്ന വൈരുദ്ധ്യങ്ങളും സങ്കീർണ്ണതകളും നിറഞ്ഞതാണവന്റെ പ്രഖ്യാപനങ്ങൾ. നിരർത്ഥകതയിലും അവൻ പ്രത്യാശ കണ്ടെത്തുന്നു. മനുഷ്യവർഗ്ഗത്തോടുള്ള സ്നേഹമാണ് അവനെ ആത്മഹത്യക്കു പ്രേരിപ്പിക്കുന്നതെന്നും അവൻ വെളിപ്പെടുത്തുന്നു. അവന്റേത് തത്ത്വചിന്താപരമായ ഫിലോസഫിക്കൽ ആത്മഹത്യയാണ്. അതൊരുതരം ആത്മത്യാഗവും രക്തസാക്ഷിത്വവുമാണ്.

കിറിലോവിന്റെ അതിമാനുഷസങ്കല്പം റസ്കൽ നിക്കോവിനെയും ഐവാൻ കരമസോവിനെയും ഓർമ്മിപ്പിക്കുന്നു. *കുറ്റവും ശിക്ഷ*യിൽ ബുദ്ധിജീവിയും യുക്തിവാദിയുമായ റസ്കൽ നിക്കോഫ് പലിശക്കാരി വൃദ്ധയെക്കൊന്നതിനെ ഇങ്ങനെ ന്യായീകരിക്കുന്നു. "ഞാനൊരു നെപ്പോളിയനാകാൻ ആഗ്രഹിക്കുന്നു, ഞാനൊരു കീടമാണോ, മനുഷ്യനാണോ എന്നറിയാൻ ആഗ്രഹിക്കുന്നു." മനുഷ്യവർഗ്ഗത്തിന്റെ നന്മയ്ക്കുവേണ്ടിയാണ് താൻ കൊലചെയ്തതെന്നു അവൻ വാദിക്കുന്നു. പിന്നീട് 'കരമസോവ് സഹോദരന്മാരി'ലെ ഐവാന്റെ ദൈവനിഷേധത്തിലും യുക്തിവിചാരങ്ങളിലും കിറിലോവിന്റെ പുനർജ്ജന്മം കാണാം. മരണഭയമാണ് മനുഷ്യനെ ഭീരുവാക്കുന്നതെന്നും അതില്ലാതായാൽ ഒരുവൻ അവന്റെതന്നെ യജമാനനാകമെന്നും അവൻ വിശ്വസിക്കുന്നു.

ഏതുവിധേനയും അവൻ അവന്റെ ഇച്ഛയെ സ്ഥാപിക്കും. ഇച്ഛാശക്തി യുടെയും സ്വാതന്ത്ര്യത്തിന്റെയും ആഘോഷമാക്കി ജീവിതത്തെ മാറ്റാൻ അവൻ തീരുമാനിക്കുന്നു. പീറ്ററാണ് ഷാട്ടോവിനെ കൊന്നതെങ്കിലും വിപ്ലവകാരികൾക്കായി കൊലയുടെ ഉത്തരവാദിത്വമേറ്റെടുക്കാമെന്ന തന്റെ വാക്ക് അവൻ പാലിക്കുകയാണ്. അങ്ങനെ വെടിയുണ്ട തന്നി ലേക്കുയിർത്തുകൊണ്ട് വീരോചിതമായാണീ വികലയുക്തിവാദി മരണത്തെ വരവേല്ക്കുന്നത്. കിറിലോവിന്റെ ഓരോവാക്കും വെടിയു ണ്ടപോലെ നമ്മിലേക്കു തുളച്ചുകയറുന്നു. നാം യോജിച്ചാലുമില്ലെങ്കിലും. എന്നാൽ സ്റ്റാവ്റോജിന്റെ ആത്മഹത്യക്കുള്ള പ്രേരണകൾ വ്യത്യ സ്തമാണ്. ഭാര്യയുടെയും ഭാര്യാസഹോദരന്റെയും മരണത്തിനും രഹ സ്യനീക്കങ്ങൾ നടത്തി. പിഞ്ചു ബാലികയെ ബലാത്സംഗം നടത്തി. പിന്നെ കുറ്റബോധത്താൽ എല്ലാം ഏറ്റുപറഞ്ഞ അയാൾ ഒരാണിയിൽ കയർചുറ്റി ആത്മഹത്യ ചെയ്യുന്നു. ഒരു നികൃഷ്ടനുയോജിച്ച അന്ത്യം. അങ്ങനെ വ്യത്യസ്തകാരണങ്ങളാലാണ് ദസ്തയേവ്സ്കി കഥാപാത്ര ങ്ങളെ ആത്മഹത്യയിലേക്കു തള്ളിവിടുന്നത്. വായനക്കാരുടെ ചിന്താശക്തിക്കു നേരെയുള്ള വെല്ലുവിളികളാണ് കിറിലോവ് ഉയർത്തുന്ന പ്രശ്നങ്ങളും സന്ദേഹങ്ങളും.

പാവങ്ങൾ: പാവങ്ങളെപ്പറ്റി, പാവങ്ങൾക്കുവേണ്ടി

***പാ**വങ്ങൾ* ദസ്തയേവ്സ്കിയുടെ പ്രധാന കൃതികളിലൊന്നല്ല. 1846 ൽ പാവങ്ങളെപ്പറ്റി ദസ്തയേവ്സ്കി രചിച്ച ഈ കൃതി രചയിതാവിനെ പെട്ടെന്ന് പ്രശസ്തിയിലേക്കു പിടിച്ചുയർത്തി. സാഹിത്യജീവിതത്തിലൊരു വഴിത്തിരിവും. പാവപ്പെട്ടവരുടെ ആശുപത്രിയിലെ ഒരു ഡോക്ടറായിരുന്നു ദസ്തയേവ്സ്കിയുടെ പിതാവ്. അതുകൊണ്ട് കുട്ടിക്കാലം മുതല്ക്കേ രോഗവും ദാരിദ്ര്യവും നേരിട്ടുകാണുവാനും, അനുഭവിക്കാനും ഈ എഴുത്തുകാരന് കഴിഞ്ഞു. ഇടത്തരം കുടുംബത്തിലായിരുന്നു തന്റെ ജനനമെങ്കിലും ദസ്തയേവ്സ്കിയുടെ ബാല്യ-കൗമാരങ്ങൾ ഇല്ലായ്മയും കഷ്ടപ്പാടുകൊണ്ടും നിറഞ്ഞിരുന്നു. ഇതെല്ലാം, പാവങ്ങൾക്കുവേണ്ടി വാദിക്കാനും, അവരെ സ്നേഹിക്കാനും ഈ രചയിതാവിനെ പ്രേരിപ്പിച്ചു. തന്റെ പ്രധാനകൃതികളെല്ലാം "നിന്ദിതരുടെയും പീഡിതരുടെയും കഥകളായിമാറി." പീറ്റേഴ്സ്ബർഗിൽ വെച്ച് താൻ കണ്ടതും കേട്ടതും അനുഭവിച്ചതും തന്റെ ആദ്യ നോവലായ *പാവങ്ങൾ*ക്ക് വിഷയമായി. ദാരിദ്ര്യത്തിൽ കഴിയാൻ വിധിക്കപ്പെട്ടതിനാൽ പ്പത്തിയേഴു വയസ്സുകാരൻ മക്കാർദേവുഷ്കിൻ എന്ന പകർത്തിയെഴുത്തുകാരന്റെയും അനാഥയും ദരിദ്രയുമായ വർവാറാ എന്ന ചെറുപ്പക്കാരിയുടെയും അസാധാരണ സ്നേഹബന്ധത്തിന്റെ കഥയാണ് *പാവങ്ങൾ* ഏപ്രിൽ മുതൽ സെപ്റ്റംബർവരെയുള്ള കാലയളവിൽ മക്കാറും, വർവാറായും പരസ്പരം കൈമാറുന്ന കത്തുകളിലൂടെയാണ് കഥ ചുരുളഴിയുന്നത്. റോഡിന്റെ ഇരുവശങ്ങളിലുമുള്ള വീടുകളിലാണ് അവരുടെ താമസം. വസന്തത്തിലെ ഒരു സുപ്രഭാതത്തിൽ പൂക്കളുടെ സൗരഭ്യവും പക്ഷികളുടെ കളകൂജനങ്ങളും നിറഞ്ഞ അന്തരീക്ഷത്തിൽ ഒരു വാനമ്പാടിയുടെ ഉന്മേഷത്തോടെ മക്കാർ തന്റെ പ്രിയപ്പെട്ടവൾക്കുള്ള

കത്തെഴുതുന്നു. "എന്റെ അരുമയായ വാർവാറാ...." പിന്നീടുള്ള കത്തുകൾ "എന്റെ കരളേ, പൈങ്കിളീ, ഓമനേ" എന്നിങ്ങനെ തുടങ്ങുന്നു. ചാളപോലുള്ള മുറിയിൽ താമസിക്കുന്ന ദരിദ്രനായ മക്കാർ തന്റെ തുച്ഛമായ വരുമാനത്തിൽനിന്ന് മിച്ചംപിടിക്കുന്ന തുകകൊണ്ട് പൂക്കളും പുസ്തകങ്ങളും വാങ്ങുന്നു. തന്റെ പ്രണയിനിക്ക് കൂടെക്കൂടെ സമ്മാനങ്ങളും എത്തിക്കുന്നു. തയ്യൽ ജോലിക്കാരിയായ കാമുകിയാകട്ടെ ചെലവുചുരുക്കണമെന്ന് ആവശ്യപ്പെട്ടുകൊണ്ടും നന്ദിപറഞ്ഞുകൊണ്ടും അവന്റെ ഓരോ കത്തിനും മറുപടി അയയ്ക്കുന്നു. പകിട്ടേറിയതും കാവ്യാത്മകവുമായ ഭാഷയിലാണ് എല്ലാ കത്തുകളും. സ്നേഹവും പരിഹാസവും നിറഞ്ഞ അവളുടെ കത്തിന് അയാൾ ഇങ്ങനെ മറുപടി എഴുതി. "മനുഷ്യൻ ചിലപ്പോൾ ഒരു വിചിത്രജീവിയാണ്. അയാൾ എത്ര ഭയങ്കര അസംബന്ധവും പറയും. ഏത് അതിർത്തിവരെയും പോകും. തുടർന്ന് വല്ല അല്പത്തരവും." വാർദ്ധക്യം ഭയങ്കരമാണെന്നും തന്നെ ഒരു പിതാവിനെപ്പോലെ കണ്ടാൽമതിയെന്നും അയാൾ അറിയിക്കുന്നു. അവളുടെ ഭൂതകാലമറിയാനും മക്കാർ ആഗ്രഹിച്ചു.

പന്ത്രണ്ടാം വയസ്സിൽ സെന്റ് പീറ്റേഴ്സ്ബർഗ്ഗിലേക്കു താമസം മാറ്റിയെന്നും പതിന്നാലു വയസ്സുള്ളപ്പോൾ അച്ഛനും പിന്നീട് അമ്മയും മരിച്ചെന്നും അതിനുശേഷം അന്ന എന്ന സ്ത്രീയുടെ സംരക്ഷണത്തിലാണ് വളർന്നതെന്നും അവൾ എഴുതി. അന്ന അവളെ എപ്പോഴും ശകാരിച്ചിരുന്നതായും ഭയാനകമായ അന്തരീക്ഷത്തിലാണവൾ കഴിഞ്ഞതെന്നും അവൾ ഓർക്കുന്നു. പെക്രോവ്സ്കി എന്ന വിദ്യാർത്ഥി അവളെയും സാഷയെയും പഠിപ്പിച്ചതും അനാഥനായ അവന്റെ ജന്മദിനത്തിൽ പുഷ്കിന്റെ പുസ്തകങ്ങൾ വാങ്ങാൻ വൃദ്ധനായ പെട്രോവ്ഷ്കിക്ക് പണം കൊടുത്തതും ഓർക്കുന്നു. പിന്നീട് പെക്രോവ്സ്കി ക്ഷയരോഗബാധിതനായി മരണശയ്യയിലായപ്പോൾ അവൾ അവനെ ശുശ്രൂഷിച്ചു. ഡയറിക്കുറിപ്പിലുള്ളതെല്ലാം അവൾ അവനെ അറിയിച്ചു. മറുപടിക്കത്തിൽ താൻ പതിനേഴാം വയസ്സിൽ ജോലിയിൽ പ്രവേശിച്ചതും സർവ്വീസ് കോട്ടുകൾ പലതും പഴകിക്കീറിയതും സഹപ്രവർത്തകർ അവനെ വേണ്ടപോലെ ഗൗനിക്കാത്തതും പരിഹസിച്ചതും ആത്മനിന്ദയ്ക്കു പാത്രമായതുമെല്ലാം മക്കാർ തുറന്നെഴുതി. അടുത്ത മുറിയിലെ താമസക്കാരനായ ഗോർഷ്ക്കോവിന്റെ ദാരിദ്രത്തെപ്പറ്റിയും അയാളുടെ കൊച്ചുമകന്റെ മരണത്തെപ്പറ്റിയും എഴുതി. "കുഞ്ഞുങ്ങളുടെ വേദനകാണുന്നതിൽ ഒരു സുഖവുമില്ല." അവൻ എഴുതി. തീക്ഷ്ണമായ വികാരവിചാരങ്ങളാണ് ഓരോ കത്തിലും നിറഞ്ഞിരിക്കുന്നത്. ഒരാൾ മറ്റേയാളിനെ തന്റെ ഹൃദയം തുറന്നു കാണിക്കുന്നു. തന്റെ സ്നേഹഭാജനത്തിനായി എന്തുത്യാഗവും സഹിക്കാൻ താൻ തയ്യാറാണെന്നും തന്റെ ഓവർക്കോട്ടുപോലും വില്ക്കാൻ തയ്യാറാണെന്നും അവൻ എഴുതി. "പതിനേഴാം വയസ്സിൽ ജോലിയിൽ പ്രവേശിച്ച ഞാൻ ഇതുവരെ ആരെയും ദ്രോഹിച്ചിട്ടില്ല. പിന്നെ മറ്റുള്ളവർ എന്തിനാണെന്നെ

ദ്രോഹിക്കുന്നത്.'' അവൻ ചോദിക്കുന്നു. "ഭാഗ്യദോഷം ഒരു പകർച്ച വ്യാധിയാണ്. പാവങ്ങളും ദു:ഖിതരും പരസ്പരം തൊട്ടുതീണ്ടരുത്" അവൾ അവനെ ആശ്വസിപ്പിച്ചു. ദിവസം കഴിയുന്തോറും അവന്റെ ജീവിതം കൂടുതൽ ദുരിതപൂർണ്ണമായി കടം വർദ്ധിച്ചുകൊണ്ടിരുന്നു. ഒരു ദിവസം മക്കാറിനെ അവൾ വീട്ടിലേക്കു ക്ഷണിച്ചു. "പാവപ്പെട്ടവന് ചവറു വിലപോലുമില്ലെന്ന്" ഒരു കത്തിൽ അവൻ അവളോടു പറയുന്നു. വായന ഇഷ്ടമാണെങ്കിലും, അവന് നോവലെന്ന സാഹിത്യരൂപത്തെ പ്പറ്റി വലിയ അഭിപ്രായമില്ല. അതു മടിയന്മാരുടെ രസത്തിനായെഴുതു ന്നതാണെന്നും അവൻ അവൾക്കെഴുതി. നിരാശയിൽനിന്നും ദാരിദ്ര്യ ത്തിൽനിന്നും മുക്തിനേടാൻ മദ്യത്തിനടിമയാകുന്ന അവനെ അവൾ കത്തിലൂടെ ശകാരിക്കുകയും ഉപദേശിക്കുകയും ചെയ്യുന്നു. അവളുടെ സഹായത്തിനും സന്മനസ്സിനും അവൻ നന്ദിപറഞ്ഞു കൊണ്ടിങ്ങനെ എഴുതി. "നിങ്ങൾ എന്റെ ഇരുളടഞ്ഞ ജീവിതത്തിൽ പ്രകാശം ചൊരിഞ്ഞു.'' എന്റെ ഹൃദയത്തിലും ആത്മാവിലും പ്രകാശം ചൊരിഞ്ഞു. ഏകാന്തതയിലും നിരാശയിലും ക്ഷണിക്കാത്ത ചിന്തകൾ മക്കാറിന്റെ ഉള്ളിലേക്കു പാഞ്ഞുകയറി. "സുഖം മുഴുവനും കുറച്ചാളുകൾ ഭക്ഷിക്കുന്നു. നല്ല ആളുകൾ ദുർഭിക്ഷതയിൽ കഴിയുന്നു.''

"ദരിദ്ര കുടുംബത്തിൽ ജനിച്ചതിന്റെ പേരിൽ ഒരുത്തനെ ശിക്ഷി ക്കുന്നതെന്തിന്?'' ഇത്തരം ചിന്തകൾ അവന്റെ സൈ്വരം തകർത്തു. ഇതിനിടെ വഞ്ചനക്കേസിൽ ഉൾപ്പെട്ട നിരപരാധിയായ ഗോർഷക്കോവിനെ കോടതി വെറുതെ വിടുന്നെങ്കിലും താമസിയാതെ അയാൾ മരിക്കുന്നു. സെപ്തംബർ 23 ന് വാർവാറ എഴുതിയ കത്ത് ഞെട്ടലോടാണ് മക്കാർ വായിച്ചത്. ബിക്കോവെന്ന പണക്കാരൻ വിവാഹാഭ്യർത്ഥനയു മായെത്തിയെന്നും അവൾ സമ്മതം മൂളിയെന്നും ഫിദോറയും അതനുകൂലിക്കുന്നുവെന്നും അവൾ എഴുതി. മനസ്സില്ലാ മനസ്സോടെ മക്കാർ അവളെ അനുഗ്രഹിക്കുന്നു. വിവാഹത്തീയതിയും പിന്നീടവൾ അറിയിച്ചു. അവനെ എന്നും ഓർമ്മിക്കുമെന്നും അവന്റെ സുഖത്തിനു വേണ്ടി ദൈവത്തോട് പ്രാർത്ഥിക്കണമെന്നും അവൾ എഴുതി. "എന്റെ കൊച്ചു ദേവതേ ഞാൻ മരിച്ചുപോകും. ഈ നിർഭാഗ്യം താങ്ങാനുള്ള ശക്തി എന്റെ ഹൃദയത്തിനില്ല. ദൈവത്തിന്റെ പ്രകാശമായി സ്വന്തം മകളെപ്പോലെ ഞാൻ നിന്നെ സ്നേഹിച്ചു ഓമനേ. നിനക്കെങ്ങനെ പോകാൻ കഴിയും?'' ദു:ഖഭാരത്താൽ അവൻ ചോദിച്ചു. അവളുടെ ആശ്വാസവചനങ്ങൾക്കൊന്നും അവനെ തൃപ്തിപ്പെടുത്താൻ കഴിഞ്ഞില്ല. അവന്റെ അവസാനത്തെ കത്തിൽ അവൾ എന്തിനാണ് ഒരു ഭൂവുടമ യുടെ ഭാര്യയാകുന്നതെന്നു ചോദിച്ചു. അവനവളോട് പകയോ വിദ്വേ ഷമോ തോന്നിയില്ല. മഴയത്തുള്ള അവളുടെ ഭർത്തൃഗൃഹത്തിലേക്കുള്ള യാത്ര അവനെ അസ്വസ്ഥനാക്കി. അവളെവിടെപ്പോയാലും അവളുടെ സ്നേഹവും കത്തുകളും മാത്രംമതി. അവൻ വീണ്ടും എഴുതും. നീ എനിക്കും എഴുതണം. അവൻ നിർത്തി. വായുവിൽ വസന്തത്തിന്റെ

സൗരഭ്യം അനുഭവപ്പെട്ട ഒരു പ്രഭാതത്തിൽ ഒരു വാനമ്പാടിയുടെ ഉഷറോടാണ് മക്കാർ തന്റെ പ്രിയ സ്നേഹിതയ്ക്ക് ആദ്യ കത്തെഴുതുന്നത്. എന്നാൽ മഴയിൽ കുതിർന്ന ഒരുദിവസം നിരാശയോടും വിഷാദത്തോടുമാണ് അവൻ തന്റെ അവസാനകത്ത് അവൾക്കെഴുതുന്നത്. "ഇതാ ഒരു ഗോഗോൾ പിറന്നിരിക്കുന്നു." *പാവങ്ങൾ* വായിച്ച ശേഷം പ്രസിദ്ധ ചിന്തകനും, നിരൂപകനുമായ ബലിൻസ്കി കുറിച്ചിട്ടു. പാവപ്പെട്ടവരെപ്പറ്റി ധാരാളം പുസ്തകങ്ങൾ രചിക്കപ്പെട്ടിട്ടുണ്ട്. എന്നാൽ പാവങ്ങൾക്കുവേണ്ടി രചിക്കപ്പെട്ട ഈ കൃതി മറ്റു പുസ്തകങ്ങളിൽ നിന്നും വ്യത്യസ്തത പുലർത്തുന്നു. ഒരു പ്രണയകഥയാണ് *പാവങ്ങൾ.* ദാരിദ്ര്യത്തിന്റെ സാമൂഹികവും മനഃശാസ്ത്രപരവും തത്ത്വചിന്താപരവുമായ വശങ്ങളെപ്പറ്റിയുള്ള വിചാരങ്ങൾ കൂടിയാണീകൃതി. നിന്ദിതരും പീഡിതരുമായ ഒരുകൂട്ടം ദരിദ്രനാരായണന്മാരുടെ കഥയാണിത്. സാമൂഹികനീതി നിഷേധിക്കപ്പെട്ട ഇവർ ഇല്ലായ്മയിലും ദാരിദ്ര്യത്തിലും അകപ്പെട്ട് ചൂഷണത്തിനും പീഡനത്തിനുമിരയായി കഴിയുന്നു. അവരുടേതല്ലാത്ത കുറ്റത്തിന് ശിക്ഷിക്കപ്പെട്ടവർ. അവരോട് ദസ്തയേവ്സ്കി പറയുന്നു.

"ദാരിദ്ര്യം പാപകരമല്ല" പിന്നീട് "ദാരിദ്ര്യം പാപകരമല്ല. ധനവാന്മാരായിരിക്കുന്നതും അന്യരെ പീഡിപ്പിക്കുന്നതുമാണ് പാപകരം" എന്ന് *നിന്ദിതരിലും പീഢിതരിലും* ദസ്തയേവ്സ്കി ആവർത്തിച്ചു. "സുഖം മുഴുവനും മറ്റുള്ളവർ അനുഭവിക്കുമ്പോൾ, എന്തിന് നല്ലവരായ ആളുകൾ ദുർഭിക്ഷതയിലും അവഗണനയിലും കഴിയണം." "കുഞ്ഞുങ്ങൾ എന്തിനു കഷ്ടപ്പെടണം?" ദസ്തയേവ്സ്കി എന്ന മനുഷ്യസ്നേഹിയെ എന്നും അലട്ടിയ പ്രശ്നങ്ങളായിരുന്നു ഉത്തരം കിട്ടാത്ത ഇത്തരം ചോദ്യങ്ങൾ. ഇതാണീ പുസ്തകത്തിന്റെ മർമ്മവും. തുടർന്നുള്ള എല്ലാ കൃതികളിലും നിന്ദിതരും, പീഡിതരും കടന്നുവരുന്നു. ദസ്തയേവ്സ്കി ആദ്യവസാനം ദരിദ്രരുടെ പക്ഷത്ത് തന്റെ നിലയുറപ്പിച്ചു എന്നുള്ളതാണ് എടുത്തുപറയേണ്ടകാര്യം. ദാരിദ്ര്യത്തിന്റെ ഭീകരതയ്ക്കെതിരെയുള്ള കലഹം കൂടിയാണ് ദസ്തയേവ്സ്കിക്ക് എഴുത്ത്.

പാവങ്ങളിലെ പ്രധാനകഥാപാത്രങ്ങളായ മക്കാർദേവുഷ്കിയും വർവാറായും മാത്രമല്ല ഗോർഷക്കോയും പെക്രോവ്സ്കിയും അയാളുടെ വൃദ്ധപിതാവും ഗോർഷ് വിസ്കി കുടുംബവും തെരേസയും ഫിദോറയും എല്ലാ ദാരിദ്ര്യത്തിന്റെയും പീഡനത്തിന്റെയും രോഗത്തിന്റെയും പിടിയലമർന്നു കഴിയുന്നവരാണ്. അങ്ങനെ നോക്കുമ്പോൾ ദരിദ്രരുടെയും നിരാലംബരുടെയും ദുരിതപൂർണ്ണമായ ജീവിതത്തിന്റെ നേർക്കാഴ്ചയാണീ പുസ്തകം. ദരിദ്രനാണെന്ന പേരിൽ മക്കാർ സഹപ്രവർത്തകരിൽ നിന്നും മറ്റുള്ളവരിൽനിന്നും നേരിടേണ്ടി വരുന്ന അവഗണനയും വെറുപ്പും വാർവറാക്കുള്ള കത്തിൽ കുറിച്ചിടുന്നു. പണക്കാർ അവനെ ഒരു ചവിട്ടുമെത്തയായി കണക്കാക്കി ഭ്രഷ്ട് കല്പിക്കുന്നതായി ഹൃദയവേദനയോടെ അവൻ തന്റെ പ്രിയപ്പെട്ടവൾക്കെഴുതുന്നു. പിഞ്ഞിക്കീറിയ

ഉടുപ്പും, നൂലിന്റെ അറ്റത്തു തൂങ്ങിക്കിടക്കുന്ന ബട്ടണുകളും വിണ്ടുപോയ ഷൂസുകളും അവനെ ആത്മനിന്ദയിലേക്ക് നയിക്കുന്നു. “എന്റെ ഹൃദയത്തിന് അത്രക്ക് വേദനയാണ്. പാവങ്ങൾ അരക്കിറുക്കന്മാരാണ് ഒരുപക്ഷേ, ജന്മനാതന്നെ. എനിക്ക് മുമ്പും അങ്ങനെതന്നെ തോന്നിയിട്ടുണ്ട്. ഒരു പാവം എപ്പോഴും സംശയാലുവാണ്. കടന്നുപോകുന്ന സകലരേയും അവൻ കടക്കണ്ണിലൂടെ ശ്രദ്ധിച്ചുകൊണ്ടിരിക്കും. അവർ എന്നെപ്പറ്റിയാണോ പറയുന്നത്, എന്താണ് പറയുന്നത്? ഒരു പാവപ്പെട്ടവന് ചവറു വിലപോലുമില്ല. വാടക എഴുത്തുകാരൻ എന്നൊക്കെപ്പറഞ്ഞാലും ആർക്കും അയാളോട് ബഹുമാനം തോന്നുകില്ല. ആത്മാഭിമാനവും അവന് പറഞ്ഞിട്ടില്ല”. വാടകക്കുടിശ്ശികതീർക്കാൻ പണം പലിശയ്ക്കെടുക്കാൻ ചെന്നപ്പോഴും അവനെ ചവുട്ടിപ്പുറത്താക്കുകയാണ്. അങ്ങനെ ദാരിദ്ര്യത്തിന്റെയും അവഗണനയുടെയും കയ്പുനീർ കുടിച്ചു ദിവസങ്ങൾ കഴിച്ചുകൂട്ടി. ഇതൊക്കെ വായിച്ച വർവാറ അവനെ സാന്ത്വനിപ്പിക്കാൻ തുനിയുന്നു.

“കഷ്ടകാലത്തിൽ ഉറച്ചുനില്ക്കൂ. ദാരിദ്ര്യം ഒരു പാപമല്ലെന്നോർക്കൂ. ദൈവം ദയാപരനാണ്. നമ്മുടെ കഷ്ടപ്പാടുകൾ മാറും.” വർവാറുടെ ബാല്യകാലസ്മരണകളിൽ അവളുടെ യാതനാപൂർണ്ണമായ ജീവിതം പുറത്തുവരുന്നു. മാതാപിതാക്കളുടെ മരണശേഷം അന്നയുടെ സംരക്ഷണയിൽ വളർന്ന അവളുടെ ജീവിതം യാതനാനിർഭരമായിരുന്നു. ദരിദ്രനും ബുദ്ധിമാനുമായ പെക്കോവ്സ്കി എന്ന വിദ്യാർത്ഥിയിൽ നിന്നും ട്യൂഷൻ ലഭിക്കുന്നതും, അവനുമായി സ്നേഹത്തിലാകുന്നതും അവന് പിറന്നാൾ സമ്മാനം വാങ്ങാൻ വൃദ്ധപെക്രോവ്സിക്കിക്ക പണം നല്കുന്നതും, ക്ഷയരോഗം ബാധിച്ച അവനെ ശുശ്രൂഷിക്കുന്നതും, അവന്റെ അപ്രതീക്ഷിതമരണവും, ശവമഞ്ചത്തിനു പിറകെ വൃദ്ധപിതാവ് പുസ്തകങ്ങളുമായി ഓടുന്നതും വാർവാറ വർണ്ണിക്കുന്നത് കണ്ണീരോടെ മാത്രമെ വായിക്കാനാകൂ. അതുപോലെതന്നെ അപരാധി അല്ലാതിരുന്നിട്ടും ജോലിയിൽനിന്നും പിരിച്ചുവിട്ട ദരിദ്രഗുമസ്തനായ ഗോർഷ്ക്കോവിന്റെ ദുരിതപൂർണ്ണമായ ജീവിതവും ഏറെ വേദനാജനകമാണ്. അയാളുടെ കുഞ്ഞിന്റെ മരണവും മറ്റുകുട്ടികളുടെ കഷ്ടപ്പാടുകളും വായനക്കാരന്റെ ഉള്ളുലയ്ക്കുന്നതാണ്. ദരിദ്രനെങ്കിലും കൈവശമുള്ള പണം കൊടുത്തു ഗോർഷ്കോവിനെ സഹായിച്ചു. “ദൈവമെ ദാരിദ്ര്യം ഒരുത്തനെ എളിയവനാക്കുന്നതിൽ അതിരില്ല.” അവൻ ചിന്തിച്ചു. “കുട്ടികളുടെ കഷ്ടപ്പാടുകൾ വേദനാജനകമാണ്. വിശേഷിച്ചും അവർ നമ്മുടെ കുഞ്ഞുങ്ങളാവുമ്പോൾ” അവൻ വിചാരിച്ചു, കുഞ്ഞുങ്ങൾ എന്തുകൊണ്ട് കഷ്ടപ്പെടുന്നു എന്നത് എക്കാലത്തും ദസ്തയേവ്സ്കിയുടെ ചിന്താവിഷയമായിരുന്നു. തെരുവിൽ കിന്നരിപ്പെട്ടിക്കാരന്റെ സമീപത്ത് അമ്മയും മൂന്നുകുട്ടികളും പട്ടിണിയാണെന്നെഴുതിയ കുറിപ്പുമായി ഭിക്ഷയാചിക്കുന്ന മെലിഞ്ഞുണങ്ങിയ പിഞ്ചുബാലന്റെ നിസ്സഹായതയും ദൈന്യവും മക്കാർ വിവരിക്കുന്നു. അങ്ങനെ കൊടിയ ദാരിദ്ര്യത്തിലും

ദുസ്സഹമായ ജീവിതസാഹചര്യങ്ങളിലും പെട്ടുഴറുന്ന നിരവധി ജീവിത സന്ദർഭങ്ങൾ. ഇല്ലായ്മയുടെയും ദാരിദ്ര്യത്തിന്റെയും രോഗത്തിന്റെയും സങ്കടങ്ങളുടെയും കണ്ണീരിന്റെയും അന്തരീക്ഷത്തിൽ കൂടിയാണ് വായനക്കാർ കടന്നുപോകുന്നത്. ധനവാന്മാരുടെ ചൂഷണത്തിനും ക്രൂരതയ്ക്കുമെതിരെയും രൂക്ഷമായ സാമൂഹിക വിമർശനം കൂടിയാണ് *പാവങ്ങൾ.*

പ്രണയത്തിനും സാമൂഹിക വിമർശനത്തിനുമപ്പുറം സാഹിത്യം, കവിത, നോവൽ, പ്രകൃതി, കുഞ്ഞുങ്ങൾ തുടങ്ങി നിരവധി വിഷയങ്ങളെപ്പറ്റിയുള്ള ദസ്തയേവ്സ്കിയുടെ നിരീക്ഷണങ്ങൾകൊണ്ടും ശ്രദ്ധേയമാണ് ഈ കൃതി. വർവാരക്കുള്ള ഒരു കത്തിൽ മക്കാർ ഇങ്ങനെ എഴുതി. “സാഹിത്യം നല്ലൊരു കാര്യമാണ് വാരൻകാ, വാസ്തവത്തിൽ നല്ലതാണ്. ഗഹനമാണത്. വിജ്ഞേയവും, വീര്യത്തുമാണത്. സാഹിത്യം ഒരു ചിത്രമാണ്. ഒരു കണ്ണാടിയുമാണത്. അതുവികാരത്ത പ്രകാശിപ്പിക്കുന്നു. നല്ല വിമർശനങ്ങളും നിർദ്ദേശങ്ങളും നല്കുന്നു. ജീവിതത്തെ രേഖപ്പെടുത്തുന്നു. നോവലുകളെപ്പറ്റിയും പറയുന്നു. നോവലുകൾ മടിയന്മാരുടെ രസത്തിനുവേണ്ടി എഴുതുന്ന അസംബന്ധമാണ്. സാഹിത്യ വിമർശനംകൊണ്ടും പ്രാധാന്യമർഹിക്കുന്നതാണീ കൃതി. ഷേക്സ്പിയറും പുഷ്കിനും ഗോഗോളും ഇവിടെ വിലയിരുത്തപ്പെടുന്നു. ഗോഗോളിന്റെ വിഖ്യാതമായ *സർവ്വീസ് കോട്ട്* ഒരു നല്ലകൃതിയാണെങ്കിലും അതു അവസാനിപ്പിച്ചത് ശരിയായ രീതിയിലല്ലെന്ന് അഭിപ്രായപ്പെടുന്നു. ഓവർക്കോട്ട് നഷ്ടപ്പെട്ട് തണുപ്പിൽ വിറച്ച് ദുരന്തത്തിലേക്കു നീങ്ങുന്ന ആ പാവം ഗുമസ്തനെ ആരെങ്കിലും രക്ഷിക്കണമായിരുന്നു. അങ്ങനെ കഥ അവസാനിക്കണമായിരുന്നുവെന്നും ദസ്തയേവ്സ്കി അഭിപ്രായപ്പെടുന്നു. കുഞ്ഞുങ്ങളോട് പ്രത്യേകസ്നേഹവും കരുതലും ഈ എഴുത്തുകാരനെന്നും കരുതിവെച്ചു. *പാവങ്ങൾ* മുതൽ *കരവസോവ് സഹോദരന്മാർ* വരെയുള്ള എല്ലാ കൃതികളിലും ഇതു പ്രകടമാണ്. കാല്പനിക പ്രണയംകൊണ്ടും പ്രകൃതി വർണ്ണനകൊണ്ടും ഈ കൃതി മറ്റുള്ള കൃതികളിൽനിന്നും വ്യത്യസ്തത പുലർത്തുന്നു. പില്ക്കാലത്ത് യൂറോപ്പിലും മറ്റുപലേടത്തുമുള്ള സാമൂഹിക മാറ്റങ്ങൾക്കുള്ള പ്രചോദന ബിന്ദുവായി ഈ കൃതി വർത്തിച്ചെന്നും പല സാഹിത്യകാരന്മാരും സാമൂഹിക പരിഷ്കർത്താക്കളും നിരീക്ഷിച്ചു.

ദസ്തയേവ്സ്കിയുടെ ചിരി

യേശുവിനെപ്പോലെ വിഷാദചിത്തനും ചിന്താമഗ്നനുമായാണ് ഫെയദോർ ദസ്തയേവ്സ്കി കാണപ്പെട്ടത്. ദാരിദ്ര്യവും, രോഗവും ദുരന്തങ്ങളും ആ ജീവിതത്തെ ദുരിതപൂർണ്ണമാക്കി. ജീവിതം മുഴുവനും വ്യഥിത ഹൃദയത്തോടെ ജീവിക്കേണ്ടിവന്ന ആ രചയിതാവിന് എങ്ങനെ ചിരിക്കാൻ കഴിയും? മൗനംകൊണ്ടും വ്യസനം കൊണ്ടും മുദ്രിതമായ മുഖം. പാവപ്പെട്ടവരുടെ കഷ്ടപ്പാടുകളും പാപികളുടെ അന്ത:സംഘർഷങ്ങളും തന്റെ രചനകൾക്ക് വിഷയങ്ങളാക്കിയ ദസ്തയേവ്സ്കി ചിരിക്കാത്തതിൽ അത്ഭുതപ്പെടാനില്ല. *പാവപ്പെട്ടവർ* മുതൽ *കരമസോവ് സഹോദരന്മാർ* വരെയുള്ള എല്ലാകൃതികളും ദു:ഖസാന്ദ്രമാണ്. എവിടെയും ദുരന്ത ദർശനം അന്തർധാരയായി വർത്തിക്കുന്നു. അതുകൊണ്ട് തന്നെ ഹാസവും ചിരിയും ദസ്തയേവ്സ്കി രചനകളിൽ വിരളം. എങ്കിലും ചിരി ഈ എഴുത്തുകാരന് അന്യമല്ലെന്ന് ചില രചനകൾ സാക്ഷ്യം വഹിക്കുന്നു. ബ്രിട്ടീഷുകാരെപ്പോലെ റഷ്യക്കാരും ഫലിതപ്രിയരായിരുന്നു. ചിരിയുടെ തമ്പുരാക്കന്മാരായിരുന്ന സെർവാന്റസും ഷേക്സ്പിയറും ഡിക്കൻസും ഗോഗോളും ദസ്തയേവ്സ്കിക്ക് ഇഷ്ട എഴുത്തുകാരായിരുന്നു. ദിവ്യമായ ഭ്രാന്തിൽ നിന്നുയിർകൊണ്ട ഡോൺകിക്സോട്ടിന്റെ ചിരിയും ചിന്തകളും ഈ രചയിതാവിനെ ഏറെ ആകർഷിച്ചു. എങ്കിലും ഡോൺകിക്സോട്ടിനെ സാഹിത്യത്തിലെ ഏറ്റവും ശ്രേഷ്ഠവും ദുരന്തപൂർണ്ണവുമായ കൃതിയെന്ന് വിശേഷിപ്പിച്ചു. കരയിപ്പിക്കാൻ എളുപ്പമാണെന്നും, എന്നാൽ ചിരിപ്പിക്കാൻ വളരെ പ്രയാസമാണെന്നും തന്റെ രചനകളിൽക്കൂടി തെളിയിച്ചു.

ദുരന്തദീപ്തിയാൽ പ്രശസ്തി കൈവരിച്ച *മാക്ബത്തിലും, ഹാംലറ്റിലും* ഹാസ്യരംഗങ്ങൾ തിരുകിക്കയറ്റി ഷേക്സ്പിയർ കാണികളെ

രസിപ്പിച്ചു. ഓംസ്കിലെ ജയിലറകളിൽനിന്നും പുറത്തുവന്ന ദസ്തയേവ്സ്കിയെ ഡിക്കൻസിന്റെ *പിക്കവിക്ക് പേപ്പേഴ്സും, ഡേവിഡ് കോപ്പർ ഫീൽഡും* എത്രമാത്രം രസിപ്പിച്ചെന്ന് അദ്ദേഹം തന്റെ സഹോദരൻ മിഹായേലിനെഴുതി. ഈ കൃതികളിലെ നർമ്മം മാത്രമല്ല ദൈന്യവും, ആർദ്രതയും ഈ എഴുത്തുകാരനെ ഏറെ ആകർഷിച്ചു. അക്കാലത്ത് റഷ്യയിലെ താരപ്രഭയുള്ള എഴുത്തുകാരൻ ഗോഗോൾ ആയിരുന്നു. ബ്യൂറോക്രസിയുടെ നിസ്സംഗതയും, ക്രൂരതയും രൂക്ഷമായ വിമർശനത്തിന് വിധേയമാക്കിയ *The Inspector General* എന്ന നാടകം റഷ്യയെ ആകെ രസിപ്പിച്ചു. അടിമത്ത സമ്പ്രദായത്തിനെതിരെയുള്ള ഹാസ്യത്തിൽ ചാലിച്ച ആക്ഷേപഹാസ്യമായിരുന്നു *മരിച്ച ആത്മാക്കൾ (The Dead Souls)* ഈ രണ്ടു കൃതികളും പിന്നീടുള്ള *overcoat* (മേലങ്കിയും) ദസ്തയേവ്സ്കിയെ ഏറെ രസിപ്പിക്കുകയും ഗോഗോളിന്റെ ആരാധകനാക്കി മാറ്റുകയും ചെയ്തു.

കുട്ടിക്കാലത്തുതന്നെ അമ്മയുടെ അകാലമരണം, സ്വന്തം അടിയാന്മാരാലുള്ള കർക്കശക്കാരനായ പിതാവിന്റെ വധം, അനാഥത്വം, രോഗം, ദാരിദ്ര്യം, വിപ്ലവകാരികളുമായുള്ള അടുപ്പത്തിലുള്ള അറസ്റ്റ്, ജയിൽ വാസം, കൊടിയ പീഡനങ്ങൾ പട്ടാള ഉദ്യോഗസ്ഥന്റെ ഭാര്യയുമായുള്ള പ്രണയം, വിവാഹം, ഋണബാദ്ധ്യതകൾ, കടക്കാരുടെ ഭീഷണി, ഭാര്യയുടെ ക്ഷയരോഗം, മരണം, സുസ്ലോവുമായുള്ള പ്രണയത്തിൽ നേരിട്ട വഞ്ചന, സഹോദരന്റെ മരണവും തുടർന്നുള്ള കൊടിയ കടബാദ്ധ്യതകളും, ദാരിദ്ര്യം, ജപ്തി ഭീഷണി, ചൂതുകളിയിലുള്ള തുടർച്ചയായ പരാജയം, പീറ്റേഴ്സ്ബർഗ്ഗിലും പരിസരത്തുമുള്ള പാവങ്ങളുടെ കഷ്ടപ്പാടുകൾ, പുതിയ തലമുറയുടെ അന്ധമായ പാശ്ചാത്യവല്ക്കരണം, നിഹിലിസ്റ്റുകളുടെ നശീകരണ പ്രവർത്തനങ്ങൾ — ഇത്തരം കയ്പ്പേറിയ ഭീകരാനുഭവങ്ങളിൽക്കൂടി കടന്നുപോയ ഒരെഴുത്തുകാരനെങ്ങനെ ചിരിക്കാൻ കഴിയും? എങ്കിൽപോലും ചിരിയും ആക്ഷേപഹാസ്യവും തനിക്ക് വഴങ്ങുമെന്ന് ആദ്യകാലം മുതലുള്ള ചിലരചനകൾ സാക്ഷ്യപ്പെടുത്തുന്നു. ജയിൽ മോചിതനായ ദസ്തയേവ്സ്കി തന്റെ സൈബീരിയൻ ജീവിതവുമായി ബന്ധപ്പെട്ട് രചിച്ച *കാരണവരുടെ സ്വപ്നവും (UNCL'S DREAM), സ്റ്റെപാൻ ചിക്കോവിന്റെ ഗ്രാമവും (The village of stepan Chikov)* എന്നീ കൃതികൾ ദസ്തയേവ്സ്കിയുടെ ഹാസ്യ മികവിന്റെ സാക്ഷ്യങ്ങളായി നിലകൊള്ളുന്നു. രചയിതാവിന്റെ ഏറ്റവും ലളിതവും എളുപ്പത്തിൽ വായിച്ചു തീർക്കാനാവുന്നതുമാണീ കൃതികൾ. താനും തന്റെ കൂടെയുള്ള തടവുകാരും അനുഭവിച്ച കൊടിയ യാതനകൾ *മരിച്ചവരുടെ വീട്ടിൽ* ആവിഷ്കരിക്കുന്നെങ്കിലും ദു:ഖത്തിന്റെ ലാഞ്ചനപോലും ഇക്കാലത്തുതന്നെ രചിച്ച ഈ കൃതികളിൽ കാണുന്നില്ല. തന്റെ മകളെ മന്ദബുദ്ധിയും പണക്കാരനുമായ ഒരു രാജകുമാരനെക്കൊണ്ട് വിവാഹം കഴിപ്പിക്കാൻ ശ്രമിക്കുന്ന തന്ത്രശാലിയായ ഒരു അമ്മയുടെ കഥയും അതേത്തുടർന്നുള്ള രസകരമായ സംഭവങ്ങളുമാണ്

കാരണവരുടെ സ്വപ്നത്തിൽ പ്രതിപാദിക്കുന്നത്. അമ്മയുടെ ആവശ്യ പ്രകാരം മദ്ധ്യവയസ്കനായ അയാൾ മകളോട് പ്രേമാഭ്യർത്ഥന നടത്തുന്നു. വിജയഭാവത്തിലാണ് അമ്മ. എന്നാൽ മറ്റുള്ളവരാകട്ടെ അതെല്ലാം "അവന്റെ ഒരു സ്വപ്നമാണെന്ന് പറഞ്ഞ്" അവനെ വിവാഹത്തിൽനിന്നും പിന്തിരിപ്പിക്കുന്നു. വായനക്കാർക്ക് ചിരിക്കാൻ അവസരങ്ങൾ നല്കുന്ന ഈ കൃതി കലാപരമായി ഒരു വിജയമായിരുന്നില്ല. കാപട്യക്കാരനും വഞ്ചകനുമായ ഫോമാഫോവിച്ച് മാനസികരോഗിയായ അമ്മയോടൊത്തു താമസിക്കുന്ന പെൻഷൻപറ്റിയ ഒരു കേണലിന്റെ വീട്ടിലേക്കു ഇരുമ്പുവടിയുമായി അതിക്രമിച്ചു കയറുന്നതും തുടർന്ന് സൗമ്യനായ കേണലിനെ പീഡിപ്പിക്കുന്നതുമാണ് *സ്റ്റെപാൻ ചിക്കോവിന്റെ ഗ്രാമത്തിൽ* ചിത്രീകരിക്കുന്നത്. വിചിത്രമായൊരുതരം സുഖമാണ് അക്രമി അനുഭവിക്കുന്നത്. ദിവസങ്ങളോളം ഇതു തുടരുകയാണ്. ഒരുദിവസം, ഗത്യന്തരമില്ലാതെ, നിസ്സഹായനായ കേണൽ ശാരീരിക ബലം കൊണ്ട് ഫോമിച്ചിനെ പിടിച്ചു പുറത്താക്കുന്നു. എങ്കിലും എല്ലാം മറന്ന് പിന്നീടവർ രമ്യതയിലെത്തുന്നു. ഒന്നും സംഭവിക്കാത്ത മട്ടിൽ ഫോമാവിച്ച് തിരിച്ചുവന്ന് തനിക്കുതാല്പര്യമുള്ള ഒരു സ്ത്രീയുമായി കേണലിന്റെ വിവാഹം നടത്തുകയാണ് പീറ്റേഴ്സ്ബർഗ്ഗിലെ ജീവിതാനുഭവങ്ങളും ഗോഗോളിന്റെ രചനകളുടെ വായനയും ഈ രചനകൾക്ക് പ്രചോദനമായി. വലിയ വിജയമല്ലെങ്കിൽക്കൂടി നർമ്മവും ഫലിതവും തനിക്കന്യമല്ലെന്ന് ദസ്തയേവ്സ്കി ഇവിടെ തെളിയിക്കുന്നു.

മനുഷ്യന്റെ ചിരിയേക്കാൾ കണ്ണീരാണ് ദസ്തയേവ്സ്കിയെ ആകർഷിച്ചത്. കുറ്റവാളിയുടെ ആത്മനൊമ്പരങ്ങളും പീഡാനുഭവാസക്തിയും പാപമോചനത്വരയും ചിത്രീകരിക്കുന്ന *കുറ്റവും ശിക്ഷയിൽ* ഇരുണ്ടതും മ്ലാനവുമായ അന്തരീക്ഷമാണു നിലനില്ക്കുന്നത്. നർമ്മത്തിനോ ചിരിക്കോ സ്ഥാനമില്ലാത്ത ഈ കൃതിയിലുടനീളം രചയിതാവിന്റെ ദുരന്തദർശനമാണ് നിഴലിക്കുന്നത്. ക്രിസ്തുവിനെപ്പോലെയുള്ള ഒരാദർശ കഥാപാത്രത്തെ അവതരിപ്പിക്കുന്ന *ഇഡിയറ്റി*ന്റെ (1871) ആദ്യഭാഗങ്ങൾ ഒരു പുഞ്ചിരിയോടെ മാത്രമേ വായിക്കാനാകൂ. ചുഴലിരോഗത്തിന്റെ ചികിത്സാർത്ഥം സ്വിറ്റ്സർലന്റിൽ നാലുവർഷം കഴിയേണ്ടിവന്ന മിഷ്കിൻ എന്ന ചെറുപ്പക്കാരൻ ട്രെയിൻ മാർഗ്ഗം പീറ്റേഴ്സ്ബർഗ്ഗിൽ തിരിച്ചെത്തുന്നതോടെ *ഇഡിയറ്റ്* ആരംഭിക്കുന്നു. ട്രെയിനിൽ വെച്ചു പരിചയപ്പെട്ട റോഗോഷിന്റെ ക്ഷണം സ്വീകരിക്കാതെ തന്റെ ബന്ധുവീടായ ജനറൽ യെപാൻചിന്റെ വീട്ടിലേക്കയാൾ എത്തുന്നു. അയാളുടെ വിചിത്രമായ ഭൂതകാലസ്മരണകൾ വീട്ടിലെ കാവല്ക്കാരനെ മാത്രമല്ല വായനക്കാരെയും രസിപ്പിക്കുന്നു. അയാളുടെ വിചിത്രമായ വസ്ത്രധാരണവും വാക്കുകളും ഇപാൻചിന്റെ പെൺമക്കളായ അംഗ്ലയ, അലക്സാണ്ടറാ, അദലൈദ എന്നിവരെ രസിപ്പിക്കുകയും ചിരിപ്പിക്കുകയും ചെയ്യുന്നു. അവനോട് സഹതാപം തോന്നിയ അവർ കളിമട്ടിൽ അവനെ ഇഡിയറ്റ് എന്ന് വിളിച്ചു. (ശുദ്ധ പാവം) പിന്നീട് അവരുടെ മാതാവിനെയും അവന്റെ

സാന്നിദ്ധ്യം രസിപ്പിക്കുന്നു. ഡോൺക്വിക്സോട്ടിനെ അവലംബിച്ച് പുഷ്കിൻ എഴുതിയ Poor knight "പാവം യോദ്ധാവ്" എന്ന കവിത അംഗ്ലേയ ചൊല്ലുമ്പോൾ മിഷ്കിനും മറ്റുള്ളവരും ചിരിച്ചുരസിക്കുന്നു. സ്വിറ്റ്സർലന്റിൽ വെച്ച് താൻ കുട്ടികളെയും കഴുതകളെയും ഏറെ ഇഷ്ട പ്പെട്ടിരുന്നുവെന്ന് പറയുമ്പോഴും മറ്റുള്ളവർ ചിരിക്കുക മാത്രമാണ് ചെയ്യു ന്നത്. എന്നാൽ അയഞ്ഞമട്ടിൽ പ്രസാദാത്മകമായി തുടങ്ങുന്ന നോവൽ പിന്നീട് സംഘർഷങ്ങളിലേക്കും പിരിമുറക്കത്തിലേക്കും നീങ്ങുകയാണ്.

രാഷ്ട്രീയവും മതപരവും കലാപരവുമായ നിരവധി ദർശനങ്ങൾ അവതരിപ്പിക്കുന്ന *ചെകുത്താന്മാരിൽ (DEVILS)* പോലും ദസ്തയേവ് സ്ക്കിയുടെ ആക്ഷേപഹാസ്യവും ചിരിയും കടന്നുവരുന്നു. നിഹിലിസ ത്തിന്റെ നാട്യങ്ങളും ക്രൂരതയും വിധ്വംസക പ്രവർത്തനങ്ങളും വിമർ ശിക്കപ്പെടുന്ന ഈ കൃതിയുടെ ആദ്യഭാഗം നർമ്മത്തിൽ ചാലിച്ചാണ് രചിക്കപ്പെട്ടിരിക്കുന്നത്. അയഞ്ഞ് കളിമട്ടിൽ പ്രധാന കഥാപാത്രമായ സ്റ്റീപാനെ പരിചയപ്പെടുത്തിക്കൊണ്ട് തുടങ്ങുന്ന ഈ പുസ്തകം നഗര ത്തിലെ കലോത്സവത്തിന്റെ അവസാനംവരെ യാതൊരു പിരിമുറു ക്കവുമില്ലാതെ വായിക്കാനാകും. ഒരു യൂണിവേഴ്സിറ്റി ലക്ചററായിരുന്ന സ്റ്റീപാനെ വർവാറ എന്ന ധനിക തന്റെ മകൻ സ്റ്റാവ് റോജിന് ട്യൂഷൻ കൊടുക്കാൻ നിയമിക്കുന്നു. പുരോഗമന ആശയങ്ങളുള്ള പാശ്ചാത്യവല് ക്കരിക്കപ്പെട്ട അയാൾക്ക് എപ്പോഴും ഒരു ശ്രോതാവിനെ ആവശ്യമാണ്. ലിപുട്ടിനും ലിയാംഷിനും ഷാട്ടോവും അയാളുടെ ശ്രോതാക്കളാണ്. ബുദ്ധിയും മണ്ടത്തരവും ചേർന്ന അയാളുടെ വാക്കുകൾ ശ്രോതാക്കളിൽ ചിരി മാത്രമല്ല സഹതാപവുമുണർത്തുന്നു. ലിയാംഷിനും ക്യാപ്റ്റൻ ലിബിയാട്ക്കിനും വെർജിൻസ്കിയും അവരുടേതായ രീതിയിൽ വായന ക്കാരനിൽ ചിരിയും സഹതാപവുമുണർത്തുന്നു. ഗവർണറും ഭാര്യ യൂലിയയും മുൻകൈയെടുത്തു സംഘടിപ്പിച്ച നഗരകലോത്സവ പരി പാടിയുടെ ചിത്രീകരണത്തിൽ ദസ്തയേവ്സ്കിയുടെ മൂർച്ചയേറിയ ആക്ഷേപഹാസ്യം മറനീക്കി പുറത്തുവരുന്നു. നഗരത്തിലും പുറത്തു മുള്ളവർ ടിക്കറ്റിനായി പരക്കംപായുന്നതും, സാധാരണ സ്ത്രീകൾ വില പിടിപ്പുള്ള സാധനങ്ങൾ പണയം വെച്ച് വസ്ത്രങ്ങൾ വാങ്ങുന്നതും നർമ്മം കലർത്തിയ വാക്കുകളിലാണ് കഥാകാരൻ ചിത്രീകരിക്കുന്നത്. രണ്ടായിത്തിരിച്ച ഉത്സവത്തിന്റെ ആദ്യഭാഗമായ മാറ്റിനികൃത്യം പന്ത്രണ്ടു മണിക്ക് തുടങ്ങുമ്പോഴേക്കും ജനം റോഡുകളിൽ നിറഞ്ഞൊഴുകി. വെളിയിൽ നിന്നുവന്ന മദ്യപന്മാരും ആഭാസന്മാരും അക്കൂട്ടത്തിലുണ്ടാ യിരുന്നു. താമസിച്ചെത്തിയ ലെംബ്കാ ദമ്പതികളെ 'ഹുറാ' ശബ്ദ ത്തോടെ കാണികൾ സ്വീകരിച്ചു. ലിയംഷിനും ലിപുട്ടിനും സ്റ്റേജിൽ കയറി. ലിപുട്ടിൻ ഒരു കവിതവായിച്ചു. കലാപരിപാടികൾ അലങ്കോലപ്പെ ടുത്തുക എന്ന ലക്ഷ്യമായിരുന്നു അവന്റേത്. പിന്നീടുള്ളവർ സ്റ്റിപാൻ, മറ്റൊരു പ്രൊഫസർ, കർമ്മാസിനോവ് എല്ലാവരും കർമ്മാസിനോവിന്റെ കവിതാപാരായണം പ്രതീക്ഷിച്ചിരുന്നു. കിളരംകുറഞ്ഞ അയാളുടെ

ചിലമ്പിയ സ്ത്രീശബ്ദത്തിലുള്ള പാരായണം കേട്ടപ്പോൾ എല്ലാവരും ടർജിനോവിനെ ഓർമ്മിച്ചു. ഒരു മൂഢൻ ചിരിച്ചട്ടഹസിച്ചു. തന്റെ പ്രസംഗത്തിൽ അയാൾ റഷ്യൻ ബുദ്ധിജീവികളെ താഴ്ത്തിക്കെട്ടി. യൂറോപ്യൻ എഴുത്തുകാരെയും സംസ്കാരത്തെയും ഉയർത്തിക്കാട്ടി. റഷ്യയെ അപഹസിച്ചപ്പോൾ ആളുകൾ തറയിൽ ചവിട്ടുകയും ചീറ്റിച്ചു വയ്ക്കുകയും ചെയ്തു. ഏതൊരു എഴുത്തുകാരനും ഇരുപതുമിനിറ്റിൽ കൂടുതൽ ശ്രോതാക്കളെ പിടിച്ചുനിർത്താൻ സാദ്ധ്യമല്ല. ഓരോ പോക്കിരിയും വായിൽ തോന്നിയതുപറഞ്ഞു. പ്രസംഗകൻ ദേഷ്യംകൊണ്ട് വിളറിവിയർത്തു. "നിങ്ങൾ കാക്കയ്ക്കുന്നം വെച്ചു. പശുവിനുകൊണ്ടു" എന്നു ഒരു വിഡ്ഢി പറഞ്ഞപ്പോൾ "ഞാൻ പേനതാഴെവെക്കുന്നു" എന്നു അയാൾ പറഞ്ഞു. ദീർഘകാലം തന്നെ അപമാനിക്കുകയും, താഴ്ത്തിക്കെട്ടുകയും ചെയ്ത ടർജിനോവിനെ പരിഹസിക്കാനും വിമർശിക്കാനുമായുള്ള ഒരവസരമായി കലോത്സവത്തിലെ കർമ്മസോവിന്റെ ഹാസ്യ ചിത്രീകരണം മാറ്റുകയാണീ എഴുത്തുകാരൻ. സ്റ്റീപാൻ സ്റ്റേജിലെത്തിയപ്പോഴും ആളുകൾ അസ്വസ്ഥരായി. "സാർവ്വലൗകികമായ മാപ്പാക്കലാണ്" തന്റെ ലക്ഷ്യമെന്നും പറഞ്ഞു തുടങ്ങിയ സ്റ്റീപാൻ പിന്നെ ഷേക്സ്പിയറും റാഫേലുമാണ് അടിയാന്മാരുടെ സ്വാതന്ത്ര്യത്തേക്കാൾ സമുന്നതർ എന്ന് പറഞ്ഞപ്പോൾ ആളുകൾ അയാളെ പരിഹസിച്ചു. എല്ലാ നിയന്ത്രണങ്ങളും നഷ്ടപ്പെട്ട അയാൾ ഒരപസ്മാര രോഗിയെപ്പോലെ കരഞ്ഞു. പിന്നീട് ഒരു കിറുക്കൻ 'മഹതികളെ മഹാന്മാരെ' എന്ന് വിളിച്ച് പ്രസംഗകരെ അനുകരിച്ച് പ്രസംഗിക്കാൻ തുടങ്ങി. ഉദ്യോഗസ്ഥർ അയാളെ വലിച്ചിഴച്ച് അവിടെനിന്നുകൊണ്ടു പോയി. കലോത്സവം അലങ്കോലപ്പെട്ടു. എങ്കിലും രാത്രിയിലെ നൃത്ത പരിപാടി മുടങ്ങിയില്ല. ടർജിനോവിനെ മാത്രമല്ല, പുരോഗമനവാദികളെന്ന് നടിക്കുന്ന നിഹിലിസ്റ്റുകളെയും കടുത്ത വിമർശനത്തിനും ഭർത്സനത്തിനും വിധേയമാക്കുകയാണ് ഈ എഴുത്തുകാരൻ. സമൂഹത്തിലെ വലുതും ചെറുതുമായ എല്ലാത്തരക്കാരെയും ഹാസ്യംനിറഞ്ഞ വാക്കുകളിൽ പരിഹസിക്കുകയാണ് ദസ്തയേവ്സ്കി. വരാൻ പോകുന്ന കൊടിയ ദുരന്തങ്ങൾക്കു മുമ്പേ വായനക്കാർ അല്പം ചിരിച്ചോട്ടെ എന്ന് ദസ്തയേവ്സ്കി വിചാരിച്ചുകാണും. *ഭൂതാവിഷ്ടരിൽ* ദസ്തയേവ്സ്കിയുടെ കോമിക് സ്വഭാവം മറനീക്കി പുറത്തു വരുന്നതായിക്കാണാം. വിരളമെങ്കിലും ആക്ഷേപഹാസ്യവും നർമ്മ രസവും ദസ്തയേവ്സ്കിയിൽ അങ്ങുമിങ്ങും മിന്നി മറയുന്നതായി സൂക്ഷ്മ വായനക്കാർക്കു കാണാം.

അപക്വയുവാവ്: ദ്വന്ദസത്തയുടെ വിരുദ്ധ ധ്രുവങ്ങൾ

ആയിരത്തിത്തൊള്ളായിരത്തി എഴുപത്തിയാറിൽ പ്രസിദ്ധീകരിക്കപ്പെട്ട *അപക്വയുവാവ്* ദസ്തയേവ്സ്കിയുടെ പ്രധാന നോവലുകളിലൊന്നാണെങ്കിലും വായനക്കാരുടേയോ, നിരൂപകരുടേയോ വേണ്ടത്ര ശ്രദ്ധപിടിച്ചു പറ്റിയില്ല. *കുറ്റവും ശിക്ഷയിലും, ഇഡിയറ്റിലും, ചെകുത്താന്മാരിലും, കരമസോവ് സഹോദരന്മാരിലും* മതവും തത്ത്വചിന്തയും രാഷ്ട്രീയവും സദാചാരനിയമങ്ങളും ധാർമ്മികതയുമൊക്കെ ചർച്ച ചെയ്യപ്പെടുന്നു. എന്നാൽ അയഞ്ഞ് കുഴഞ്ഞുമറിഞ്ഞ രീതിയിൽ രചിക്കപ്പെട്ട *അപക്വയുവാവിൽ (ARAW YOUTH)* ൽ പ്രത്യേക്ഷത്തിൽ ഗഹനമായ കാര്യങ്ങൾ പ്രതിവാദിക്കപ്പെടുന്നില്ല. എങ്കിൽപോലും പുസ്തകത്തിന്റെ മനഃശാസ്ത്രപരവും തത്ത്വചിന്താപരവുമായതലങ്ങൾ സൂക്ഷ്മവായനക്കാരെ എളുപ്പത്തിൽ പിടിച്ചെടുക്കുന്നു. വായനക്കാരിൽനിന്നും നിരൂപകരിൽനിന്നും രൂക്ഷമായ വിമർശനം ഏറ്റുവാങ്ങിയ ഈ കൃതിയെപ്പറ്റി ദസ്തയേവ്സ്കിക്ക് പോലും വലിയ മതിപ്പുണ്ടായിരുന്നില്ല എന്നതാണ് സത്യം. അലസമായ മാനസികാവസ്ഥയിൽ പിറവിയെടുത്ത ഈ കൃതി നിരവധി കഥാപാത്രങ്ങളെക്കൊണ്ടും കഥാസന്ദർഭങ്ങളെക്കൊണ്ടും നിറഞ്ഞിരിക്കുന്നു. എന്നാൽ മനസ്സിൽ തങ്ങിനില്ക്കുന്ന കഥാപാത്രങ്ങൾ രണ്ടോ മൂന്നോ മാത്രം. ഇരുപത്തിയൊന്നുകാരനായ ഡോൾഗുർക്കി എന്ന ജാരസന്തതിയുടെ ആത്മസംഘർഷങ്ങളും ആത്മനൊമ്പരങ്ങളും ആത്മകഥാരൂപത്തിൽ ഇവിടെ അനാവരണം ചെയ്യപ്പെടുന്നു. നായകന്റെ ഒരുവർഷത്തെ ജീവിതാനുഭവങ്ങളെ കേന്ദ്രീകരിച്ചാണ് കഥ വികസിക്കുന്നത്. തന്റേതൊരു തുറന്നുപറച്ചിലാണെന്നും പ്രശംസയ്ക്കു വേണ്ടിയല്ല തന്റെ ആത്മകഥയെന്നും ജാരസന്തതിയായ ഈ ചെറുപ്പക്കാരൻ ആദ്യമെ

തന്നെ വെളിപ്പെടുത്തുന്നു. നാല്പത്തിയേഴുകാരനായ വെർസിലോവ് എന്ന എസ്റ്റേറ്റ് ഉടമയുടെ പുത്രനാണ് താനെന്ന് ദൽഗുർക്കി ആദ്യമെ വെളിപ്പെടുത്തുന്നു. എന്നാൽ, തന്റെ അമ്മയെ വിവാഹം കഴിച്ചത് ഡോൺദൽഗുർക്കി എന്ന എസ്റ്റേറ്റ് അടിയാനായതുകൊണ്ട് ദൽഗുർക്കിയാണ് തന്റെ നിയമപരമായ പിതാവെന്നും അവൻ പറയുന്നു. ഇരുപത്തിരണ്ടു വർഷം മുമ്പ് വിഭാര്യനായ വെർസിലോവ് സുന്ദരിയും ചെറുപ്പക്കാരിയുമായ സോഫിയ എന്ന തന്റെ അമ്മയുമായി അടുപ്പത്തിലായി. അതോടെ അവരുടെ ഭർത്താവ് ദൽഗുർക്കി തീർത്ഥാടകനായി വീടുവിട്ടു. എങ്കിലും വല്ലപ്പോഴുമൊക്കെ അയാൾ സ്വന്തം വീട് സന്ദർശിച്ചിരുന്നു. ഗ്രാമർ സ്കൂളിൽ മിടുക്കനായ വിദ്യാർത്ഥിയായിരുന്നു ദൽഗുർക്കി. കുട്ടിക്കാലത്തുതന്നെ സമൂഹത്തിൽനിന്നും സ്വയം ബഹിഷ്കൃതനായി. ആത്മനിന്ദക്കു കീഴടങ്ങി. ആരെങ്കിലും 'നിങ്ങൾ പ്രിൻസ്ദുൽഗുർക്കിയാണോ എന്ന് ചോദിച്ചാൽ' അവൻ ഇങ്ങനെ പറയും. "അല്ല ഞാൻ വെറും ദൽഗുർക്കിയാണ്. വെറും അടിമയുടെ മകനാണ് ഞാൻ" സഞ്ചാരിയും സ്ത്രീലമ്പടനുമായ വെർസിലോവ്തന്റെ മകനായ ദൽഗുർക്കിയെ പാടേ അവഗണിച്ചു. എന്നാൽ ദൽഗുർക്കി അച്ഛനെ വെറുത്തില്ല. സ്നേഹിച്ചതുമില്ല.

വെർസിലോവ് ധനികനും വൃദ്ധനുമായ സൊക്കോൾസ്കി പ്രഭുമായി നല്ല അടുപ്പത്തിലായിരുന്നു. വസ്തു സംബന്ധിയായ അവകാശത്തർക്കം നിലനിന്നിരുന്നെങ്കിലും പിന്നീട് അതു ഒത്തുതീർപ്പിലായി. വെർസിലോവിന്റെ ശുപാർശപ്രകാരം ദൽഗുർക്കിക്ക് സൊക്കോൾസ്കി പ്രഭുവിന്റെ വീട്ടിൽ ഒരു ജോലികിട്ടിയെങ്കിലും പ്രഭുവിന്റെ മകൾ വിധവയായ കാതറീനയുടെ വരവോടെ ദൽഗുർക്കി അവിടെനിന്നും മടങ്ങി. എങ്കിലും അവൻ നിരാശനായില്ല. എങ്ങനെയെങ്കിലും പണവും അധികാരവും സമ്പാദിച്ച് സമൂഹത്തിൽ ഉന്നതസ്ഥാനം കരസ്ഥമാക്കാൻ ദൃഢനിശ്ചയമെടുത്തു. ചൂതുകളിയിലും ലേലം വിളികളിലും പങ്കെടുത്തു. സമൂഹത്തിന്റെ വിവിധ ശ്രേണികളിലുള്ളവരുമായി പരിചയവും സുഹൃദ്ബന്ധവും സ്ഥാപിച്ചു. പണം ധൂർത്തടിച്ച് ജീവിച്ച സ്റ്റെൽബക്കോവിന്റെ വളർത്തുപുത്രൻ വാസിൻ, വിപ്ലവസംഘത്തിന്റെ നേതാവ് സർഗച്ചോവ് റഷ്യയെ തരംതാഴ്ത്തിക്കാണുന്ന ക്രാഫ്റ്റ്, സഹപാഠിയായിരുന്ന ലാംബർട്ട്, മദ്യപനും നികൃഷ്ടനുമായ സെർജി പ്രഭു, അന്നാ തുടങ്ങിയവരുമായി അവൻ അടുക്കുന്നു. കാതറീനയെ ദുരെനിന്ന് ആരാധിക്കുകയും സ്നേഹിക്കുകയും ചെയ്യുന്നു. ഇത്തരം ബന്ധങ്ങൾ അവനെ പലതരം പൊല്ലാപ്പുകളിലേക്കും ഊരാക്കുടുക്കുകളിലേക്കും നയിച്ചു. സ്വന്തമായൊരാശയത്തിനായി അവൻ ജീവിച്ചു. തന്റെ പിതാവ് അന്നാ ആൻദ്രേവ് എന്ന സ്ത്രീയെ വിവാഹം കഴിക്കുമെന്നും അങ്ങനെ സ്വത്ത് മുഴുവനും നഷ്ടപ്പെടുമെന്നും കരുതിയ കാതറീന പിതാവിന് ഭ്രാന്താണെന്ന് കാണിച്ച് ഒരു വക്കിലിനെഴുതുന്ന കത്ത് എങ്ങനെയോ ക്രാഫ്റ്റിന്റെ കൈവശം വന്നുചേർന്നു. അത് ക്രാഫ്റ്റിൽനിന്നും

ദൽഗുർക്കിക്ക് ലഭിച്ചു. ദൽഗുർക്കിയാകട്ടെ അതുതന്റെ ഉടുപ്പിന്റെ അടിഭാഗത്ത് ഭദ്രമായി തുന്നിച്ചേർത്തുകൊണ്ടുനടന്നു. റഷ്യ ഒരു രണ്ടാം തരം രാജ്യമാണെന്നും അവിടെ ജീവിക്കുക അപമാനകരമാണെന്നും വിശ്വസിച്ച ക്രാഫ്റ്റ് അവസാനം ആത്മഹത്യചെയ്യുന്നു. നോവലിന്റെ പകുതികഴിഞ്ഞുള്ള കഥാഗതിയെ നിയന്ത്രിക്കുന്നത് ഈ കത്താണ്. പ്രധാന കഥാപാത്രങ്ങളെല്ലാം ഈ കത്തിന്റെ സ്വാധീനത്തിൽ അകപ്പെട്ടിരിക്കുന്നു. തട്ടിപ്പ് സംഘത്തിന്റെ നേതാവായ ലാംബർട്ട് കത്ത് ദൽഗുർക്കിയുടെ കൈവശമാണെന്ന് മനസ്സിലാക്കി. കത്തിന്റെ മൂല്യം മനസ്സിലാക്കിയ അയാൾ വലിയൊരു തുക ദൽദുർക്കിക്ക് വാഗ്ദാനം ചെയ്യുന്നു. എന്നാൽ ദൽക്കുർക്കി അതു സ്വീകരിക്കുന്നില്ല. അവനുമായുള്ള ചങ്ങാത്തം ദൽഗുർക്കി ഉപേക്ഷിക്കുന്നുമില്ല. വഞ്ചകനായ ലാംബർട്ടുമായി ഇണങ്ങിയും പിണങ്ങിയും അവൻ മുമ്പോട്ടുപോയി. ഒരുമിച്ച് മദ്യപിച്ചും രസിച്ചും ദിവസങ്ങൾ ചെലവഴിച്ചു. ഒരുദിവസം അബോധാവസ്ഥയിലായിരുന്ന ദൽഗുർക്കിയിൽ നിന്നും തട്ടിപ്പ് സംഘം കത്ത് കൈക്കലാക്കി. തന്റെ പിതാവിന്റെ തനിനിറം മനസ്സിലാക്കിയ ദൽഗുർക്കി അവനെ വിചാരണ ചെയ്യുന്നു. അമ്മയുടെയും മകളുടെ സംരക്ഷണത്തിൽ നിന്നയാൾ ഒഴിഞ്ഞുമാറുന്നതായും അവൻ മനസ്സിലാക്കുന്നു. പണം ആവശ്യമുള്ളപ്പോൾ സെർജി പ്രഭുവിൽനിന്നും അവൻ കടം വാങ്ങുന്നു. ചൂതുകളിയിൽനിന്നു കിട്ടുന്ന വൻ തുകകൊണ്ടു അവൻ കടം വീട്ടുന്നു. ലിസ ഗർഭിണിയാണെന്ന് സെർജി പ്രഭുവിൽനിന്നും അവൾ ഗർഭം ധരിച്ചെന്നുമുള്ള വാർത്ത ഞെട്ടലോടെയാണ് അവൻ കേട്ടത്. കള്ളത്തരങ്ങളുടെ പേരിൽ പിന്നീട് പ്രഭ ജയിലിലായി. അപ്രതീക്ഷിതമായ പ്രതിബന്ധങ്ങളിലും തിരിച്ചടികളിലും തളരാതെ തന്റെ സ്വപ്നസാക്ഷാത്ക്കാരത്തിനായി അവൻ പ്രവർത്തിച്ചു.

നോവലിന്റെ അവസാനഭാഗമാകുമ്പോൾ കാതറീന ശ്രദ്ധകേന്ദ്രമായി മാറുകയാണ്. സോക്കോൾസ്കി പ്രഭുവിന്റെ മരണശേഷം കാതറീന ബൈറിംഗിനെ വിവാഹം കഴിക്കാൻ തീരുമാനിച്ചു. വെർസിലോവിനും അവളിൽ താല്പര്യം ജനിച്ചു. ആദ്യമൊക്കെ കാതറീനയുടെ അഹംഭാവത്തെ വെറുത്ത ദൽഗുർക്കിയും ഇപ്പോൾ അവളിൽ തല്പരനാണ്. കത്തിന്റെ പേരിൽ അന്നാ ആൻന്ദ്രേവും കാതറീനയും തമ്മിലടിച്ചു. കാതറീന്റെ രണ്ടാം വിവാഹത്തെപ്പറ്റി കേട്ടറിഞ്ഞ ലാംബർട്ട് അവളെ കരിതേച്ചു കാണിക്കാൻ അവളെഴുതിയ കത്തുമായി അവിടെത്തി. വലിയൊരുതുക അവളിൽനിന്നും ആവശ്യപ്പെട്ടു. രോഷാകുലയായ ആ സ്ത്രീ അവന്റെ നേരേ കാർക്കിച്ചുതുപ്പി. സമനില തെറ്റിയ അവൻ കൈത്തോക്കെടുത്ത് അവളെ വെടിവെക്കാൻ ഒരുങ്ങിയപ്പോൾ വെർസിലോവ് തോക്ക് പിടിച്ചു വാങ്ങി ലാംബർട്ടിനെ വെടിവെച്ചു വീഴ്ത്തി. പിന്നീട് സ്വയം വെടിവെച്ചു. രണ്ടുപേരും ബോധരഹിതരായെങ്കിലും പിന്നീട് രക്ഷപ്പെട്ടു. വെർസിലോവാകട്ടെ സ്വയം തെറ്റുകളേറ്റുപറഞ്ഞു പുതിയൊരു മനുഷ്യനായി മാറി.

ശക്തമായൊരു കഥയോ, ശില്പഭംഗിയോ *അപക്വയുവാവ്* കാഴ്ച വെക്കുന്നില്ല. മറ്റുനോവലുകളിലെന്നപോലെ പ്രധാനകഥാപാത്രങ്ങളുടെ ആശയങ്ങളിലും മാനസിക വ്യാപാരങ്ങളിലുമാണ് ദസ്തയേവ്സ്കി യുടെ താല്പര്യം. സങ്കീർണ്ണതകളും നിഗൂഢതകളും നിറഞ്ഞ മനുഷ്യമനസ്സ് എന്നും ഈ നോവലിസ്റ്റിന്റെ പ്രിയപ്പെട്ട വിഷയമായിരുന്നു. വിശേഷിച്ചു വ്യക്തിയുടെ ദ്വൈതഭാവവും (Double) സ്വത്വവിഭജനവും. സ്വന്തം അനുഭവങ്ങളിൽനിന്നും മാനസികാപഗ്രഥനത്തിൽനിന്നും രൂപപ്പെട്ട ആശയം. അതുകൊണ്ടുതന്നെ ദസ്തയേവ്സ്കിയിലെ തത്വ ചിന്തകനേക്കാൾ മനഃശാസ്ത്രജ്ഞനാണ് നമ്മെകൂടുതൽ ആകർഷി ക്കുന്നത്. മനുഷ്യ പ്രകൃതിയിലെ ദ്വന്ദവിഭജനത്തിൽ (Duality) ഈ എഴുത്തുകാരൻ തല്പരനായിരുന്നു. തന്റെ രചനകളിലെ ആവർത്തിക്കെ പ്പെടുന്ന പ്രമേയമായി അതുമാറി. ആദ്യകാലകൃതിയായ *Double (ഇരട്ട ഭാവം)* മുതൽ *കരമസോവസഹോദരന്മാർ* വരെയുള്ള കൃതികളിൽ പ്രധാന കഥാപാത്രങ്ങളെല്ലാം ഈ പ്രതിഭാസത്തിന്റെ പിടിയില മരുന്നതായി കാണാം. *ചെകുത്താന്മാരി*ലെ സ്റ്റാവ്റോജിനും *കുറ്റവും ശിക്ഷ*യിലെ റസ്ക്കൽനിക്കോവും *കരമസോവ് സഹോദരന്മാരി*ലെ ഐവാനും *അപക്വയുവാവിലെ* വെർസിലോവും സ്വത്വവിഭജനത്തിന്റെ വേദന പേറുന്നവരാണ്. ദസ്തയേവ്സ്കിക്ക് മുമ്പും പലകാല്പനിക എഴുത്തുകാരും ഇത്തരമൊരു 'പിളർപ്പിന്റെ വേദന' ആവിഷ്കരിച്ചിട്ടുണ്ട്. മനുഷ്യനിലെ 'വിരുദ്ധ ദ്വന്ദങ്ങളെപ്പറ്റി' എഴുതിയ ഹെഗൽ വ്യക്തിയിൽ മഹനീയവും അധമവുമായ ഭാവങ്ങൾ ഒരേസമയം വർത്തിക്കുന്നതായി പറഞ്ഞു. പിളർപ്പിലൂടെ ഏതെങ്കിലും ഒരു ഭാവം മറ്റേതിന്റെമേൽ മേൽ കൈ നേടുന്നതായി മനഃശാസ്ത്രജ്ഞർ പറയുന്നു. ദ്വന്ദസത്തയുടെ (Double) മനഃശാസ്ത്രപരവും തത്ത്വചിന്താപരവുമായ തലങ്ങൾ പലതരം വിശകലനങ്ങൾക്കും വിധേയമായിട്ടുണ്ട് "അപാരമായ ബുദ്ധി ശക്തികൊണ്ടും അതിശയകരമായ മേന്മകൊണ്ടും അനുഗ്രഹിക്കപ്പെട്ട മഹനീയ മഹത്ത്വമുൾക്കൊള്ളുന്ന മനുഷ്യജീവിയെനോക്കി" ഷേക്സ് പിയർ അത്ഭുതം കൂറി. എന്നാൽ ദസ്തയേവ്സ്കിയാകട്ടെ അധമനായി ജനിക്കുന്ന മനുഷ്യന്റെ പ്രഹേളികാ സ്വഭാവം നോക്കി അമ്പരന്നു. മനുഷ്യനിലെ ഇരുണ്ട പ്രകൃതിയിലാകൃഷ്ടനായി. മനുഷ്യമനസ്സിന്റെ അബോധ ഉപബോധതലങ്ങളിൽ അവനറിയാതെ പൈശാചികത അലിഞ്ഞു ചേർന്നിരിക്കുന്നതായും ചിലസമയങ്ങളിൽ അനിയന്ത്രിത മായതു വെളിയിൽ വരുന്നതായും ദസ്തയേവ്സ്കി വിശ്വസിച്ച സ്റ്റാവ്റോജിനും, റസ്ക്കൽ നിക്കോഫും, വെർസിലോവും ഉദാഹരണ ങ്ങൾ തന്റെ പല പ്രധാനകഥാപാത്രങ്ങൾക്കും സ്വന്തം ചുഴലിരോഗം പകർന്നു നല്കിയതുപോലെ 'സ്വത്വ വിഭജനവും' നല്കിയിട്ടുണ്ട് ഈ എഴുത്തുകാരൻ. എന്നാൽ *അപക്വയുവാവിൽ* മാത്രമാണ് ആദ്യവും, അവസാനവുമായി ഈ അത്ഭുത പ്രതിഭാസത്തെപ്പറ്റി ദസ്തയേവ്സ്കി മറനീക്കി സംസാരിക്കുന്നത്. വിഷയാസക്തനെങ്കിലും മര്യാദക്കാരനായ

വെർസിലോവ് അനിയന്ത്രിതമായ വികാരാവേഗത്തിൽ കൈത്തോക്കുമായി താൻ സ്നേഹിക്കുന്ന കാതറീനയെ വെടിവെക്കാൻ ഒരുമ്പെടുന്നതിനെപ്പറ്റി മകനും നായകനുമായ ദൽഗുർക്കി ഇങ്ങനെ പറയുന്നു. "തീർച്ചയായും ഞാൻ അതിനെ ഭ്രാന്തമായ ഒരു പ്രവൃത്തിയെന്ന് വിളിക്കില്ല. അവനല്പം പോലും ഭ്രാന്തില്ല. എന്നാൽ അവനിലെ double (അപരൻ) ആണ് അവനെ അതിന് പ്രേരിപ്പിച്ചത്. തീർച്ചയായും ഞാനങ്ങനെ വിശ്വസിക്കുന്നു. അപ്പോൾ പിന്നെ യഥാർത്ഥത്തിൽ എന്താണ് double. ഗൗരവമായ മാനസിക തകർച്ചയുടെ ആദ്യത്തെ അവസ്ഥയാണ് double (പിളർപ്പ്) എന്ന് ഞാൻ പിന്നീട് ഈ ആവശ്യത്തിനായി വായിച്ച ഒരു മെഡിക്കൽ റിപ്പോർട്ടിൽ നിന്നും മനസ്സിലാക്കി. നിയന്ത്രിച്ചില്ലെങ്കിൽ അതു വളരെ മോശമായ അവസ്ഥയിലെത്തിച്ചേരും. ഒരിക്കൽ അമ്മയുടെ അടുത്തുവെച്ച് യുക്തിവിചാരം വികാരങ്ങളിൽനിന്നും വേർപിരിയുന്നതിനെപ്പറ്റി അങ്ങേയറ്റം സത്യസന്ധതയോടവൻ പറഞ്ഞു." വ്യക്തിസത്തയുടെ ഒഴിച്ചുകൂടാൻ വയ്യാത്ത ഒരു ഭാഗമായി Double നെ ദസ്തയേവ്സ്ക്കി കണ്ടു. അതുകൊണ്ടുതന്നെ അതു ദസ്തയേവ്സ്കിയുടെ ആവർത്തിത വിഷയമായി മാറി. മനുഷ്യനിലെ ഓരോ വികാരത്തിനും അതിന്റെ വിപരീതഭാവവും അവനിൽ കുടികൊള്ളുന്നു. അവ യോജിച്ചും പിളർന്നും മുന്നോട്ടുപോകുന്നു. ദസ്തയേവ്സ്കിയാകട്ടെ തന്റെ മാനസികാവസ്ഥയെക്കുറിച്ച് അന്നയ്ക്കും, സഹോദരനുമെഴുതിയ കത്തുകളിൽ ഇങ്ങനെ കുറിച്ചിരുന്നു. "ഞാനിപ്പോൾ രണ്ടായി പിളർന്നിരിക്കുകയാണ്."

ദസ്തയേവ്സ്കി ശ്രേഷ്ഠനായ കഥാകാരൻമാത്രമല്ല, മഹാനായ മനഃശാസ്ത്രജ്ഞൻ കൂടിയായിരുന്നു എന്ന് 'Double' മുതലുള്ള പ്രധാ കഥകൾ വെളിപ്പെടുത്തുന്നു. ഒരു വിരുന്നു സൽക്കാരവേളയിൽ പുറത്താക്കപ്പെട്ട ഗല്യാദ്ക്കിൻ എന്ന പാവപ്പെട്ട ഉദ്യോഗസ്ഥന്റെ നിസ്സഹായതയും വിഹ്വലതകളുമാണ് *Double*ൽ വെളിപ്പെടുന്നത്. നിരാശനും ദു:ഖിതനുമായ അയാൾ വഴിയിൽവെച്ച് തന്റെ സാദൃശ്യം പേറുന്ന മറ്റൊരാളെ കണ്ടുമുട്ടുന്നു. അതുകൊണ്ട് അവനെ ജൂനിയർ ഗല്യാദ്ക്കിൻ എന്ന് വിളിക്കാം. ഓഫീസിൽ എത്തുന്ന സീനിയർ ഗല്യാദിക്കിനു മനഃശാന്തി നഷ്ടപ്പെടുന്നു. എന്തുകൊണ്ടെന്നാൽ ജൂനിയർ എല്ലാ ആളുകളുടെയും സ്നേഹാദരങ്ങൾ പിടിച്ചുപറ്റുന്നു. താൻ നിന്ദിതനും ബഹിഷ്കൃതനുമാണെന്നുമുള്ള തോന്നലിൽ അവന്റെ മാനസികനില ആകെ തകരുന്നു. താമസിയാതെ അയാൾ ഭ്രാന്തനായി മാറുന്നു. അയഞ്ഞമട്ടിൽ പരത്തിയാണ് ഈ കഥ നിർമ്മിച്ചിരിക്കുന്നത്. വ്യക്തിയുടെ ദ്വന്ദസത്ത കേന്ദ്രീകരിച്ചാണ് കഥ വികസിക്കുന്നത്. ഇരുണ്ടതും വിഭ്രാമകവുമായ അന്തരീക്ഷത്തിലാണ് കഥ വികസിക്കുന്നത്. ഗോഗോളിന്റെയും ഹോഫ്മാന്റെയും സ്വാധീനം ദർശിക്കാമെങ്കിലും കഥയുടെ മികവും, മൗലികതയും ആകർഷകമാണ്. ഇതൊരു പേടിസ്വപ്നത്തിന്റെ കഥയാണ്. ഗല്യാദ്ക്കിൻ ജൂനിയർ യഥാർത്ഥത്തിൽ

സീനയർ ഗല്യാദ്ക്കിന്റെ അബോധമനസ്സിന്റെ ഉല്പന്നം തന്നെയാണ്. അവന്റെതന്നെ അപകർഷതാബോധത്തിന്റെയും മോഹഭംഗത്തിന്റെയും മൂർത്തിമദ്ഭാവം. മനഃശാസ്ത്രജ്ഞന്റെ ഭാഷയിൽ പറഞ്ഞാൽ Hallucination. *Double*ൽ നിന്നും *കുറ്റവും ശിക്ഷയി*ലെത്തുമ്പോൾ ദ്വന്ദസത്ത പേറുന്ന റസ്കൽ നിക്കോവ് എന്ന വിദ്യാർത്ഥിയായ നായകനെ നാം കണ്ടുമുട്ടുന്നു. പണം പലിശയ്ക്കുകൊടുക്കുന്ന വൃദ്ധയായ അലീനയെ കൊലചെയ്തശേഷം രണ്ടായിപ്പിളരുകയാണ് റസ്കൽ നിക്കോവ്. യുക്തിയും ക്രൈസ്തവ വിശ്വാസവും അവനെ പങ്കിട്ടെടുക്കുന്നു. പിന്നെ യുക്തിയും വിശ്വാസവും തമ്മിലുള്ള ഏറ്റുമുട്ടലാണ് അവന്റെ അന്തരംഗത്തിൽ നടക്കുന്നത്. സോണിയയോടും അന്വേഷ ഉദ്യോഗസ്ഥനോടും സ്നേഹ-വിദ്വേഷത്തോടെ യാണവൻ പെരുമാറുന്നത്. ക്രിസ്തു സദൃശനായ *ഇഡിയറ്റി*ലെ പ്രിൻസ് മിഷ്കിനും രചയിതാവ് ഇരട്ട വ്യക്തിത്വമാണ് പകർന്നു നല്കുന്നത്. *ചെകുത്താന്മാരിലെ* സ്റ്റാവ്റോജിൻ 'സ്വത്വവിഭജനത്തിന്റെ' അമ്പരപ്പിക്കുന്ന രൂപമായാണ് വായനക്കാരെ നേരിടുന്നത്. ഉന്നതകുലജാതനും വിദ്യാസമ്പന്നനും, പുരോഗമനവാദിയുമായ അയാൾ ഏവരുടേയും ആദരവ് പിടിച്ചുപറ്റുന്നു. അതേ സമയം പാവപ്പെട്ട പെൺകുട്ടിയെ ഗർഭിണിയാക്കുകയും പാവപ്പെട്ട മുടന്തിയുമായുള്ള വിവാഹം രഹസ്യമായി സൂക്ഷിക്കുകയും പിന്നീട് അവളേയും സഹോദരനെയും കൊലചെയ്യാൻ ഒത്താശ ചെയ്യുകയും ചെയ്യുന്നു. നീചനും ക്രൂരനും കൂടിയാണ് അയാൾ മാന്യതയും നിഷ്ഠൂരതയും ഒരേസമയം അയാളിൽ ലയിച്ചിരിക്കുന്നു. *അപക്വയുവാവി*ലാണ് തന്റെ പ്രിയപ്പെട്ട 'ഡബിൾ' (ഇരട്ടഭാവം) സിദ്ധാന്തം മറനീക്കി പുറത്തുവരുന്നത്. ജാരസന്തതിയായ ഡോൻദൽഗുർക്കിയുടെ മാതാപിതാക്കളോടും സമൂഹത്തോടുമുള്ള ബന്ധങ്ങളുടെ കഥ പറയുന്ന നോവൽ വെർസിലോവ് എന്ന നായകന്റെ നിയമപരമായ പിതാവിന്റെ ഇരട്ടവ്യക്തിത്വത്തിലാണ് ഊന്നൽ നല്കുന്നത്. ആശയവാദിയും വിദ്യാസമ്പന്നനും, സ്ത്രീലമ്പടനുമായ അയാൾ ഭാര്യയെയും മകനെയും ഒരേസമയം സ്നേഹിക്കുകയും വെറുക്കുകയും ചെയ്യുന്നു. 'സ്വാഭാവികമായി മനുഷ്യൻ അധമ'നാണ് എന്ന് അയാൾ തെളിയിക്കുന്നു. സെർഗേപ്രഭു ഗർഭിണിയാക്കിയ ഭ്രാന്തിയെ വിവാഹം കഴിക്കാൻ അയാൾ ആഗ്രഹിക്കുന്നു. തനിക്ക് സ്നേഹം നിഷേധിക്കുന്ന കാതറീനയെ വെടിവെക്കാനൊരുമ്പെടുന്നു. "ഒരേസമയത്ത് രണ്ടു വിരുദ്ധവികാരങ്ങളെ സൗകര്യമായി എനിക്ക് അനുഭവിക്കാൻ കഴിയും. എന്റെ സ്വന്തം ഇച്ഛാശക്തിയിലൂടെയല്ലെങ്കിൽപോലും. എനിക്കറിയാം അതു അപമാനകരമാണെന്ന്" അവൻ സ്വയം വെളിപ്പെടുത്തുന്നു. മക്കാറിന്റെ മരണശേഷം കുറ്റബോധവും പാപബോധവും വെർസിലോവിന്റെ മാനസികനില തകർക്കുന്നു. വിചിത്രമായി സംസാരിക്കുന്ന അവന് എന്തോ കുഴപ്പമുണ്ടെന്ന് ആളുകൾ കരുതി. ആത്മപരിശോധനയ്ക്ക് വിധേയനാകുന്നു. വെർസിലോവ് ഇങ്ങനെ പറയുന്നു.

"യഥാർത്ഥത്തിൽ എനിക്കറിഞ്ഞുകൂടാ, എന്താണ് കുഴപ്പമെന്ന് ഞാൻ രണ്ടായിമുറിക്കപ്പെട്ടതുപോലെ എനിക്കനുഭവപ്പെടുന്നു. എന്റെയുള്ളിൽ ഒരാളുടെ രണ്ടാമത്തെ സത്ത നിലനില്ക്കുന്നതുപോലെയാണ് അനുഭവം. ഒന്ന് സ്വയം ബോധത്തോടും യുക്തിയോടും കൂടിയത്. എന്നാൽ മറ്റേ സത്ത തികച്ചും ബോധമില്ലാത്ത ചിലതെല്ലാം പ്രവർത്തിക്കുവാൻ പ്രേരിപ്പിക്കുന്നു. വെർസിലോവിന്റെ ഇത്തരം ഉൾപ്രേരണയാണ് മക്കാന്റെ പുണ്യാള വിഗ്രഹം രണ്ടായി തകർക്കാൻ അയാളെ പ്രേരിപ്പിച്ചത്. ഓരോ മനുഷ്യനിലും ഒരു 'ഡബിൾ' സ്ഥിതിചെയ്യുന്നുവെന്നും വെർസിലോവിന്റെ അന്തഃസംഘർഷങ്ങളും സങ്കടങ്ങളും ദ്വന്ദവിഭജനത്തിന് വിധേയനാകുന്ന ഏതൊരാളിന്റെയും ആന്തരികാവസ്ഥയാണെന്നും ദസ്തയേവ്സ്ക്കി സൂചിപ്പിക്കുന്നു. *കരമസോവ് സഹോദരന്മാരിലെ* ഐവാന്റെ സ്ഥിതി കുറേക്കൂടി സങ്കടകരമാണ്. സ്വത്വവിഭജനത്തിന്റെ ആഘാതത്തിൽ ചിത്തഭ്രമത്തിലും പേടി സ്വപ്നത്തിലുംപെട്ടു വെന്തുനീറുകയാണ് എവാൻ. പിതാവിനെ കൊലചെയ്തത് താനാണെന്നും എന്നാൽ ഐവാനാണതിനു പ്രേരിപ്പിച്ചതെന്നും അതിനാൽ കൊലപാതകി ഐവാൻതന്നെ ആണെന്നുമുള്ള സ്മെർഡിയാക്കോവിന്റെ വെളിപ്പെടുത്തൽ അവന്റെ സ്വത്വത്തെ രണ്ടായി കീറുന്നു. ചെകുത്താനും ദൈവവും അവനെ പങ്കിട്ടെടുക്കുന്നു. ചെകുത്താൻ പേടിസ്വപ്നമായി അവനെ സന്ദർശിക്കുന്നു. പിന്നീട് യുക്തിയും വിശ്വാസവും തമ്മിലുള്ള പൊരിഞ്ഞ പോരാട്ടമാണവനിൽ നടക്കുന്നത്. കുറ്റബോധത്താൽ സ്വയം വിചാരണയ്ക്കു വിധേയനായ ഐവാൻ ചെകുത്താനും, പേടി സ്വപ്നവും അവന്റെ തന്നെ ഹീനവും നിന്ദ്യവുമായ ഭാഗം തന്നെയെന്ന് ആവർത്തിച്ചു പറയുന്നു. സ്വന്തം അപരത്വത്തോടുള്ള കലഹം വേദനാജനകവും സങ്കടകരവുമാണ്. അതാണ് ഐവാന്റെ വേദനയും യാതനയും ധർമ്മസങ്കടവും. മനുഷ്യപ്രകൃതിയിലെ ദ്വന്ദസത്തയെപ്പറ്റി, 'സ്നേഹ–വിദ്വേഷ' ത്തെപ്പറ്റി ഇത്രയേറെ ആഴത്തിൽ പഠിച്ച മറ്റൊരു എഴുത്തുകാരൻ നമുക്കില്ല. തത്ത്വചിന്തകരെയും മനഃശാസ്ത്രജ്ഞന്മാരെയും അതിശയിപ്പിക്കുന്നതാണ് ദസ്തയേവ്സ്കിയുടെ നിരീക്ഷണങ്ങളും നിഗമനങ്ങളും.

ചെകുത്താന്മാരും (DEVILS) (ഭൂതാവിഷ്ടരും): വെളിപാട് പുസ്തകവും

ലോകസാഹിത്യത്തിലെ ഏറ്റവും ശ്രേഷ്ഠമായ രാഷ്ട്രീയ നോവലാണ് ദസ്തയേവ്സ്കിയുടെ *ചെകുത്താന്മാർ*. അതിലടങ്ങിയിരിക്കുന്ന രാഷ്ട്രീയ മോഹങ്ങളും, ചതിയും പകയും, മതാത്മകതയും ഒരേ സമയം നമ്മെ നടുക്കുകയും ആകർഷിക്കുകയും ചെയ്യുന്നു. ഭയവിഹ്വലതയോടും, ഭയഭക്തിയാദരവോടും മാത്രമെ ഭീതിദായകമായ ഈ നോവൽ വായിച്ചു തീർക്കാനാവൂ. അതു ചിത്രീകരിക്കുന്ന കിരാതത്വവും, നിഷ്ഠുരതയും കൊലപാതകങ്ങളും കൊള്ളിവെയ്പ്പുകളും ചിത്തഭ്രമങ്ങളും ആത്മഹത്യകളും, ആശയസംവാദങ്ങളും നമ്മെ വേട്ടയാടുന്നു. ഈ കൃതിയുടെ ശില്പഭംഗിയും കാവ്യാത്മകതയും പ്രവചന സ്വരവും എടുത്തുപറയേണ്ടതാണ്. സുവിശേഷവും വെളിപാടുപുസ്തകവും ഉചിതമായ ബിംബങ്ങളും കഥാഗതിക്കകമ്പടിസേവിക്കുന്നു. എല്ലാം ഒരു പേടിസ്വപ്നം പോലെയെങ്കിലും പ്രക്ഷുബ്ധത ശാന്തതയ്ക്കു വഴിമാറിക്കൊണ്ടാണ് നോവൽ അവസാനിക്കുന്നത് "ഞാനൊരു ദിവാസ്വപ്നത്തിൽനിന്ന്, വിഭ്രാന്തിയിൽനിന്ന് ഓടിപ്പോവുകയാണ്." ഞാൻ റഷ്യയെ കാണാൻ ഓടിപ്പോവുകയാണ്. പ്രധാന കഥാപാത്രമായ സ്റ്റെപാൻ പറയുന്നു. മറ്റൊരു കഥാപാത്രം മേരിയ പറയുന്നു "ഇതൊരു കടങ്കഥയാണ്, ഊഹിക്കുക." അതുകൊണ്ടുതന്നെ സ്തംഭിച്ചും വേപഥുപൂണ്ടും ഭയവിഹ്വലതകളോട് മാത്രമേ ഈ നോവലിലൂടെ കടന്നുപോകാനാവൂ. ദുരൂഹവും ദുർഗ്രാഹ്യവുമായ സ്വഭാവംകൊണ്ട് സാധാരണ വായനക്കാർക്കിതൊരു കീറാമുട്ടിയായി മാറുന്നു. എങ്കിൽപ്പോലും അതു നമ്മെ എളുപ്പത്തിൽ പിടിച്ചെടുക്കുന്നു. മറ്റൊരു നോവലും ഇതുപോലെ നമ്മെ അഗാധമായി സ്പർശിക്കുന്നില്ല. വിസ്മയിപ്പിക്കുന്നില്ല. ബോർഹസിന്റെ വാക്കുകൾ ഓർമ്മയിലെത്തുന്നു. ദസ്തയേവ്സ്കിയുടെ

ആദ്യ വായനാനുഭവം "എന്റെ നിഷ്കപടത നഷ്ടപ്പെട്ട നിമിഷത്തെ കുറിക്കുന്നു."

നിരവധിതവണ വെട്ടിയും തിരുത്തിയും എഴുതിയതാണ് *ചെകുത്താന്മാരെന്ന്* ദസ്തയേവ്സ്കിയുടെ നോട്ടുബുക്കുകൾ സാക്ഷ്യം വഹിക്കുന്നു. അതുകൊണ്ടുതന്നെ കലാമേന്മകൊണ്ടും ശില്പഭംഗികൊണ്ട് രചയിതാവിന്റെ സർഗ്ഗജീവിതത്തിലെ നാഴികക്കല്ലായി അതു മാറി. പാശ്ചാത്യ പരിഷ്കാരത്തിന്റെ വർണ്ണപ്രതിഭയിൽ മയങ്ങിപ്പോയ റഷ്യൻ വിപ്ലവകാരികളുടെ യുട്ടോപ്യൻ സ്വപ്നങ്ങളെ അപലപിക്കാനും ഭർത്സിക്കാനുമാണ് ദസ്തയേവ്സ്കി ഇവിടെ ഒരുമ്പെടുന്നത്. ആദ്യമായി അവരോട് മൃദുസ്വഭാവമാണ് ദസ്തയേവ്സ്കി പുലർത്തിയിരുന്നത്. ബക്കുനിന്റെ ഉറ്റഅനുയായി ആയിരുന്ന നെയ്ചേവിന്റെ നേതൃത്വത്തിൽ ഇവാനോവ് എന്ന വിദ്യാർത്ഥിയെ ഒറ്റുകാരനെന്നപേരിൽ യൂണിവേഴ്സിറ്റി ക്യാമ്പസിൽ വെച്ചു ദാരുണമായാണ് കൊലചെയ്തത് വിദേശത്തായിരുന്ന ദസ്തയേവ്സ്കി ഞെട്ടലോടാണ് ഇത് കേട്ടത്. ആ നിമിഷം നിഹിലിസ്റ്റുകളോടുള്ള അദ്ദേഹത്തിന്റെ വിദ്വേഷം ശത്രുതയായി ആളികത്തി. റഷ്യയിലെ വിപ്ലവകാരികൾ ആത്മീയാധ:പതനംകൊണ്ട് ചെകുത്താന്മാരായി മാറിയതായി ദസ്തയേവ്സ്കി വിശ്വസിച്ചു. അതുകൊണ്ട് തന്റെ സ്ഫോടക ശക്തിയുള്ള വാക്കുകൾ നിഹിലിസ്റ്റുകളെ പ്രഹരിക്കാൻ ഉപയോഗിച്ചു. അങ്ങനെ രചിക്കപ്പെട്ടതാണ് *ചെകുത്താന്മാർ.* വാക്കുകൾകൊണ്ടുള്ള ചാട്ടവാറടി. വെറുപ്പിന്റെയും വിദ്വേഷത്തിന്റെയും പകയുടെയും വഞ്ചനയുടെയും മാത്രമല്ല പൈശാചികതയുടെയും വിഷയാസക്തിയുടെയും അധികാരതൃഷ്ണയുടെയും ഭയപ്പെടുത്തുന്ന വിചിത്രമായൊരു ലോകമാണീ നോവൽ കാഴ്ചവെക്കുന്നത്. ഉചിതമായ വാക്കുകളിലൂടെയും മിത്തുകളിലൂടെയും രൂപകങ്ങളിലൂടെയും സൂചകങ്ങളിലൂടെയുമാണ് അത്തരമൊരന്തരീക്ഷം സൃഷ്ടിക്കപ്പെടുന്നത്. 'വെളിപാടു പുസ്തകത്തിന്റെ' അന്തരീക്ഷം നോവലിന് പശ്ചാത്തലമൊരുക്കുന്നു. നെയ്ചേവ് സംഭവം ലൂക്കാസിന്റെ സുവിശേഷത്തിലെ പന്നികളെപ്പറ്റിയുള്ള പരാമർശവുമായി അഴിയാത്തവിധം ഇവിടെ ഘടിപ്പിച്ചിരിക്കുന്നു. നെയ്ചേവിന്റെ ക്രൗര്യവും പൈശാചികതയും ഊറ്റിയെടുത്താണ് പീറ്റർ വെർഹേൻസ്കിയെ സൃഷ്ടിച്ചിരിക്കുന്നത്. ഇവാനോവിന്റെ നിഷ്ക്കളങ്കതയും ആദർശനിഷ്ഠയും ഷാട്ടോക്ക് നല്കുന്നു. പ്രധാന കഥാപാത്രങ്ങളായ സ്റ്റിപാനും പീറ്ററും സ്റ്റാവ്റോജിനും ഷാട്ടോവും ലിബിയാട്ക്കിനും ഷിഗലോവും ലിസാവെറ്റയും വെർജിസസ്കിയും ലിപുട്ടിനും ചെകുത്താന്റെ പ്രതിരൂപങ്ങളാണ് പീറ്ററെ ഒരു ബുദ്ധിയുള്ള സർപ്പമായി ചിത്രീകരിക്കുമ്പോൾ നാം ചെകുത്താനെയാണോർക്കുന്നത്. "അവന്റെ നാക്ക് ഒരു പ്രത്യേകതരമാണ്. അതുനീണ്ട് മെലിഞ്ഞതാണ്... കടും ചുമപ്പും അങ്ങേയറ്റം മൂർച്ചയുള്ളതും. അതവൻ അറിയാതെ നിരന്തരമായി ചലിപ്പിച്ചുകൊണ്ടിരിക്കുന്നു." പീറ്ററെപ്പറ്റിയുള്ള കഥാകാരന്റെ ഈ വാക്കുകൾ വായ

ക്കാരിൽ അറപ്പും വെറുപ്പും ഭയവുമാണുയർത്തുന്നത്. മനുഷ്യരാശിക്ക് നാശം വിതയ്ക്കാൻ ഇറങ്ങിത്തിരിച്ച ഒരു ചെകുത്താൻ സ്റ്റാവ് റോജിനെ ആർത്തിയുള്ള ഒരു ചെന്നായയായാണ് ഷാട്ടോവ് കാണുന്നത്. കൊച്ചുകുട്ടിയുടെ മാനംകവർന്ന, പാവപ്പെട്ട പെൺകുട്ടിയെ വിവാഹ ത്തിലൂടെ വഞ്ചിച്ച ക്രൂരൻ. ഷിഗലോവിന്റെ ഉന്തിയ നീണ്ടചെവികൾ ഒരു മൃഗത്തെ ഓർമ്മിപ്പിക്കുന്നു. പലപേരുകളും പക്ഷികളെയും മൃഗ ങ്ങളെയും ഓർമ്മിപ്പിക്കുന്നു. ഭയവും വെറുപ്പും സൃഷ്ടിക്കുന്ന അന്തരീ ക്ഷമാണെവിടെയും.

നോവലിലെ ദുരന്തങ്ങളുടെ നീണ്ടനിര 'വെളിപാടുപുസ്തക'ത്തിലെ ഭീതിജനകവും ദുരന്തപൂർണ്ണവുമായ അന്തരീക്ഷത്തെയാണോർ മ്മിപ്പിക്കുന്നത്. 'വെളിപാടു പുസ്തകം' സമർത്ഥമായും കലാപരമായും നോവലിന്റെ പ്രധാന കഥാപാത്രങ്ങളുമായും സംഭവങ്ങളുമായും വിള ക്കിച്ചേർത്തിരിക്കുന്നു. ലൂക്കാസിന്റെ സുവിശേഷം വായിച്ചുകഴിഞ്ഞ പ്പോൾ, വെളിപാട് പുസ്തകം വായിക്കാനാണ് സ്റ്റെപാൻ സോഫിയയോ ടാവശ്യപ്പെടുന്നത്. മരണത്തോടടുക്കുന്ന രോഗിയായ സ്റ്റിപാന് ലഭിക്കുന്ന ദൈവസമ്മാനമാണ് ബൈബിൾ വില്പനക്കാരി സോഫിയയും ബൈബിളും. ഒരു മാലാഖയായി മാറിയ സോഫിയയ്ക്കുമുമ്പിൽ അവൻ കുമ്പിടുന്നു. അങ്ങനെ മതാനുഭൂതികളുടെ അന്തരീക്ഷത്തിലാണ് നോവൽ അവസാനിക്കുന്നത്. "മാപ്പു കൊടുക്കുക, ഓരോരുത്തരും എല്ലാവർക്കുംവേണ്ടി മാപ്പു നല്കുക. നാമെല്ലാം തെറ്റു ചെയ്തിട്ടുണ്ട്" സ്റ്റീപാൻ ഏറ്റു പറയുന്നു. അതിലെ മൃഗത്തിന്റെ വരവും വ്യാജപ്രവാച കൻ ആകാശത്തുനിന്നു ഭൂമിയിലേക്ക് പതുക്കെ പതുക്കെ നീങ്ങുന്നതും മൃഗത്തിന്റെയും പാമ്പിന്റെയും സ്വഭാവമുള്ള സ്റ്റാവ്റോജിനെയും പീറ്ററെയും ആണ് ഓർമ്മിപ്പിക്കുന്നത്. വെളിപാട് പുസ്തകത്തിലെ നാശത്തിന്റെ പ്രവചനംപോലെ, നിരീശ്വരവാദികളും പാശ്ചാത്യവല്ക്ക രിക്കപ്പെട്ട റഷ്യക്കാരും റഷ്യയുടെ നാശത്തിലേക്കു കൊണ്ടുപോകുമെന്ന് ദസ്തയേവ്സ്ക്കി വിശ്വസിക്കുന്നു.

അന്തരീക്ഷ നിർമ്മിതിയിൽ മാത്രമല്ല പാത്രനിർമ്മിതിയിലും അസാ ധാരണമായ മികവാണ് ദസ്തയേവ്സ്കി പ്രകടിപ്പിക്കുന്നത്. കഥാനായ കനായ സ്റ്റാവ്റാജിനും പ്രധാന കഥാപാത്രങ്ങളായ പീറ്ററും, ഷാട്ടോവും കിറിലോവും സ്റ്റിപാനും മാത്രമല്ല, ഷിഗലോവും, വെർജിൻസിക്കിയും ലിയാംഷിനും മനസ്സിൽ തങ്ങുന്ന കഥാപാത്രങ്ങളാണ്. ഹാസ്യാത്മക മായി അയഞ്ഞ മട്ടിൽ തുടങ്ങുന്ന നോവൽ ക്രമേണ തീക്ഷ്ണമായ ആശയ സംഘർഷങ്ങളിലേക്കും സംവാദങ്ങളിലേക്കും ദുരന്തങ്ങളി ലേക്കും നീങ്ങുന്നു. എങ്കിലും പാപമുക്തിയുടെയും ആത്മീയ സമൃദ്ധിയുടെയും മതാനുഭൂതികളുടേതുമായ അന്തരീക്ഷത്തിലാണ് നോവൽ അവസാനിക്കുന്നത്. ഗ്രീക്കു ദുരന്തകാവ്യങ്ങളെ ഓർമ്മിപ്പിക്കുന്ന ഭീകരാന്തരീക്ഷമാണ് നോവലിന്റേതെങ്കിലും സുവിശേഷവായനയുടെ പാരായണസുഖമാണ് നോവൽ പ്രദാനം ചെയ്യുന്നത്.

പ്രമേയപരവും ആഖ്യാനപരവുമായ സവിശേഷതകൾകൊണ്ട് മൗലികതപേറുന്ന ഈ കൃതിയെ ആദ്യത്തെ ആധുനിക നോവലെന്ന് ന്യായമായി വിളിക്കാം. ടോൾസ്റ്റോയി, ഡിക്കൻസ്, താക്കറെ ജോയ്സ് പ്രൂസ്റ്റ് എന്നിവരെപ്പോലെ റിയലിസ്റ്റിക് കഥനരീതിയുടെ പ്രയോക്താവായിരുന്നു ദസ്തയേവ്സ്കിയും. എന്നാൽ തത്ത്വചിന്തകനും മനഃശാസ്ത്രജ്ഞനുമായ ഈ എഴുത്തുകാരൻ റിയലിസ്റ്റിക് രചനാരീതികളുടെ പരിമിതികളെ തിരിച്ചറിഞ്ഞുകൊണ്ട് മിത്തുകൾ, സ്വപ്നങ്ങളും ബിംബങ്ങൾ, പ്രതീകങ്ങൾ, സൂചകങ്ങൾ എന്നിവയിൽ കൂടികഥാപാത്രങ്ങളുടെ അന്തർഗ്ഗതങ്ങളും ആന്തരികാന്തരീക്ഷവും മനോവ്യാപാരങ്ങളും വെളിപ്പെടുത്താനാണ് ശ്രമിച്ചത്. അതുകൊണ്ടുതന്നെ *ചെകുത്താന്മാർ* ദസ്തയേവ്സ്കിയുടെ കലാപരമായ ഏറ്റവും വലിയ വിജയമായി. ആധുനികകാലത്ത് ഭാവുകത്വ വ്യതിയാനത്തിന് നാന്ദികുറിച്ച ടി എസ് എലിയട്ടിന്റെ *തരിശുഭൂമി* ചെകുത്താന്മാരോട് എത്രമാത്രം കടപ്പെട്ടിരിക്കുന്നുവെന്ന് സൂക്ഷ്മവായനക്കാർ മനസ്സിലാക്കും. ഇതൊക്കെയാണെങ്കിലും വേണ്ടത്ര നിരൂപണശ്രദ്ധ ഈ ശ്രേഷ്ഠ നോവലിന് ലഭിച്ചില്ല. ഹെർമൻ ഹെസ്സെയും ആന്ദ്രേഷീതും തോമസ്മന്നും മിഡിൽറ്റൺ മറിയും സിഗ്മണ്ട് ഫ്രോയിഡും, *കരമസോവ് സഹോദരന്മാർ, കുറ്റവും ശിക്ഷയും, ഇഡിയറ്റ്* എന്നീ നോവലുകളെപ്പറ്റി വിശദപഠനങ്ങൾ നടത്തിയെങ്കിലും *ചെകുത്താന്മാർക്ക്* വേണ്ടത്ര പരിഗണന അവർ നല്കിയില്ല. എന്നാൽ ആൽബേകമ്യു മാത്രമാണ് അതിന്റെ തത്ത്വചിന്താപരവും മനഃശാസ്ത്രപരവുമായ തലങ്ങളെ അപഗ്രഥിക്കാൻ തയ്യാറായത്. ഒരു രാഷ്ട്രീയനോവലെന്നതിലുപരി അസാധാരണമായ ആഖ്യാന ഭംഗിയും കാവ്യാത്മകതയും ആഴമേറിയ തത്ത്വചിന്തയും മനഃശാസ്ത്രപരമായ ഉഴക്കാഴ്ചയുമാണ് *ചെകുത്താന്മാരെ* വ്യത്യസ്ഥമാക്കുന്നതെന്ന് കമ്യൂ നിരീക്ഷിച്ചു. “മറ്റൊരു കഥയും മനുഷ്യാത്മാവിന്റെ ദു:ഖകരമായ അവസ്ഥ അത്രയും ഹൃദയാവർജ്ജകമായി വർണ്ണിച്ചിട്ടില്ല. മനുഷ്യന്റെ അധികാരമോഹം, ക്ഷമിക്കാനുള്ള കഴിവ്, തന്നെയും മറ്റുള്ളവരെയും വഞ്ചിക്കാനുള്ള അവന്റെ പാടവം, ഒരു വിശ്വാസ പ്രമാണത്തോടുള്ള അവന്റെ സ്നേഹം, അതിനോടുള്ള വെറുപ്പ്, അതിനുവേണ്ടിയുള്ള ദാഹം, അവന്റെ പവിത്രവും അപവിത്രവുമായ ആസക്തികൾ - അവയെല്ലാം ഒന്നിച്ചു നിലകൊള്ളുന്നതാണെന്നും, രാഷ്ട്രീയ മോഹങ്ങളും വഞ്ചനകളും, മരണവും കൂടിക്കലർന്ന സാധാരണ ജീവിതകഥയുടെ നൂലാമാലകളിൽ വേരുറപ്പിച്ച് നിലനില്ക്കുന്നുവെന്നും ദസ്തയേവ്സ്കി തിരിച്ചറിഞ്ഞു.” ഓർഹൻ പാമുക് നിരീക്ഷിച്ചു. തീവ്രവാദികളും, ഭീകരവാദികളും നാടിന്റെ സമാധാന അന്തരീക്ഷം തകർക്കുന്ന വർത്തമാനകാലത്ത് *ചെകുത്താന്മാരുടെ* പ്രസക്തി ഏറെയാണ്.

ആത്മനിന്ദയുടെ ഹർഷാതിരേകം

"വിഡ്ഢിയായ ഒരുത്തനുമാത്രമെ സ്വയം നിന്ദിക്കാതിരിക്കാൻ കഴിയൂ." ദസ്തയേവ്സ്കി ഒരിക്കലെഴുതി സമൂഹത്തിൽ നിന്നും സ്വയം ബഹിഷ്കൃതനായ ഒരു പാവപ്പെട്ട നാല്പതുകാരനാണ് ദസ്തയേവ്സ്കിയുടെ *അധോതലക്കുറിപ്പുകളിലെ* (Notes From undergound) നായകൻ സമൂഹത്തിന്റെ അംഗീകൃത നിയമങ്ങളോടുള്ള എതിർപ്പും, അമർഷവും വിദ്വേഷവും തീക്ഷ്ണമായ വാക്കുകളിൽ പ്രകടിപ്പിക്കുന്ന അവൻ അവഗണയിലും, ആത്മനിന്ദയിലും ആനന്ദനൃത്തം ചെയ്യുന്നു. താനൊരു 'എലിയെപ്പോലെ മാളത്തിൽ' കഴിയുകയാണെന്ന് അവൻ പറയുന്നു. നാല്പതാം വയസ്സിലെത്തിയ അയാൾ നാല്പതു വയസ്സിനു മുകളിൽ ജീവിക്കുന്നത് അപമാനകരമാണെന്ന് പ്രഖ്യാപിക്കുന്നു. 1864 ൽ രചിക്കപ്പെട്ട ഈ പുസ്തകം അക്കാലത്ത് വേണ്ടത്ര നിരൂപണ ശ്രദ്ധ പിടിച്ചെടുത്തില്ല. എന്നാൽ ഇരുപതാം നൂറ്റാണ്ടിന്റെ ആരംഭംമുതൽ വായനക്കാരും വിമർശകരും വലിയ പ്രധാന്യമാണ് ഈ കൃതിക്ക് നല്കിയത്. ദസ്തയേവ്സ്കിയുടെ സാഹിത്യ ജീവിതത്തിലെ വഴിത്തിരിവായി ഈ കൃതി മാറി. കൊടിയ ദുരിതങ്ങൾക്കും സങ്കടങ്ങൾക്കുമിടയിൽ രചിക്കപ്പെട്ടതാണിത്. ക്ഷയരോഗിയായ ഭാര്യ മരിയചുമച്ച് രക്തം ഛർദ്ദിച്ച് അടുത്തമുറിയിൽ, അവരുടെ മകൻ പോളിന്റെ ധൂർത്തു നിറഞ്ഞ ജീവിതം, കാമുകിയായ സുസ്ലോവയുടെ കൊടിയ വഞ്ചന, ചുഴലിരോഗത്തിന്റെ ആക്രമണം, യൂറോപ്യൻ യാത്രയിലെ ചൂതുകളിയിൽ വലിയ പണം നഷ്ടം, മിഖായേലിന്റെ കടബാദ്ധ്യത എല്ലാംകൂടി അദ്ദേഹത്തെ വരിഞ്ഞുമുറുക്കി. എങ്കിലും സർഗ്ഗശക്തി തളർന്നില്ല. യൂറോപ്പിലും റഷ്യയിലും താൻ കണ്ടതും അനുഭവിച്ചതും മാത്രമല്ല തന്റെ നിലപാടുകളിലും വീക്ഷണങ്ങളിലുമുള്ള വ്യതിയാനങ്ങളുമാണ് ഇവിടെ ആവിഷ്കരിച്ചിരിക്കുന്നത്. എങ്കിലും പെട്ടെന്നുള്ള പ്രേരണയായത് ചെർണേഷെവ്സ്കിയുടെ *What is to be done* എന്ന കൃതിതന്നെ.

യുക്തിയും ശാസ്ത്രവും നന്മയും ചേർന്നാൽ ക്ഷേമരാഷ്ട്രം നിർമ്മിച്ചെടുക്കാമെന്ന് ചെർണേഷെവ്സ്കി എന്ന റാഡിക്കൽ ചിന്തകൻ ഇവിടെ വെളിപ്പെടുത്തുന്നു. റഷ്യയിലെ പാശ്ചാത്യവൽക്കരിക്കപ്പെട്ട ചെറുപ്പക്കാർ ഈ ചിന്തകന്റെ അനുയായികളായി മാറി. ഇതിനെതിരെയുള്ള ദസ്തയേവ്സ്കിയുടെ ആത്മരോഷമാണിവിടെ അണപൊട്ടിയൊഴുകുന്നത്.

രണ്ടുഭാഗങ്ങളായാണ് *അധോതല ഓർമ്മകൾ* നിർമ്മിക്കപ്പെട്ടിരിക്കുന്നത്. ആദ്യഭാഗം ലേഖന രൂപത്തിലാണ്. അവഗണനയിലും അപകർഷതയിലും ആനന്ദം അനുഭവിക്കുന്ന ബഹിഷ്കൃതന്റെ ജീവിതത്തെപ്പറ്റിയുള്ള കാഴ്ച്ചപ്പാടുകളും സിദ്ധാന്തങ്ങളുമാണാദ്യഭാഗത്ത്. തന്റെ ആശയങ്ങൾക്ക് ഉപോൽബലകമായ ചില ജീവിതസന്ദർഭങ്ങളാണ് രണ്ടാം ഭാഗത്തിൽ. 'ഇപോക്കിൽ' പ്രസിദ്ധീകരിച്ച കൃതി ഇങ്ങനെയാണ് തുടങ്ങുന്നത്.

"ഞാൻ രോഗാവസ്ഥയിലാണ്. ഞാൻ ഒരു വിദ്വേഷിയായ മനുഷ്യനാണ്. എന്റെ പ്ലീഹയിൽ എനിക്കൊരു വേദന അനുഭവപ്പെടുന്നു. യഥാർത്ഥത്തിൽ എന്റെ വേദന എന്തെന്നെനിക്കറിഞ്ഞുകൂടാ. വേദന യഥാർത്ഥത്തിൽ എന്താണെന്നുപോലും എനിക്കറിഞ്ഞുകൂടാ. ഞാൻ മരുന്നുകൾ നിരസിക്കുന്നെങ്കിൽ അത് വെറുപ്പും പകയും കാരണമാണ്. ഞാൻ പറയട്ടെ എനിക്ക് പ്ലീഹയിൽ വേദന അനുഭവപ്പെടുന്നു. അതു കുറച്ചുകൂടി വലിയ വേദന ആയിക്കോട്ടെ നിരാശയും ദു:ഖവും വലിയ സന്തോഷമാണ് നല്കുന്നതെന്നും അവൻ പറയുന്നു. മനുഷ്യനെ സ്നേഹിക്കുന്നവരാൽ നിർമ്മിക്കപ്പെട്ട സാമൂഹികാവസ്ഥയെ തകർക്കണമെന്ന് ഒരു റിബലിനെപ്പോലെ അവൻ പ്രഖ്യാപിക്കുന്നു. ഞാൻ ദരിദ്രനാണ്, എങ്കിലും മാന്യത അർഹിക്കുന്നു അവൻ പ്രഖ്യാപിച്ചു. നിർമ്മാണത്തിനു മാത്രമല്ല നശിപ്പിക്കാനുള്ള പ്രവണതയും മനുഷ്യനിൽ ശക്തമാണെന്നയാൾ വിശ്വസിക്കുന്നു. രണ്ടും രണ്ടും നാലെന്ന കണക്കുശാസ്ത്രത്തിന്റെ യുക്തിഭദ്രതയെ അയാൾ അംഗീകരിക്കുന്നില്ല. യുക്തിചിന്തയുടെ സർവ്വാധിപത്യത്തെ അവൻ ചോദ്യം ചെയ്യുന്നു. അടിസ്ഥാനപരമായി നോക്കിയാൽ മനുഷ്യൻ മടയനും നന്ദികെട്ടവനുമാണ്. ആത്മനിന്ദയിൽ അമിതമായ ആനന്ദമാണവൻ കണ്ടെത്തുന്നത്. സൃഷ്ടികളിൽ ഏറ്റവും നന്ദികേടുകാണിക്കുന്നവനും മനുഷ്യൻ തന്നെ. യുക്തിയെയല്ല സ്വന്തം ഇച്ഛയെയാണ് മനുഷ്യൻ അംഗീകരിക്കേണ്ടത്, അവൻ പറയുന്നു.

"സ്വതന്ത്രമായി തിരഞ്ഞെടുക്കാനുള്ള സ്വാതന്ത്ര്യമാണ് മനുഷ്യനാവശ്യം. ആ സ്വാതന്ത്ര്യത്തിനെന്തു വില കൊടുക്കേണ്ടിവന്നാലും" അവൻ ഉറക്കെ പ്രഖ്യാപിക്കുന്നു. തത്ത്വചിന്തയിലേക്കു കടക്കുമ്പോൾ ഭൂഗർഭമനുഷ്യൻ യുക്തിചിന്തയ്ക്കെതിരെ ആഞ്ഞടിക്കുന്നു. "മനുഷ്യപ്രകൃതിയുടെ യുക്തിപരമായ വശത്തെ മാത്രമെ യുക്തിവിചാരം തൃപ്തിപ്പെടുത്തുന്നുള്ളു. എന്നാൽ സ്വതന്ത്രചിന്തയാകട്ടെ മൊത്തം വ്യക്തിത്വത്തിന്റെയും പ്രതിഫലനമാണ് അതായത് യുക്തിചിന്തയും മറ്റു വിചാരവികാരങ്ങളും ചേർന്നുള്ള മൊത്തം ജീവിതം." "മനുഷ്യൻ അധമനും പീഡകനും കാപട്യം നിറഞ്ഞവനുമാണെന്ന് അധോലോക മനുഷ്യൻ

ആവർത്തിക്കുന്നു'' “എല്ലാത്തരം സമൃദ്ധിയും മനുഷ്യന് നല്കുക. അപ്പോഴും അവൻ വൃത്തികെട്ട ട്രിക്കുകൾ പ്രയോഗിക്കും. അപ്പോഴും മനുഷ്യർ മനുഷ്യർ തന്നെയാണ്. പിയാനോയുടെ താക്കോൽ അല്ല. അപ്പോഴും അവൻ എല്ലാത്തരം അവ്യവസ്ഥയിലും നാശീകരണ പ്രവൃത്തികളിലും, കഷ്ടപ്പാടുകളിലും ഏർപ്പെടും. താനൊരു മനുഷ്യ ജീവിയാണെന്നും പിയാനോയിലെ വെറും കീ മാത്രമല്ലെന്നും സ്വയം വിശ്വസിപ്പിക്കാൻ ശ്രമിക്കും.'' “മനുഷ്യൻ നിസ്സാരനായ ഒരു വിചിത്ര ജീവിയാണ് അവൻ ചില സമയങ്ങളിൽ വികാരാവേശത്തോടെ വേദനയെ പുണരുന്നു.'' വസ്തുക്കളെ എറിഞ്ഞുടക്കുന്നത് സന്തോഷം നല്കുന്ന കാര്യമാണ്. ചുരുക്കത്തിൽ നാശത്തിന്റെയും വിദ്വേഷത്തിന്റെയും ക്രോധത്തിന്റെയും വേദനയുടെയും പ്രവാചകനായി മാറുകയാണ് ഭൂഗർഭ മനുഷ്യൻ. പരിഷ്കാരം മനുഷ്യനെ നന്മയുള്ളവനാക്കില്ലെന്ന് നെപ്പോളിയനെയും, ക്ലിയോപാട്രയെപ്പറ്റി പറഞ്ഞുകൊണ്ട് *ഒളിത്താവളമനുഷ്യൻ* സമർത്ഥിക്കുന്നു. ക്ലിയോപാട്ര സന്തോഷത്തിനും, രസിക്കാനം സഹായികളായ സ്ത്രീകളുടെ മുലകളിൽ സൂചി തറപ്പിച്ച് രക്തം ഒഴുക്കിയതായി അവൻ പറയുന്നു ആത്മകഥ ഒരിക്കലും സത്യസന്ധമായിരിക്കില്ലെന്ന് ഹെയ്നെയും റൂസ്സോയെയും ഉദ്ധരിച്ചുകൊണ്ട് അവൻ പറയുന്നു.

ഒളിത്താവള മനുഷ്യൻ നേരിടുന്ന അവഗണനയും പീഡനവുമാണ് രണ്ടാം ഭാഗത്തിലെ ഉള്ളടക്കം. സ്വന്തം മുഖത്തെ വെറുക്കുന്ന “അവൻ ഒരു നല്ല മനുഷ്യൻ ഭീരുവും അടിമയുമാകണമെന്ന്'' നിഷ്കർഷിക്കുന്നു. അവന് സ്നേഹബന്ധങ്ങളില്ലായിരുന്നു. മിക്കപ്പോഴും ഏകാകി. കൂടുതൽ സമയവും വായനയിലും ദിവാസ്വപ്നത്തിലം മുഴുകിക്കഴിഞ്ഞു. വായനയിൽ ലഹരികണ്ടെത്തിയ അവൻ സന്തോഷവും വേദനയും അനുഭവിച്ചു. നിരാശയിലും ഒറ്റപ്പെടലിലും കഴിഞ്ഞ അവൻ ഒളിത്താവളങ്ങളിൽ അങ്ങോട്ടുമിങ്ങോട്ടും ആരുംകാണാതെ നടന്നു. ഒരുദിവസം അവിചാരിതമായി പഴയ സ്കൂൾ ചങ്ങാതിമാരെ കാണാനിടയായി. അവന്റെ താഴ്ന്നസ്ഥിതിയും വൃത്തികെട്ട വസ്ത്രവും അവരുടെ നിന്ദയ്ക്കും അവഗണനയ്ക്കും പാത്രമായി. പിന്നീട് സെർക്കോവ് എന്ന സഹപാഠിയുമായി ഏറ്റുമുട്ടുന്നു. അവനെ ദ്വന്ദയുദ്ധത്തിനു ക്ഷണിക്കുന്നു. എന്നാൽ ദുർബ്ബലനായ അയാൾക്കതൊന്നും കഴിയുന്നില്ല. ഒരുദിവസം മോശപ്പെട്ട ഒരു സത്രത്തിനടുത്തുകൂടി പോകുമ്പോൾ ഒരാൾ ജനാലയിൽക്കൂടി എടുത്തെറിയപ്പെടുന്നത് അവൻ കാണാനിടയായി. അപ്പോൾ ബഹിഷ്കൃതനായ അവനും അങ്ങനെ എടുത്തെറിയപ്പെടണമെന്നും അപമാനിക്കപ്പെടണമെന്നും ആഗ്രഹിക്കുന്നു. മുറിയിൽ കയറാനൊരുങ്ങിയ അവനെ ഒരുദ്യോഗസ്ഥൻ ഒരു കീടത്തെ എന്നപോലെ പുറത്തേക്കു വലിച്ചെറിയുന്നു. കയ്പ്പേറിയ ആ അനുഭവവും അവഗണനയും ഒരു മുറിവായി അവന്റെയുള്ളിൽ നീറിപ്പുകഞ്ഞു. പിന്നീട് അവൻ ലിസ എന്ന പെൺകുട്ടിയെ കണ്ടുമുട്ടുന്നു. അനാഥനായ അവൻ തന്റെ ദുരിതപൂർണ്ണമായ ജീവിതത്തെപ്പറ്റി അവളോട് പറയുന്നു. മോശം സ്വഭാവക്കാരിയായ അവളോട് വേശ്യാവൃത്തിയെപ്പറ്റി പറയുകയും അവളെ

നന്നാക്കിയെടുക്കാൻ ആഗ്രഹിക്കുകയും ചെയ്യുന്നു. അവളെ വിവാഹം കഴിച്ച് അന്യദേശത്തു താമസിക്കുന്നതിനെപ്പറ്റി സ്വപ്നം കാണുന്നു. തനിക്കു നേരിടേണ്ടിവന്ന പീഡനവും അവഗണനയും അവളുടെമേൽ കെട്ടിവെക്കുന്നു. അവളെ മാനസികമായി പീഡിപ്പിക്കുന്നു. അവൾ അവന്റെ മേൽവിസാവുമായി പോകുന്നെങ്കിലും വീണ്ടും അവർ കണ്ടുമുട്ടുന്നു. അവൾ നല്ലവളാകാൻ തീരുമാനിച്ചെന്ന് അവനെ അറിയിച്ചെങ്കിലും അവനതു വിശ്വസിച്ചില്ല. അവൻ കൊടുക്കുന്ന അഞ്ചു റൂബിൾ അവൾ വലിച്ചെറിയുന്നു.

അധോലോകക്കുറിപ്പുകൾ ഒരു മാനസികാപഗ്രഥനനോവലാണ്. *കുറ്റവും ശിക്ഷ*യുടെയും *കരമസോവ് സഹോദരന്മാരുടെ*യും ബീജം ഇവിടെ കാണാം. മനുഷ്യപ്രകൃതിയുടെ ദ്വന്ദസ്വഭാവത്തെപ്പറ്റി *Double* ൽ തുടങ്ങിയ വിചാരങ്ങൾ ഇവിടെ കൂടുതൽ ശക്തി പ്രാപിക്കുന്നു. അധോലോക മനുഷ്യൻ ഒരു Double തന്നെ. ഒരു പുസ്തകത്തെപ്പോലെ സംസാരിക്കുന്ന അവൻ സ്നേഹത്തിന്റെയും വെറുപ്പിന്റെയും ഇരിപ്പട മാണ്. സാഡിസവും മസോക്കിസവും അവനിൽ ലയിച്ചിരിക്കുന്നു. ലിസയെ ഒരേസമയം അവൻ സ്നേഹിക്കുകയും പീഡിപ്പിക്കുകയും ചെയ്യുന്നു. ഒറ്റപ്പെട്ടവന്റെയും വെറുക്കപ്പെട്ടവന്റെയും ശബ്ദമാണവന്റേത്. അതുകൊണ്ടുതന്നെ അസ്തിത്വവാദത്തിന്റെയും ശൂന്യതാവാദ ത്തിന്റെയും അടിവേരുകൾ അന്വേഷിക്കുന്നവർ ഈ 'അധോതല മനുഷ്യന്റെ' ക്രോധത്തിലും അമർഷത്തിലും നിരാശയിലും വേദനയിലും സ്വയം വെറുപ്പിലുമാണ് ചെന്നെത്തുക. നിഷേയിലും സാർത്രിലും കാഫ്കയിലും ഈ കൃതിയുടെ സ്വാധീനം പ്രകടമാണ്. ദസ്തയേവ്സ്കി യുടെ ആശയം ഉൾക്കൊണ്ടുകൊണ്ട് സാർത്ര 'നോസിയ' എന്ന മനോ ഹര കലാസൃഷ്ടി രചിച്ചു. കാഫ്കയുടെ *രൂപാന്തരീകരണ*ത്തിലും എലിസന്റെ *അദൃശ്യമനുഷ്യ*നിലും ഈ കൃതിയുടെ ശക്തമായ സ്വാധീനം ദർശിക്കാം. നോവലിനെ തത്ത്വചിന്തയുടെയും മനഃശാസ്ത്രത്തിന്റെയും തലങ്ങളിലേക്കുയർത്തുകയാണ് ദസ്തയേവ്സ്കി ഇവിടെ ചെയ്യുന്നത്. മനുഷ്യൻ, പ്രപഞ്ചം, ശാസ്ത്രം വ്യക്തി സ്വാതന്ത്ര്യം, പ്രണയം, കുടുംബ ബന്ധങ്ങൾ എന്നിവയെപ്പറ്റിയുള്ള തന്റെ വീക്ഷണങ്ങളും ദർശനങ്ങളുമാണ് ദസ്തയേവ്സ്കി ഇവിടെ വെളിപ്പെടുത്തുന്നത്. പ്രകൃതിയെ 'അങ്ങനെ നിലനിറുത്തുക അതിനെ പരിഷ്കരിക്കരുത്'എന്ന് അദ്ദേഹം എഴുതു മ്പോൾ പ്രകൃതി നശീകരണം മുന്നിൽ കാണുകയാണീ എഴുത്തുകാരൻ. കുഞ്ഞുമനസ്സിലെ നൈർമ്മല്യത്തെപ്പറ്റിയും പുഞ്ചിരിയെപ്പറ്റിയും ലിസയോട് പറയുമ്പോൾ "അച്ഛനും അമ്മയും പുഞ്ചിരിക്കുന്ന കുഞ്ഞും ഒരുമിച്ചിരിക്കുന്ന കാഴ്ചയാണ് ലോകത്തിലെ ഏറ്റവും മനോഹരമായ കാഴ്ചയെന്നും" പറയുന്നു. പുസ്തകത്തിന്റെ രചനാവേളയിൽ ദസ്തയേവ്സ്കി സഹോദരന് ഇങ്ങനെ എഴുതി. "ഇത് എന്തായിത്തീ രുമെന്ന് എനിക്കൊരു നിശ്ചയവുമില്ല ഒരുപക്ഷേ, വളരെ മോശപ്പെട്ട ഒരു കലാരൂപമായിരിക്കാം" എന്നാൽ ശാസ്ത്രത്തെയും യുക്തിയെയും പൂർണ്ണമായി തള്ളിക്കളയാതെ പാശ്ചാത്യവല്ക്കരണത്തെ തള്ളിപ്പറയന്ന ഉന്നതമായ ദർശനം കാഴ്ചവെക്കുന്ന ഈ കൃതി സാഹിത്യത്തിലെ

തന്നെ മികച്ച കൃതികളിലൊന്നായി എന്നും വാഴ്ത്തപ്പെടുമെന്നതിൽ സംശയമില്ല. എങ്കിലും പ്രകോപനപരവും ചിന്തോദ്ദീപകവുമായ ഈ കൃതി രചിക്കപ്പെട്ട സമയത്ത് വേണ്ടത്ര ശ്രദ്ധ പിടിച്ചുപറ്റിയില്ല. രാഷ്ട്രീയവും, ദാർശനികവും, മനഃശാസ്ത്രപരവുമായ നിരവധി വായനകൾ ഈ കൃതി ആവശ്യപ്പെടുന്നതായി നമ്മുടെ കാലഘട്ടം തിരിച്ചറിഞ്ഞു. സൂക്ഷ്മ വിചാരത്തിൽ ദസ്തയേവ്സ്കി എന്ന എഴുത്തുകാരന്റെ രാഷ്ട്രീയവും, ദാർശനികവുമായ നിലപാടുകളുടെ തുറന്നു പറച്ചിലുകൂടിയാണ് ഈ കൃതി. ഒപ്പം പാശ്ചാത്യവല്ക്കരണത്തിനും ആഗോളവല്ക്കരണത്തിനുമെതിരെയുള്ള രൂക്ഷവിമർശനവും ബൗദ്ധികജ്ഞാനത്തിലൂടെ ഒരു യുട്ടോപ്യൻ സോഷ്യലിസ്റ്റ് വ്യവസ്ഥിതി നിർമ്മിച്ചെടുക്കാമെന്ന് തന്റെ നായകനിലൂടെ ചെർണേഷെവ്സ്ക്കി പ്രകടിപ്പിക്കുന്ന ശുഭാപ്തി വിശ്വാസം തന്റെ *ഒളിത്താവള മനുഷ്യനിലൂടെ* നിരാകരിക്കുകയാണ് ദസ്തയേവ്സ്കി. അത്തരം വിശ്വാസം കൃത്രിമവും പൊള്ളയുമാണെന്നും അതുകൊണ്ട് ചെർണേഷെവ്സ്കിയുടേത് വെറും വ്യാമോഹം മാത്രമാണെന്നും ദസ്തയേവ്സ്കി വിശ്വസിക്കുന്നു. *എന്താണ് ചെയ്യേണ്ടത് (what is to be done)* എന്ന കൃതിയിലെ ആശയങ്ങൾ ലെനിനെ വളരെ ആകർഷിച്ചു. ചെർണഷേവ്സ്കിയുടെ ആരാധകനായി അദ്ദേഹം മാറുകയും ചെയ്തു. അതുകൊണ്ട് നമ്മുടെ എഴുത്തുകാരൻ ലെനിന്റെ അപ്രിയത്തിന് പാത്രമായി. ബോൾഷെവിക് വിപ്ലവത്തിനുശേഷം റഷ്യയിൽ സ്ഥാപിതമായ കമ്യൂണിസ്റ്റ് – സോഷ്യലിസ്റ്റ് സംവിധാനത്തിന്റെ തകർച്ച ദസ്തയേവ്സ്കിയുടെ പ്രവചനമനസ്സ് മുൻകൂട്ടിക്കണ്ടു എന്ന് ന്യായമായി അനുമാനിക്കാം.

എന്താണ് ചെയ്യേണ്ടത് എന്ന പുസ്തകത്തിൽ പ്രത്യക്ഷപ്പെടുന്ന സ്ഫടികക്കൊട്ടാരം സമൃദ്ധിയുടേയും ശാന്തിയുടെയും പ്രതീകമല്ല നേരേമറിച്ചു നൈരാശ്യത്തിന്റെയും ജീർണ്ണതയുടെയും പ്രതീകമാണെന്ന് ദസ്തയേവ്സ്കി തുറന്നടിക്കുന്നു. മുതലാളിത്തവും, ഫാസിസവും കൂടി നടപ്പാക്കുന്ന ഭരണവ്യവസ്ഥിതിയിൽ പാവപ്പെട്ടവന് ഒരിക്കലും ചൂഷണത്തിൽനിന്ന് മോചനമില്ലെന്നും അദ്ദേഹം വിശ്വസിക്കുന്നു. പാശ്ചാത്യ ആശയങ്ങളോടുള്ള ഇഷ്ടക്കേടല്ല, പാശ്ചാത്യവല്ക്കരിക്കപ്പെട്ട റഷ്യൻ ബുദ്ധിജീവികളുടെ ഗർവിനോടും ഔദ്ധത്യത്തോടുമുള്ള എതിർപ്പാണ് ഈ പുസ്തകത്തിലുടനീളം കാണാൻ കഴിയുന്നത്. മനുഷ്യന് ബുദ്ധിമാത്രമല്ല കാര്യമായിട്ടുള്ളത് എന്ന് കുറ്റബോധം കൊണ്ടു രണ്ടായിപ്പിളർന്ന ഐവാൻ കരമസോവിലൂടെ ദസ്തയേവ്സ്കി പിന്നീട് പറയുന്നു. ദസ്തയേവ്സ്കിയെ സംബന്ധിച്ചിടത്തോളം ബുദ്ധിയും ഹൃദയവും തമ്മിലുള്ള സംഘട്ടനത്തിൽ നിന്നും പിറന്നതാണീ കൃതി. മനുഷ്യന്റെ സ്വതന്ത്രചിന്തയെയും ഇച്ഛാശക്തിയെയും ആത്മാഭിമാനത്തെയും ഉയർത്തിപ്പിടിക്കുന്ന ഈ കൃതിയിൽ രചയിതാവിന്റെ പില്ക്കാല രചനകൾക്കുള്ള ബീജവും കണ്ടെത്താം. അങ്ങനെ കാലാതീതവും സാർവ്വലൗകികവുമായ ഒരു പ്രമേയമായും, രൂപകമായും അധോലോക മനുഷ്യൻ എക്കാലവും നിലനില്ക്കും.

പിതൃഹത്യയും (*കാരമസോവ് സഹോദരന്മാർ*) ദസ്തയേവ്സ്കിയും

"**ദൈ**വം നമുക്ക് കടങ്കഥകൾ മാത്രമാണിട്ടുതരിക എന്തെല്ലാം പരമ രഹസ്യങ്ങൾ. ഓർത്താൽ ഭയം തോന്നും. എണ്ണിയാലൊതുങ്ങാത്ത പ്രഹേളികകൾകൊണ്ട് മനുഷ്യൻ ഞെരിക്കപ്പെടുന്നു." *കരമസോവു സഹോദരന്മാരിലെ* സങ്കീർണ്ണവും നിഗൂഢവുമായ കഥാ ലോകത്തേക്കു മാത്രമല്ല ദയസ്തയേവ്സ്കിയുടെ രചനാലോകത്തിലേക്കും വെളിച്ചം വീഴുന്നതാണീ വാക്കുകൾ. ആയിരത്തിൽപരം പേജുകളിൽ നാലു ഭാഗങ്ങളിലായി അടക്കംചെയ്യപ്പെട്ട ഇതിഹാസതുല്യമായ ഒരു ദാരുണകഥയാണിത്. നാലഞ്ചുവർഷം നീണ്ടുനിന്ന കഠിന സാധനയുടെ ഉല്പന്നമാണീ കൃതി. രചയിതാവിന്റെ മറ്റെല്ലാ കൃതികളും ഇതിന് വേണ്ടിയുള്ള തയ്യാറെടുപ്പുകളായിരുന്നു. ദസ്തയേവ്സ്കിയുടെ ഏറ്റവും മികച്ച ഈ പുസ്തകം ലോക ഫിക്ഷനിലെ മുൻനിരയിൽ തന്നെ പ്രതിഷ്ഠിക്കപ്പെട്ടു. ഏറെ വെല്ലുവിളികളുയർത്തുന്ന ഈ കൃതി അന്നുമിന്നും ഒരു പ്രഹേളികയായി വായനക്കാരനു മുമ്പിൽ നില്ക്കുന്നു. മനുഷ്യനും മതവും ദൈവവും പ്രപഞ്ചവും ചർച്ചചെയ്യപ്പെടുന്ന ഈ കൃതിയുടെ അടരുകളെപ്പറ്റി ധിഷണാപരവും ദാർശനികവുമായ അന്വേഷണങ്ങൾ ഇന്നും നടന്നുകൊണ്ടിരിക്കുന്നു. ഉത്തരം കിട്ടാത്ത ചോദ്യങ്ങൾ ചോദിക്കുന്ന ഈ കൃതി ഇന്നും ഒരു പ്രഹേളികയായി തുടരുന്നു. അങ്ങേയറ്റം ആത്മബോധമുള്ള രചയിതാവായ ദസ്തയേവ്സ്കി വെറുമൊരു കഥാകാരൻ മാത്രമല്ല. കഥ ഒരു നിമിത്തംമാത്രം. ആശയങ്ങളോടും ദർശനങ്ങളോടുമായിരുന്നു ആഭിമുഖ്യം. അക്കാരണത്താൽ അദ്ദേഹത്തിന്റെ നോവലുകൾ ആശയങ്ങളുടെ നോവലുകളായി മാറി (Novels of ideas) പ്രധാന നോവലുകളെല്ലാം ബൈബിളിന്റെ സ്വാധീനത്തിൽ രചിക്കപ്പെട്ടതിനാൽ അവ 'സുവിശേഷ നോവലു'കളായി അറിയ

പ്പെടുന്നു. പീറ്റേർസ്ബർഗ്ഗിലും സൈബീരിയയിലും താൻ കണ്ടതും അനുഭവിച്ചതും തന്റെ രചനയ്ക്കുള്ള വിഷയങ്ങളാക്കി. മനുഷ്യപ്രകൃതിയിലെ ഇരുണ്ട വശങ്ങളോട് പ്രത്യേക ആഭിമുഖ്യം പുലർത്തി. ജയിലറകളിൽ കൊടിയ കുറ്റവാളികളോടൊത്തു കഴിയേണ്ടിവന്ന ഈ എഴുത്തുകാരന്റെ പ്രധാന നോവലുകൾക്ക് ക്രൈം വിഷയമായതിൽ അത്ഭുതപ്പെടാനില്ല. "ഓരോ മനുഷ്യനിലും ഒരു ചെകുത്താനൊളിച്ചിരിപ്പുണ്ട്. ക്രോധത്തിന്റെ ചെകുത്താൻ" ഐവാൻ കരമസോവിന്റെ വാക്കുകൾ ശ്രദ്ധിക്കുക. എങ്കിൽപ്പോലും ഇരുളും വെളിച്ചവും നിറഞ്ഞതാണ് കഥാന്തരീക്ഷം. കുറ്റവാസനയ്ക്കും പാതകത്വരയോടുമൊപ്പം ഓരോ മനുഷ്യനിലും പശ്ചാത്തപവാസനയും പാപമോചന വ്യഗ്രതയും ലീനമായിട്ടുണ്ടെന്നും ഈ എഴുത്തുകാരൻ ദൃഢമായി വിശ്വസിച്ചു. ഇത്തരം വിശ്വാസങ്ങളുടെ മേലാണ് *കരമസോവ് സഹോദരന്മാർ* നിർമ്മിക്കപ്പെട്ടിരിക്കുന്നത്.

ഓരോ വായനയിലും പുത്തൻ അനുഭൂതികളും അർത്ഥതലങ്ങളുമാണ് ഈ നോവൽ വെളിപ്പെടുത്തുന്നത്. ഇതിലടങ്ങിയിരിക്കുന്ന സാമൂഹികവും മതപരവും ദാർശനികപരവുമായ പ്രശ്നങ്ങൾ കീറാമുട്ടികളായി വായനക്കാർക്കനുഭവപ്പെടുന്നു. എങ്കിലും അതിന്റെ പ്രഹേളികാസൗന്ദര്യം അതിശയകരമാണ്. "മനുഷ്യൻ കലഹപ്രിയനായി ജനിക്കുന്നു. അങ്ങനെ തന്നെ തുടരുന്നു". സഹജമായ ഈ കലഹവാസന അവനെ ചിലപ്പോൾ ഹിംസയിലേക്കും ഹത്യയിലേക്കും നയിക്കുന്നു. കൊലപാതകം പ്രകൃതി വിരുദ്ധമാണ്. നിയമ വിരുദ്ധമാണ്. ദൈവവിരുദ്ധമാണ് എങ്കിലും മനുഷ്യൻ കൊലചെയ്യുന്നു. പാപത്തിലേക്കെത്തിച്ചേരുന്നു. മനുഷ്യനൊഴികെയുള്ള എല്ലാ ജീവികളും പാപരഹിതമാണ്. ഒരർത്ഥത്തിൽ കുറ്റകൃത്യങ്ങളും പാപകർമ്മങ്ങളും ചെയ്യാൻ വിധിക്കപ്പെട്ട മനുഷ്യരുടെ ധർമ്മ സങ്കടങ്ങളുടെയും കഷ്ടതകളുടെയും കഥകളാണ് ദസ്തോവ്സ്കിയുടെ ശ്രേഷ്ഠ രചനകളെല്ലാം *കുറ്റവും ശിക്ഷയും, ഇഡിയറ്റ്, പിശാചുക്കൾ* (ഭൂതാവിഷ്ടർ) *കരമസോവ് സഹോദരന്മാർ* എന്നീ നാലു നോവലുകൾ ക്രൈം നോവലുകളാണ്. എങ്കിലും കൊലയ്ക്കു പിന്നിലുള്ള പ്രേരണകളുടെയും ലക്ഷ്യങ്ങളുടെയും കാര്യങ്ങളിൽ ഈ രചനകൾ വ്യത്യസ്തത പുലർത്തുന്നു. *കുറ്റവും ശിക്ഷയിൽ* പാതകത്തിന് പിന്നിലുള്ള പ്രലോഭനം തികച്ചും വ്യക്തിപരമാണ്. തനിക്കൊരു നെപ്പോളിയനാകണമെന്ന ബാലിശമായ വിഡ്ഢിത്തവും വികലബുദ്ധിയുമാണ് റസ്കൽ നിക്കോഫ് എന്ന ദരിദ്രവിദ്യാർത്ഥിയെ വൃദ്ധ സഹോദരിമാരുടെ കൊലയിലേക്കു നയിക്കുന്നത്.

'കരമസോവ് സഹോദരന്മാരിൽ' സ്ത്രീലമ്പടനും ആഭാസനുമായ പാവ്ലോവ് തന്റെ ജാരസന്തതിയാൽ കൊല്ലപ്പെടുന്നു. വിചിത്രവും അസാധാരണവും നാടകീയവുമായ സംഭവങ്ങളാണ് വധത്തിലേക്കു നയിക്കുന്നത്. ആദ്യന്തം സംഘർഷാത്മകമാണ് നോവൽ അന്തരീക്ഷം. വിഷയാസക്തനും ആഭാസനുമായ പാവ്ലോവ് എന്ന മദ്ധ്യവയസ്കന്റെ

രണ്ടു ഭാര്യമാരിൽ ജനിച്ച പുത്രന്മാരാണ് ദിമിത്രിയും ഐവാനും അലക്സിയും പിന്നെ ലിസാവെറ്റ എന്ന മുടന്തിപ്പെണ്ണിൽ ജനിച്ച ജാരസന്തതി സ്മെർഡിയാക്കോവും. സ്വന്തം ഉടലിന്റെ സുഖത്തിൽ മാത്രം വിശ്വസിച്ച പിതാവ് മക്കളെ പാടേ അവഗണിച്ചുകൊണ്ട് മദ്യത്തോടും വേശ്യകളോടുമൊത്തു കഴിയുന്നു. മൂത്ത മകൻ ദിമിത്രി ബന്ധുക്കളുടെ സംരക്ഷണയിൽ വളരുന്നു. ജിംനേഷ്യത്തിൽ പഠിച്ചതിനു ശേഷം മിലിട്ടറിയിൽ ജോലി ലഭിക്കുന്ന അവൻ ജോലിയുപേക്ഷിച്ച് കുത്തഴിഞ്ഞ ജീവിതം നയിക്കുന്നു. സ്വത്തവകാശമായി കിട്ടാനുള്ള പണം പല തവണകളായി അച്ഛനിൽനിന്നും പറ്റുന്നു. വീണ്ടും പണത്തിനായി പിതാവിനെ സമീപിക്കുന്ന അവനും അച്ഛനും തമ്മിൽ ശണ്ഠകൂടുന്നു. പിതാവും മകനും ഒരേസമയം ഗ്രൂഷങ്കാ എന്ന മാദക സുന്ദരിയിൽ അനുരക്തരാകുന്നതോടെ അവർ ശത്രുക്കളായി മാറുന്നു. മൗനിയും ലജ്ജാശീലനും ദൈവനിഷേധിയുമാണ് രണ്ടാമത്തെ മകൻ ഐവാൻ. പിതാവിനെയും ജ്യേഷ്ഠനെയും പോലെ അവനും വിഷയാസക്തൻ തന്നെ. ജീവിതം ആസ്വദിക്കാനുള്ളതാണെന്നും അതിനു പണം ആവശ്യമാണെന്നും വിശ്വസിക്കുന്ന അവനും അച്ഛനിൽ നിന്നും പണം ആഗ്രഹിക്കുന്നു. മൂന്നാമത്തെ മകൻ അലക്സി ലജ്ജാശീലനും മൗനിയും ദൈവവിശ്വാസിയുമാണ്. ഫാദർ സൊസീമയുടെ അരുമശിഷ്യനായ അവനെ പിതാവും ഇഷ്ടപ്പെടുന്നു ഐവാന്റെയും ദിമിത്രിയുടെയും വരവോടെ പാവ്ലോവിന്റെ വീടും പരിസരവും സംഘർഷഭരിതമാകുന്നു. ഫാദർ സൊസീമയുടെ മദ്ധ്യസ്ഥശ്രമം കുടുംബബന്ധം കൂടുതൽ വഷളാക്കുന്നു. ഗ്രുഷേങ്കയുടെ പേരിൽ പാവ്ലോവും മകനും ഏറ്റുമുട്ടുന്നു. ദിമിത്രിയുടെ പാതക ത്വര മനസ്സിലാക്കുന്ന ഫാദർ അവന്റെ മുമ്പിൽ കുമ്പിടുന്നു. നോവലിന്റെ ആദ്യഭാഗം പാവ്ലോവിന്റെയും ദിമിത്രിയുടെയും ഇവാന്റെയും അനിയന്ത്രിതമായ കാമാസക്തിയും ആക്രമവാസനയും കേന്ദ്രീകരിച്ചാണ് നീങ്ങുന്നത്. വിഷയാസക്തി ഒരു രോഗം പോലെ പാവ്ലോവ് കുടുംബത്തിൽ പടർന്നു പിടിച്ചിരിക്കുന്നു. ഒരു വേശ്യയുടെ പേരിൽ അച്ഛനും മകനും പരസ്പരം പിച്ചിച്ചീന്താൻ ആഗ്രഹിക്കുന്നു. ഇന്ദ്രിയ സുഖം സ്വർഗ്ഗാനുഭൂതികൾ നല്കുമെന്നും അതിൽ മുഴുകി ജീവിക്കാനാണ് തന്റെ ആഗ്രഹമെന്നും പാവ്ലോവ് പ്രഖ്യാപിക്കുന്നു. ദിമിത്രിയാകട്ടെ കാമാസക്തി എല്ലാ കീടങ്ങളിലും അടങ്ങിയിരിക്കുന്നുവെന്നു വിശ്വസിക്കുന്നു. നികൃഷ്ടനും വിഷയാസക്തനുമായ അവന് ഉള്ളിലെ ഹീനമൃഗത്തെ കീഴടക്കാൻ കഴിഞ്ഞില്ല. സംഗീതത്തിനും സുഖഭോഗങ്ങൾക്കും വേണ്ടി പണം വാരിക്കോരി ചെലവഴിച്ചു. ഐവാനും ജീവിതാസക്തിയിലും കാമാസക്തിയിലും ഒട്ടും പിന്നിലല്ല. വെറുപ്പും വിദ്വേഷവും നിറഞ്ഞ പാവ്ലോവ് കുടുംബാന്തരീക്ഷത്തെ രകിതിൻ ഇങ്ങനെ കണ്ടു. "മൂന്ന് വിഷയലമ്പടന്മാർ അവരവരുടെ കീശയിൽ പിശ്ശാത്തിയുമായി നടക്കുന്നു." ഭ്രാന്തുപിടിച്ച ഭോഗാലസതയിൽ അകപ്പെട്ട പിതാവിന്റെയും ദിമിത്രിയുടെയും അധമസ്വഭാവം അവരുടെ

വാക്കുകളിലും പ്രവൃത്തികളിലും വെളിപ്പെടുന്നു. മൂപ്പില എന്തു വിലകൊടുത്തും ഗ്രുഷങ്കയെ സ്വന്തമാക്കുമെന്ന് കരുതുന്ന ദിമിത്രി കോപം കൊണ്ടും അസൂയകൊണ്ടും വെന്തെരിഞ്ഞു. ഞാൻ "അങ്ങേരെ കൊല്ലുകയോ കൊല്ലാതിരിക്കുകയോ ചെയ്യും" അവൻ ആക്രോശിക്കുന്നു." "ദിമിത്രി ഒരു വാല്യക്കാരനേക്കാൾ മോശമാണെന്ന്" ഗ്രിഗറിയും. അസൂയമൂത്തപ്പോൾ ദിമിത്രി ഒരു ദിവസം വീട്ടിൽവെച്ച് പിതാവിനെ ക്രൂരമായി മർദ്ദിക്കുന്നു." "ഒരിഴജന്തു മറ്റൊന്നിനെ വിഴുങ്ങുന്നു. രണ്ടും ന്യായുക്തം തന്നെ". ഇതുകണ്ടുനിന്ന ഐവാൻ പറഞ്ഞു. അതുകൊണ്ടവന്റെ അരിശം തീരാതെ രാത്രിയിൽ മൂവായിരം റൂബിളുമായി ഗ്രുഷങ്കയെ കാത്തിരിക്കുന്ന മൂപ്പിലിന്റെ അടുത്തേക്കവൻ ചെല്ലുന്നു. തന്തയുടെ തൊണ്ണമുഴയും വളഞ്ഞമൂക്കും ഇളിഭ്യച്ചിരിയും അവന്റെ കോപത്തെ ആളിക്കത്തിച്ചു. ഗ്രുഷങ്ക വീട്ടിലില്ലെന്നു മനസ്സിലാക്കിയ അവൻ പിന്തിരിഞ്ഞോടുന്നു. പിറകെ വന്ന ഗ്രിഗറി എന്ന വാല്യക്കാരനെ ഉലക്കകൊണ്ടടിച്ചു താഴെയിടുന്നു. ഇതിനിടയിൽ പാവ്ലോവ് സ്മെർഡിയാക്കോവിനാൽ വിധിക്കപ്പെട്ടു. ഐവാന്റെ പാതകാസക്തി മറ്റൊരുവിധമാണ്. അവസാന തുള്ളിവരെ കുടിച്ച് ജീവിതപാനപാത്രം വറ്റിക്കണമെന്ന് നിഷ്കർഷിക്കുന്ന ഐവാൻ "എല്ലാം ന്യായയുക്തമാണെന്ന്" വിശ്വസിക്കുന്നു. അച്ഛൻ എങ്ങനെയെങ്കിലും മരിക്കണമെന്നാഗ്രഹിക്കുന്ന അവൻ സ്മെർഡിയാക്കോവിനെ അതിന് പ്രേരിപ്പിക്കുന്നു. "ഞാനല്ല ഘാതകൻ എന്നാൽ ഞാൻ അതാഗ്രഹിച്ചു. കുറ്റം എന്റേതാണ്" എന്ന് ദിമിത്രിയും "അങ്ങേരല്ല അച്ഛനെ കൊന്നത്, ഞാനാണ് ഘാതകൻ. അങ്ങേരെ വെറുതെ വിടൂ. എന്നെ ബന്ധിച്ചോളൂ" എന്ന് ഐവാനും കോടതിയിൽ കുറ്റസമ്മതം നടത്തുന്നു.

പിതൃഹത്യ കേന്ദ്രമാക്കി നിർമ്മിക്കപ്പെട്ട ഒരു ദുരന്തകഥയാണ് *കരമസോവ് സഹോദരന്മാർ.* ഓരോ വായനയിലും പുത്തൻ പാരായണാനുഭവങ്ങളും, അർത്ഥതലങ്ങളുമാണീ നോവൽ പ്രദാനംചെയ്യുന്നത്. ഇതിലടക്കം ചെയ്തിരിക്കുന്ന ധിഷണാപരവും ദാർശനികവുമായ അർത്ഥതലങ്ങളും സമസ്യകളും ഇന്നു പ്രഹേളികകളായി തുടരുന്നു. മതവിശ്വാസികൾക്ക് ഈ പുസ്തകം ഫാദർ സൊസീമയുടെയും അലക്സിയുടെയും അതിരറ്റ സ്നേഹത്തിന്റെയും കാരുണ്യത്തിന്റെയും സന്ദേശങ്ങളുൾക്കൊള്ളുന്ന മറ്റൊരു സുവിശേഷമായി അനുഭവപ്പെടുന്നു. എന്നാൽ സൂക്ഷ്മവായനയിൽ പലർക്കും കുറ്റബോധത്താൽ പീഡാനുഭവത്തിനു വിധേയനായി ശുദ്ധീകരിക്കപ്പെടുന്ന ദിമിത്രി കരമസോവിന്റെ ഉയർത്തെഴുന്നേല്പിന്റെ കഥയാണ്. യുക്തിവാദികൾക്കും ഈശ്വരനിഷേധികൾക്കും ഇതു ഐവാൻ കരമസോവിന്റെ യുക്തിചിന്തയുടെ മഹത്ത്വത്തെ ഉദ്ഘോഷിക്കുന്ന ഗ്രന്ഥമായി തോന്നാം. എന്നാൽ ഫ്രോയിഡിന്റെ പ്രസിദ്ധമായ 'ദസ്തയേവ്സ്കിയും പിതൃഹത്യ'യുമെന്ന പ്രസിദ്ധമായ ലേഖനം പിതൃഹത്യയുടെ പിന്നിലുള്ള സാമൂഹികവും മനഃ

ശാസ്ത്രപരവുമായ ഘടകങ്ങളെപ്പറ്റിയുള്ള വിശകലനമായി മാറി. പിതൃഹത്യ ആദിപാപമാണ്. വ്യത്യസ്തകാരണങ്ങളാൽ പിതാവും മക്കളുമായുള്ള പോരാട്ടം സാഹിത്യകൃതികൾക്കെന്നും വിഷയമായിട്ടുണ്ട്. ദസ്തയേവ്സ്കിയുടെ കാലത്തുതന്നെ ടെർജിനോവിന്റെ *പിതാക്കന്മാരും പുത്രന്മാരും* എന്ന പുസ്തകം റഷ്യയിൽ വലിയ കോളിളക്കംതന്നെ സൃഷ്ടിച്ചു. രണ്ടു വ്യക്തികൾ തമ്മിലല്ല. രണ്ടുതലമുറകൾ തമ്മിലുള്ള പോരാട്ടമാണിതിന്റെ വിഷയം ജെ എം സിങ്ങിന്റെ *The play Boy of the Western World* കോമിക് തലത്തിൽ അച്ഛനും മകനുമായുള്ള പോരാട്ടത്തിന്റെ ചിത്രീകരണമാണ്. പിതൃഹത്യ കേന്ദ്രമാക്കി ഒരു ഗ്രന്ഥം രചിക്കുക എന്നുള്ളത് ദസ്തയേവ്സ്കിയെ സംബന്ധിച്ച് ആത്മീയവും, കലാപരവുമായ അനിവാര്യതയായിരുന്നു. വിദ്യാർത്ഥിയായിരുന്നപ്പോൾ തന്റെ അച്ഛന്റെ വധവാർത്ത ഈ എഴുത്തുകാരനെ നടുക്കിക്കളഞ്ഞു. ശാരീരികമായും മാനസികമായും ദസ്തയേവ്സ്കി എന്ന ചെറുപ്പക്കാരൻ തളർന്നുപോയി.

അമ്മയോടുള്ള പിതാവിന്റെ ക്രൂരമായ പെരുമാറ്റവും കർക്കശമായ നിലപാടുകളും മക്കളിൽ വെറുപ്പും വിദ്വേഷവും വളർത്തി. അച്ഛന്റെ വധത്തിനുശേഷമുള്ള തന്റെ നിസ്സംഗതയും അലംഭാവവും കുറ്റബോധമായി അവനിൽ വളർന്നു. അബോധത്തിൽ അച്ഛന്റെ മരണം ആഗ്രഹിച്ചുവെന്നത് ഒരു നോവായും നീറ്റലായും അവൻ തിരിച്ചറിഞ്ഞു. പാപബോധം അവനെ വേട്ടയാടി – ക്ലേശാനുഭവം മഹത്തരമാണെന്നും അതു പാപിയെ ശുദ്ധീകരിക്കുമെന്നും ക്രിസ്തുമതം ഈ എഴുത്തുകാരനെ പഠിപ്പിച്ചു. വിചാരണവേളയിൽ "ഞാനല്ല എന്റെ അച്ഛനെക്കൊന്നത് എന്നാൽ അച്ഛൻ മരിക്കണം" എന്നും. ഞാൻ അല്ല അങ്ങേരെ കൊന്നത്. അവനാണ് കൊന്നത്. "സ്വന്തം അച്ഛൻ മരിക്കണമെന്നാഗ്രഹിക്കാത്തവരാരുണ്ട്." എന്ന് ഐവാൻ ചോദിക്കുമ്പോഴും ദസ്തയേവ്സ്കിയിലെ കുറ്റബോധവും കുമ്പസാരവുമാണ് മറനീക്കി പുറത്തുവരുന്നത്. ദിമിത്രിയോടും ഐവാനോടും താദാത്മ്യം പ്രാപിച്ചകൊണ്ട് സ്വന്തം കുറ്റത്തിനും അലംഭാവത്തിനും മാപ്പിരക്കുകയാണ് ദസ്തയേവ്സ്കി. അക്കാരണത്താൽ *കരമസോവ് സഹോദരന്മാരെ* ദസ്തയേവ്സ്ക്കിയുടെ ആത്മീയപരമായ ആത്മകഥയായി കണക്കാക്കാം.

കരമസോവ് സഹോദരന്മാരിലെ പിതൃവധം, ദസ്തയേവ്സ്കിയുടെ പിതാവിന്റെ മരണവുമായി ബന്ധപ്പെടുത്തി വിമർശകരും മനഃശാസ്ത്രജ്ഞരും ധാരാളം എഴുതിയിട്ടുണ്ട്. പിതാവിന്റെ മരണമേല്പിച്ച മാനസികാഘാതം ദയസ്തയേവസ്കിയെ രോഗത്തിലേക്കും, ചിത്തഭ്രമത്തിലേക്കും നയിച്ചിട്ടുണ്ടായിരിക്കാം എന്നും ഫ്രോയിഡ് നിരീക്ഷിക്കുന്നു. അകാരണമായ വിഷാദവും അനിയന്ത്രിതമായ വേദനയും അദ്ദേഹത്തെ പിടികൂടി. വെറുക്കപ്പെട്ട പിതാവിന്റെ മരണം ആഗ്രഹിച്ചതിനുള്ള ശിക്ഷ. ഒരാൺകുട്ടിക്ക് തന്റെ പിതാവിനോടുള്ളത് സ്നേഹവും വിദ്വേഷവും ഭീതിയും ആരാധന കലർന്ന മനോഭാവമാണെന്നും ഫ്രോയിഡ് വ്യക്ത

മാക്കുന്നു. പിതൃരൂപത്തെ ആരാധനയോടുകൂടി നോക്കിക്കാണുന്ന അവൻ പിതാവിന്റെ സ്ഥാനത്തെത്തിച്ചേരാനും അതിന് വിഘാതമായി നില്ക്കുന്നതിനെ ഇല്ലായ്മ ചെയ്യാനും ആഗ്രഹിക്കുന്നു. അതോടെ അവനിൽ പാതകത്വര രൂപപ്പെടുന്നു.

മക്കളോടും ഭാര്യയോടും തന്റെ പിതാവ് ക്രൂരമായും ധാർഷ്ട്യത്തോടുമാണ് പെരുമാറിയതെന്ന് ദസ്തയേവ്സ്കി അറിഞ്ഞിരുന്നു. ഇക്കാരണത്താൽ ദസ്തയേവ്സ്കി എന്ന ചെറുപ്പക്കാരൻ പിതാവിന്റെ മരണം ആഗ്രഹിച്ചുകാണുമെന്ന നിഗമനത്തിൽ ഫ്രോയിഡ് എത്തിച്ചേരുന്നു. ജീവിതാന്ത്യത്തിലാണ് ദസ്തയേവ്സ്കി മനുഷ്യവംശത്തിന്റെയും വ്യക്തിയുടെയും ആദിപാപമായ പിതൃഹത്യയിലേക്കു തിരിഞ്ഞത്. പിതൃഹത്യ വിഷയമായ ലോകപ്രശസ്ത കൃതികളായ സോഫോക്ളിസിന്റെ *ഈഡിപ്പസ്റെക്സും* ഷേക്സ്പിയറുടെ *ഹാംലറ്റും, കാരമസോവ് സഹോദരന്മാരുടെ* രചനയിൽ സ്വാധീനിച്ചിട്ടുണ്ടെന്ന് ന്യായമായി വിശ്വസിക്കാം. ലൈംഗികതയിലൂന്നിയ ശത്രുതയാണ് ഈ മൂന്ന് കൃതികളുടെയും പ്രമേയം. എന്നാൽ ഗ്രീക്ക് നാടകത്തിൽ കഥാനായകൻ അറിയാതെയാണ് കുറ്റകൃത്യത്തിൽ ഏർപ്പെടുന്നത്. എങ്കിലും ശിക്ഷ സ്വീകരിക്കുന്നു. ദസ്തയേവ്സ്കിയുടെ ഏറ്റവും പ്രിയപ്പെട്ട കൃതികളാണ് *ഡോൺകിക്സോട്ടും, ഹാംലറ്റും.* ലൈംഗികാസക്തനായ ഒരുവൻ തന്റെ മാതാവിനു വേണ്ടി പിതാവിനെ വധിക്കുന്നുവെന്നറിയുന്ന ഹാംലറ്റ് തന്റെ കഴിവില്ലായ്മ മൂലം പ്രതികാരം ചെയ്യാൻ അശക്തനാകുന്നു. സോഫോക്ലിസിനും ഷേക്സ്പിയറിനും കുറ്റവും കുറ്റകൃത്യത്തിനുശേഷമുള്ള കുറ്റവാളിയുടെ മാനസികാന്തരീക്ഷത്തിലുമാണ് താല്പര്യം. ദസ്തയേവ്സ്കിയാകട്ടെ ഒരു പടി മുന്നോട്ടുകടന്നു സ്വയം വിചാരണയ്ക്ക് ആത്മശുദ്ധീകരണത്തിനുമുള്ള ഉപാധിയായി തന്റെ സൃഷ്ടിയെ മാറ്റുന്നു. ഇതുകലാപരമായ വലിയ വിജയവുമായി മാറി.

www.ingramcontent.com/pod-product-compliance
Lightning Source LLC
LaVergne TN
LVHW060123051026
849517LV00007B/2381